വീടിന്റെ നാനാർത്ഥം

veedinte nanartham

•

s v venugopan nair

•

first edition
december 1998

•

second edition
september 2010

•

typesetting
star communication

•

published
chintha publishers, thiruvananthapuram

•

printed
akshara offset, thiruvananthapuram

•

cover
alees cheeval

വിതരണം

ദേശാഭിമാനി ബുക്ക് ഹൗസ്

H O തിരുവനന്തപുരം–695 001

ബ്രാഞ്ചുകൾ

ഓവർബ്രിഡ്ജ് തിരുവനന്തപുരം • കെ എസ് ആർ ടി സി ബസ് സ്റ്റേഷൻ ആലപ്പുഴ • കെ എസ് ആർ ടി സി ബസ് സ്റ്റേഷൻ എറണാകുളം • കലൂർ കൊച്ചി • ഐ ജി റോഡ് കോഴിക്കോട് • മാവൂർ റോഡ് കോഴിക്കോട് • എൻ ജി ഒ യൂണിയൻ ബിൽഡിങ് കണ്ണൂർ • സെൻട്രൽ ബസ് ടെർമിനൽ കോംപ്ലക്സ് താവക്കര കണ്ണൂർ • മച്ചിങ്ങൽ ലെയ്ൻ തൃശൂർ

CR - 1000 / 2498

വീടിന്റെ നാനാർഥം
കഥകൾ

എസ് വി വേണുഗോപൻ നായർ

ചിന്ത പബ്ലിഷേഴ്സ്
തിരുവനന്തപുരം-695 001
വില : 85.00 രൂപ

എസ് വി വേണുഗോപൻ നായർ

1945 ഏപ്രിൽ 18ന് നെയ്യാറ്റിൻകര താലൂക്കിലെ കാരോട് ദേശത്ത് ജനനം. അച്ഛൻ പി സദാശിവൻ തമ്പി. അമ്മ ജെ വി വിശാലാക്ഷിയമ്മ.

കുളത്തൂർ (നെയ്യാറ്റിൻകര) ഹൈസ്കൂളിലും തിരുവനന്തപുരം യൂണിവേഴ്സിറ്റി കോളേജിലും കേരളാ യൂണിവേഴ്സിറ്റി മലയാളം ഡിപ്പാർട്ടുമെന്റിലും പഠിച്ചു. മലയാള സാഹിത്യത്തിൽ എം എ, എം ഫിൽ, പി എച്ച് ഡി ബിരുദങ്ങൾ നേടി. 1965 ൽ നാഗർകോവിൽ സ്കോട്ട് ക്രിസ്ത്യൻ കോളേജിൽ അധ്യാപകനായി. തുടർന്ന് മഞ്ചേരി, ചേർത്തല, നിലമേൽ, ഒറ്റപ്പാലം, ധനുവച്ചപുരം എൻ എസ് എസ് കോളേജുകളിലും, തിരുവനന്തപുരം എം ജി കോളേജിലും ജോലി നോക്കി.

മഞ്ചേരി, ഒറ്റപ്പാലം, ധനുവച്ചപുരം കോളേജുകളിൽ പ്രിൻസിപ്പലായിരുന്നു. 2000 ഏപ്രിലിൽ ഉദ്യോഗത്തിൽനിന്നും വിരമിച്ചു.

രേഖയില്ലാത്ത ഒരാൾ ഇടശ്ശേരി പുരസ്കാരവും (1984), *ഭൂമിപുത്രന്റെ വഴി* കേരളസാഹിത്യ അക്കാദമി അവാർഡും (1990), *വീടിന്റെ നാനാർഥം* അബുദാബി ശക്തി പുരസ്കാരം (2000), 2003 –ലെ ഏറ്റവും നല്ല ചെറുകഥയ്ക്കുള്ള പത്മരാജൻ പുരസ്കാരവും നേടി. *ഹാസ്യം നോവൽ ശിൽപ്പത്തിൽ* എന്ന ഗ്രന്ഥത്തിന് ഡോക്ടർ കെ എം ജോർജ് ട്രസ്റ്റിന്റെ ഗവേഷണ പുരസ്കാരം (1995) ലഭിച്ചു. 2000 മാണ്ടത്തെ സി വി സാഹിത്യപുരസ്കാരത്തിനും അർഹനായി. 2008 ൽ ബാംഗ്ലൂരിലെ കലാരംഗം ഏർപ്പെടുത്തിയ പുരസ്കാരം ....*വരുമ്പോൾ ഞാനെന്തു പറയും?* എന്ന കഥാസമാഹരത്തിന് ലഭിച്ചു. കഥാരംഗത്തെ സമഗ്രസംഭാവനയെ മുൻനിർത്തി 2009 ലെ ലളിതാംബികാന്തർജനം ജന്മശതാബ്ദി പുരസ്കാരം ലഭിക്കുകയുണ്ടായി. *ഭൂമിപുത്രന്റെ വഴി* എന്ന കഥയെ ആസ്പദമാക്കി കൈരളി നിർമിച്ച *സത്യവാൻ സാവിത്രി* ടെലിസീരിയലിന് മികച്ച കഥാകൃത്തിനുള്ള അവാർഡ് (2000) ലഭിച്ചു.

ഭാര്യ : വത്സല
മക്കൾ : ശ്രീവത്സൻ, ഹരിഗോപൻ, നിശഗോപൻ
വിലാസം : 'ശ്രീ', ധനുവച്ചപുരം പി ഒ, പിൻ 695 503
ഫോൺ : 0471 2232662, 9447402412
e-mail : venugopansv@rediffmail.com

ഉള്ളടക്കം

ഒന്നാം പതിപ്പിന്റെ അവതാരിക

ഡോക്ടർ എസ് വി വേണുഗോപൻ നായരുടെ പത്താമത്തെ കഥാസമാഹാരമാണ് *വീടിന്റെ നാനാർഥം*. 1970കളുടെ മധ്യത്തോടെ പുറത്തുവന്ന ആദ്യത്തെ ഒന്നുരണ്ടു കഥാസമാഹാരങ്ങളോടെ തന്നെ പ്രശസ്തിയുടെ പടവുകൾ അതിവേഗം കടന്നുകയറിയ വേണുഗോപൻ നായരുടെ പത്താമത്തെ സമാഹാരത്തിന് ഒരവതാരികയുടെ ഊന്നു വടിയൊന്നും ആവശ്യമില്ല. അങ്ങനെ അവതാരികകൾ എഴുതി അകമ്പടി നടത്തുന്ന പതിവും അദ്ദേഹത്തിനില്ല. ഈ കുറിപ്പും അദ്ദേഹം ആവശ്യപ്പെട്ടിട്ടില്ല. പ്രസാധകർക്കുവേണ്ടി കുറിക്കുന്ന ഏതാനും വാക്കുകൾ മാത്രം. ചിന്ത പബ്ലിഷേഴ്സ് പ്രസിദ്ധീകരിക്കുന്ന ആദ്യത്തെ വേണുഗോപൻ കഥാസമാഹാരമെന്ന നിലയിൽ ഏതാനും വാക്കുകൾ ആമുഖമായി കുറിക്കുന്നത് അനുചിതമാകില്ലെന്ന് ഞങ്ങൾക്ക് തോന്നി. അത്രമാത്രം.

മലയാള ചെറുകഥാ പ്രസ്ഥാനത്തിന്റെ നൂറാം പിറന്നാൾ 1991–ൽ ആഘോഷിച്ചതിനോടനുബന്ധിച്ച് ചില നിരൂപകർ മലയാള ചെറുകഥയുടെ പുരോഗതിയെ തലമുറകളായി തിരിച്ചപ്പോൾ വേണുഗോപൻ നായരെ ഉൾപ്പെടുത്തിയത് കാലഗണനയനുസരിച്ച് മാത്രമല്ല ഭാവരൂപങ്ങളെ അടിസ്ഥാനപ്പെടുത്തിയും അഞ്ചാം തലമുറയിലാണ്. 1950കളിൽ നാമ്പെടുത്തത് 1960കളിൽ പൂത്തുലഞ്ഞ് 1970കളിൽ അവസാനിക്കുമ്പോഴേക്കും അധോഗതിയിലായ ആധുനികതയുടെയും അത്യാധുനികതയുടെയും പിന്നാലെയാണ് വ്യത്യസ്ത രൂപഭാവാദികളോടെ വേണുഗോപൻ നായരുടെ കഥകൾ രംഗപ്രവേശം ചെയ്തത് എന്നതിനാൽ അദ്ദേഹത്തെ ആധുനികോത്തരം എന്ന വേലിക്കെട്ടിൽ ഒതുക്കാൻ ശ്രമിക്കുന്നവരും ഇല്ലാതില്ല. വിശകലനത്തിനും പഠനത്തിനും സഹായകരമായ ഇത്തരം തരംതിരിവുകളും വേലിക്കെട്ടുകളും അസ്ഥാനത്താണെന്നോ

അസംബന്ധമാണെന്നോ ഈ ലേഖകനു പക്ഷമില്ല. എങ്കിലും മൗലിക പ്രതിഭകൾ പലപ്പോഴും നിരൂപകരുടെ ഇത്തരം 'ലക്ഷ്മണ രേഖ' കളെ അവഗണിക്കുകയും അതിക്രമിക്കുകയും ചെയ്യുന്നവരാണെന്ന വസ്തുത വേണുഗോപൻ നായരുടെ കാര്യത്തിലും സാധ്യമാണെന്ന് അദ്ദേഹത്തിന്റെ ആവിഷ്കാരത്തിന്റെ വൈവിധ്യവും പ്രമേയബാഹുല്യവും കാണുമ്പോൾ ആർക്കും ബോധ്യമാവും. ഉദാഹരണത്തിന് പ്രകൃതസമാഹാരത്തിലെ പ്രഥമകഥയായ വീടായാൽ മതിൽ വേണം എന്നതും *ആദിശേഷൻ* എന്ന സമാഹാരത്തിലെ 'ആദിശേഷൻ' എന്ന കഥയും താരതമ്യപ്പെടുത്തുക. ആധുനിക മുതലാളിത്തത്തിന്റെ അതിസമ്മർദ വ്യാപാര പ്രവർത്തനങ്ങളും വട്ടിളകിയ ഭക്തിപരവശരുടെ നടനങ്ങളും തൊഴിലില്ലാക്കാലത്ത് തൊഴിൽ തേടിനടക്കുന്ന ശുദ്ധഗതിക്കാർ ചെന്നുപെടുന്ന ചില 'ക്യാൻവാസിങ്' പരിപാടികളുമായി ഒരു കൂട്ടർക്കു പുറമെ മറ്റൊരു കൂട്ടരായി മതിലില്ലാത്ത വീട്ടിൽ കയറിച്ചെല്ലുന്നതിന്റെ ഹാസ്യാത്മകമായ ചിതറിയ ചിത്രങ്ങളാണീ കഥയിൽ. ലാഘവത്തോടെ ലളിതമായി ചിരിച്ചും പറഞ്ഞും പോകുന്ന ഈ കഥയും ആയിരം തലയുള്ള ആദിശേഷനിൽ പള്ളികൊള്ളുന്ന ലക്ഷ്മീ സമേതനായ വിഷ്ണു പരമാത്മാവിന്റെ നാഭിയിൽ നിന്നുയർന്ന താമരപ്പൂവിലെ ബ്രഹ്മാവിനെ കണ്ടുകൊണ്ടുള്ള ചിത്രീകരണത്തിലെ കാവ്യാത്മക വ്യാഖ്യാനവും എത്ര വ്യത്യസ്തം? എന്നാൽ രണ്ടിനെയും ബന്ധിക്കുന്ന ചില താമര നൂലുകൾ ഉണ്ട്. ലാഘവ മനത്തോടെ പറഞ്ഞുപോകുന്ന ആദ്യത്തെ കഥയിലും ഗൗരവബോധത്തോടെ അദമ്യമായ സ്വാതന്ത്ര്യവാഞ്ഛയെ സിദ്ധവൽക്കരിക്കുന്ന 'ആദിശേഷ ദർശന'ത്തിലും ഒരുപോലെ ഹാസ്യരസം പരിവേഷം ചാർത്തുന്നു. രണ്ടിനും എടുത്തുപറയാവുന്ന ഒരു ഇതിവൃത്തമോ ആഖ്യാനക്ഷമവും പൗർവാപര്യബദ്ധവുമായ സംഭവകഥാഘടനയോ ഇല്ല. എങ്കിലും രണ്ടിനുമുണ്ട് അനുവാചകരെ ഹഠാദാകർഷിക്കുന്ന സാമൂഹ്യസന്ദേശം. ഈ രണ്ടിൽ നിന്നും പലതരത്തിൽ വ്യത്യസ്തമായ പല രൂപഭാവാദികൾ കൊണ്ടു ചമൽകൃതമായ കഥകൾ അനവധിയുണ്ട് വേണുഗോപൻ നായരുടെ പത്തു സമാഹാരങ്ങളിലായി പടർന്ന് കിടക്കുന്നവ. എങ്കിലും ഈ രണ്ടിൽ നാം കണ്ട ചില സവിശേഷതകൾ വേണുഗോപൻനായരുടെ കഥകളുടെ എല്ലാം മുഖമുദ്രയാണ്.

ഡോ. വേണുഗോപൻ നായരുടെ ഹാസ്യം വെറും പരിഹാസമോ ലാഘവബുദ്ധിയോടെ പൊട്ടിച്ചിരിക്കാനുള്ള വകയോ അല്ല. ഹാസ്യത്തെ വളരെ ഗൗരവത്തോടെ എടുക്കുന്നതിലാവാം അദ്ദേഹത്തിന്റെ രണ്ടാമത്തതും ഒടുവിലത്തെതുമായ ഗവേഷണ പഠനം ഹാസ്യത്തെക്കുറിച്ചായത്: *ഹാസ്യം നോവൽ ശിൽപ്പത്തിൽ* (1997). സി വി ചന്തുമേനോൻ, ബഷീർ, ഒ വി വിജയൻ എന്നീ തികച്ചും വ്യത്യസ്തരും ചിലപ്പോൾ വിരുദ്ധരെന്ന്പോലും വിശേഷിപ്പിക്കാവുന്നവരുമായ നാലു മഹാപ്രതിഭാശാലികളുടെ കൃതികളിലെ ഹാസ്യാംശങ്ങളും ഹാസ്യസന്ദർഭങ്ങളും ഓരോരുത്തരുടെയും വ്യത്യസ്തങ്ങളായ ഹാസ്യ സങ്കേതങ്ങളുമാണ്

വേണുഗോപൻ നായർ വിശകലനം ചെയ്യുന്നത്. ഡോ. കെ രാമചന്ദ്രൻ നായർ ആ കൃതിയുടെ അവതാരികയിൽ കുറിച്ചപോലെ ഒരു സർഗാത്മക സാഹിത്യകാരൻ സൈദ്ധാന്തിക മേഖലയിൽ പ്രവേശിക്കുമ്പോൾ വിജയിക്കുമോ എന്ന സംശയത്തോടെയാണ് ഞാനും അത് വായിക്കാൻ കൈയിലെടുത്തത്. അദ്ദേഹം ഈ നാല് പേരുടെ ഹാസ്യപ്രതിഭ കണ്ടെത്തി വിശകലനം ചെയ്യുന്നതിൽ മാത്രമല്ല ഹാസ്യമെന്ന ആവിഷ്കാരോപാധിയുടെ നാനാതലങ്ങളും നാനാമുഖങ്ങളും അനാവരണം ചെയ്യുന്നതിലും വിജയിച്ചിരിക്കുന്നു. നമ്മെ സംബന്ധിച്ചിടത്തോളം ഹാസ്യം മുഖമുദ്രചാർത്തിയ വേണുഗോപൻ കഥകളെയും അദ്ദേഹത്തിന്റെ കലാദൗത്യത്തെയും കണ്ടെത്താനും ഈ പഠനം ഉപകരിക്കുന്നു.

അതിന്റെ വിശദാംശങ്ങളിലേക്കോ വേണുഗോപൻ കഥകളുടെ ഹാസ്യവിദ്യയുടെ ഗൂഢതലങ്ങളിലേക്കോ പ്രവേശിക്കാൻ പറ്റിയ സന്ദർഭമല്ല ഒരവതാരിക. ഒന്നു മാത്രം പറയാം. ഹാസ്യം ഗഹനവും സാർഥകവുമാകണമെങ്കിൽ അതിനൊരു ദാർശനികമോ സാമൂഹ്യമോ ആയ ആസ്വാദനതലം അനിവാര്യമാണെന്ന വേണുഗോപൻനായരുടെ കണ്ടെത്തലിനെ അദ്ദേഹത്തിന്റെ കഥകൾ പലതും സാധൂകരിക്കുന്നു എന്നേ പറയേണ്ടതുള്ളൂ.

വേണുഗോപൻനായർ തന്റെ പഠനത്തിൽ പറയുന്നു:

വസ്തുതകൾ പരോക്ഷമായി അവതരിപ്പിക്കുന്ന ആക്ഷേപ ഹാസ്യത്തിന്റെ പ്രധാന ആയുധം ഐറണിയാണ്. എഴുത്തുകാരന്റെ നിഷ്പക്ഷവും നിർവ്യക്തികവുമെന്ന് പ്രഥമ ശ്രവണത്തിൽ തോന്നാവുന്ന സ്വരത്തിലെ വിപരീതധ്വനിയെക്കുറിച്ച് വളരെ വൈകിയാവും അനുവാചകൻ ബോധവാനാകുക. എല്ലാത്തരം എഴുത്തിലും ആവശ്യമുള്ള ഒരുതരം സാഹിത്യ കൗശലത്തെയാണ് ആക്ഷേപഹാസ്യം എന്നു പറയുന്നത്" (ജെയിംസ് ഹൗ) സറ്റയർ ആത്യന്തിക വിശകലനത്തിൽ എഴുത്തുകാരന്റെ മനോഭാവവും ലക്ഷ്യവുമാണെന്ന് ബോധ്യപ്പെടും.

ഈ പരാമർശങ്ങളിൽ വേണുഗോപൻനായരെ പ്രചോദിപ്പിക്കുന്നത് അദ്ദേഹത്തിന്റെ പഠനം മാത്രമല്ല സ്വന്തം ആവിഷ്കാരത്തിലൂടെ അനുഭവപ്പെട്ട ഉൾക്കാഴ്ചകൾ കൂടിയാണ് എന്ന് തോന്നുന്നു. അദ്ദേഹത്തിന്റെ പത്ത് കഥാ സമാഹാരങ്ങളും ഈ വികാരവിചാരങ്ങൾക്ക് സാക്ഷ്യം വഹിക്കുന്നു. ഈ വാക്കുകളോടെ ഡോക്ടർ എസ് വി വേണുഗോപൻ നായരുടെ ഏറ്റവും ഒടുവിലത്തെ കഥാസമാഹാരമായ വീടിന്റെ നാനാർഥം വായനക്കാർക്ക് സമർപ്പിക്കാൻ ചിന്ത പബ്ലിഷേഴ്സിനു ചാരിതാർഥ്യമുണ്ട്.

ചലച്ചിത്രകലാഭവൻ
തിരുവനന്തപുരം-14

പി ഗോവിന്ദപ്പിള്ള

വീടായാൽ മതിൽ വേണം

നഗരത്തിൽ നിന്നും അകലെ ഒരു വീടുവെച്ച് താമസമാക്കിയത്, പട്ടണത്തിലെ ഈതിബാധകളിൽ നിന്നു രക്ഷപ്പെടാനാണ്. എന്നാൽ പണ്ടേ സുരക്ഷയ്ക്കൊരു മതിൽവേണമെന്ന ആശയത്തോട് എനിക്ക് പൊരുത്തമില്ല. അതുകൊണ്ട് വീടിനു മുന്നിൽ മതിൽ പണിതില്ല. എഴുത്തുകാരൻ സമൂഹവുമായി കലവറകൂടാതെ ഇടപഴകുന്നൊരു ജീവിയായിരിക്കണമല്ലോ. അതിനീ മതിലുകൾ ഒരു തടസമല്ലേ? ഉൾവിളി ഉണ്ടാകുന്ന നിമിഷം തെരുവിൽ ഓടിയിറങ്ങി സമൂഹവുമായി കൂടിക്കുഴയാം.

ഒരു രണ്ടാം ശനിയാഴ്ച. പ്രഭാതം. ഞാൻ പോർട്ടിക്കോയിലിരുന്ന് ദിനപത്രത്തിൽ സി ബി ഐ കുരുക്കിട്ട ഏറ്റവും പുതിയ മഹാത്മാവിന് ജയിലിൽ കിട്ടിയ സുഖസൗകര്യങ്ങൾ വായിച്ച് രസിക്കുമ്പോഴാണ് മുറ്റത്തുനിന്നൊരു വിളി പൊങ്ങിയത്.

വാക്കുകളില്ലാത്ത ഒരാരവം. ഞാൻ തല ഉയർത്തി നോക്കി.

മുപ്പത്തഞ്ചിനു താഴെ പ്രായമുള്ളൊരു ചെറുപ്പക്കാരൻ. മുഖം കണ്ടാൽ ഒട്ടും മുഷിയില്ല. കൈയിൽ ഒരു തുണിസഞ്ചിയും പേറി നിൽപ്പാണ്.

എന്റെ നോട്ടമേറ്റതും അയാൾ തല പതിനഞ്ച് ഡിഗ്രിയിൽ കുനിച്ച് അഭിവാദ്യമർപ്പിച്ചു. പിന്നെ മെല്ലെ നടന്ന് വരാന്തയുടെ ഓരം പറ്റിനിന്നു.

യാതൊരു മുഖവുരയും കൂടാതെ പൊടുന്നനെ അയാൾ തുടങ്ങി. ആ കണ്ണുകൾ അനന്തതയിലെങ്ങോ ഊന്നിക്കൊണ്ട്.

"ഞാൻ ഒരു യാത്രയിലാണ്, നീണ്ടയാത്ര..."

ഞാൻ സാകൂതം നോക്കി

"കത്തു വന്നിരിക്കുന്നു. ഒന്നും പത്തുമല്ല, ആയിരം കത്തുകൾ, സാമ്പിളിന് കുറെ സഞ്ചിയിൽ വച്ചിട്ടുണ്ട്".

അയാൾ ആ തുണിസഞ്ചിയിൽ കൈയിറക്കി ഒരു കെട്ട് ഇൻലന്റും കാർഡും എടുത്തുപൊക്കിക്കാട്ടി.

"എല്ലാം എന്റെ ഗോപികമാരുടെയും മഥുരയിലെ സുന്ദരികളുടെയും സങ്കടങ്ങളാണ്. അസുരന്മാർ അവരെ കഷ്ണം കഷ്ണമാക്കി വറുത്തു തിന്നുന്നുപോലും. വറുത്ത ഇറച്ചി വിദേശത്ത് കയറ്റി അയയ്ക്കുന്നെന്ന്. അവരുടെ എല്ലുപൊടിച്ച് കാലിത്തീറ്റ ഉണ്ടാക്കുന്നു. കഴുത്തു ഞെരിച്ചു വഴിയോരത്തിട്ട് മുഖത്ത് ആസിഡ് ഒഴിക്കുന്നു... ഞാൻ ഉടനെ ചെല്ലണം. ഇല്ലെങ്കിൽ കൂട്ടത്തോടെ കാളിന്ദിയിൽ ചാടുമെന്നാണു ഭീഷണി. പറയൂ എനിക്ക് പോകാതിരിക്കാൻ പറ്റുമോ?"

ഞാൻ കണ്ണടയൂരി. നഗ്നനേത്രങ്ങളാൽ വിശദമായി അയാളെ നോക്കി, കഥാശേഷത്തിനു കാത്കൂർപ്പിച്ചു....

വേദന വിങ്ങുന്ന മുഖവുമായി അയാളങ്ങനെ നിൽപ്പാണ്. കണ്ണുകൾ അനന്തതയിൽ നിന്നു പിൻവലിക്കാതെ.

ശടേന്ന് അയാളുടെ ദേഹമാസകലം ഒന്നുവിറച്ചു. തല മൂന്നുവട്ടം ശക്തിയായി കുടഞ്ഞിട്ട് കണ്ണുകൾ പിൻവലിച്ച് എന്നെ നോക്കി വിനയത്തോടെ പറഞ്ഞു.

"ലേശം പച്ചവെള്ളം, കുടിക്കാനല്ല. ഇത്തിരി വലിയ പാത്രത്തിൽ വേണം."

ഞാൻ എണീറ്റുചെന്ന് വെള്ളം കൊണ്ടുവന്നു. അയാൾ ഷർട്ടൂരി വരാന്തയിലെ കൈവരിയിൽ തൂക്കി. സഞ്ചിയിൽ നിന്നൊരു പൊതിയെടുത്ത് കെട്ടഴിച്ചു. കൈവെള്ളയോളം പോന്ന ഒരു കണ്ണാടി, കൈവരിക്കു മുകളിൽ ചുമരോടു ചേർത്ത് അതിനെ പ്രതിഷ്ഠിച്ചു.

പിന്നെ മറ്റൊരു ചെറിയ പ്ലാസ്റ്റിക് കവർ എടുത്തു നിവർത്തി. അതിലെ പൊടി ഇടതു കൈവെള്ളയിൽ തട്ടി. നീല നിറത്തിലുള്ള ഏതോ ചായം. പാത്രത്തിൽ നിന്ന് അൽപ്പം വെള്ളമെടുത്തു തളിച്ച് ആ ചായം കുഴച്ചു. കണ്ണാടിയിൽ നോക്കി അത് മുഴുവൻ മുഖത്ത് തേച്ചുപിടിപ്പിച്ചു. നെഞ്ചും നീലവർണമാക്കി. ഒരു ചിമിഴിൽ നിന്ന് കൺമഷിയെടുത്ത് പുരികമെഴുതി.

കണ്ണാടിയിൽ സ്വന്തം മുഖകാന്തി നോക്കി പുഞ്ചിരിതൂകിയിട്ട്, ആ സന്തോഷം എന്നിലേക്കു തിരിച്ചു. അഭിനന്ദനമെന്നോണം ഞാൻ തലയാട്ടി.

സഞ്ചിയിൽ നിന്ന് വെട്ടിത്തിളങ്ങുന്നൊരു കടലാസ് കിരീടവും എടുത്തണിഞ്ഞു. മുണ്ടിന്റെ കോന്തല രണ്ടും വലിച്ചുപൊക്കി കുത്തിയുടുത്തു. പിന്നെ ഒരു ഓടക്കുഴലുമെടുത്ത് നടുമുറ്റത്തേക്ക് ചാടി. തെല്ലുകുനിഞ്ഞ് ഭൂമിദേവിയെ തൊട്ടു ചുണ്ടിൽ വച്ചു.

ശ്രീകൃഷ്ണന്റെ സ്റ്റൈലിൽ കാല് പിണച്ചുനിന്ന് ഓടക്കുഴൽ ചുണ്ടോടുചേർത്ത് ഏതോ പാട്ടിന്റെ രണ്ടുവരി ഊതി.

ശബ്ദം കേട്ട് വീട്ടിനുള്ളിൽ നിന്ന് കുട്ടികൾ വരാന്തയിലെത്തി. ഇടയ്ക്കിടെ അവർ പരസ്പരം നോക്കി വായ്പൊത്തി ചിരിച്ചുകൊണ്ടിരുന്നു.

റോഡിലും കാഴ്ചക്കാരുണ്ടായി.

അയാൾ ഒരു വായ്ത്താരി പാടി വട്ടത്തിൽ ചുവടുവച്ചു തുടങ്ങി. ഉറിയടിക്ക് കൃഷ്ണന്റെ വേഷമിടുന്നവർ നടത്തുന്ന നടത്തം.

"ആടിവരുന്ന ഉറി ചാടി പിടിപ്പതിനായ്
പേടികൂടാതെ വരം താതാതാ..."

ഇടയ്ക്കിടെ എത്തിച്ചാടി മനഃകണ്ണിയിൽ ഉയർന്നും താഴ്ന്നും പറക്കുന്ന ഉറിയെ അടിക്കാനും തുടങ്ങി. കഠിനമായ ഈ കായികാഭ്യാസം കൊണ്ട് അയാൾ തളർന്നിരിക്കണം. ശരീരമാകെ വിയർപ്പിൽ കുളിച്ചു.

നൃത്തം നിറുത്തി, മടങ്ങിവന്ന് വരാന്തയിൽ ഇത്തിരിനേരം കുനിഞ്ഞിരുന്നു.

"ഒരു ഗ്ലാസ് വെള്ളം..." അയാൾ ചോദിച്ചു.

"ചായ തരാം. രാവിലെ വല്ലതും കഴിച്ചോ?" ഞാൻ തിരക്കി

"വേണ്ട, അങ്ങെത്തും വരെ വ്രതമാണ്."

കൊച്ചുമോൾ കൊടുത്തവെള്ളം കുടുകുടെ കുടിച്ച് അയാൾ എണീറ്റു. സഞ്ചിയിൽ നിന്നൊരു തോർത്തുമെടുത്ത് മുറ്റത്തിന്റെ കോണിൽ കണ്ട പൈപ്പിനടുത്തേക്കു ചെന്നു. മുഖത്തെയും മാറിലെയും ചായം കഴുകിക്കളഞ്ഞു മടങ്ങിവന്ന് തന്റെ ജംഗമ വസ്തുക്കളൊക്കെയും സഞ്ചിക്കുള്ളിലാക്കിക്കൊണ്ട് എന്റെ സമീപം വന്നു.

"പൂർവാശ്രമത്തിൽ താങ്കൾ എന്നെ പഠിപ്പിച്ചിട്ടുണ്ട്."

"ഉവ്വോ" ഞാൻ ഓർമയിൽ ഈ മുഖം പരതി

"പതിനഞ്ചുകൊല്ലം മുമ്പ് പി ഡി സി ക്ക്."

"പേര്?"

"ഓ ആ പഴയ പേരു മറന്നുപോയി"

"എവിടെ താമസം?"

"പണ്ട് ഒരെട്ടുനാഴിക അകലെ ഒരു വീടുണ്ടായിരുന്നെന്നു തോന്നുന്നു."

"അവിടെ ആരുമില്ലേ?"

"ഒരു പെണ്ണും ഒരു കുട്ടിയും കാണും. ഇപ്പോ അവരെ ഞാനോർക്കുന്നേയില്ല. മഥുരയും അമ്പാടിയും വിളിക്കുമ്പൊ അവരേം നോക്കി ഇരിക്കാൻ പറ്റുമോ?"

"അപ്പൊ... ഞാനെന്താ വേണ്ടത്?"

"ഒന്നും വേണ്ട. ഇതിലെ പോയപ്പോ ആരോ ഉള്ളിലിരുന്നു പറഞ്ഞു ഈ മുറ്റത്ത് രണ്ടു ചുവടുവച്ചിട്ടു പോകാൻ, അത്രേയുള്ളൂ."

"വഴിച്ചിലവിന് വല്ലതും?"

"വഴിച്ചിലവോ?"

അയാൾ ലേശം പരിഹാസം കലർന്നൊരു ചിരി ചിരിച്ചു.

"നടന്നു നടന്നങ്ങനെ പോകും. എല്ലാ വഴികളും മഥുരയിലേക്കല്ലേ നീളുന്നത്? വഴിക്കണ്ണുമായി എത്രയോ ഗോപികമാർ, അന്തഃപുര സുന്ദരികൾ... അവിടെ ഇപ്പൊ രാസക്രീഡയ്ക്കു പകരം കൊടും പീഡനങ്ങൾ. അവിടെ ചെല്ലും, ധർമരക്ഷചെയ്യും. രാധ, രുഗ്മിണി, സത്യഭാമ,

ജാംബവതി.... എല്ലാവരുമൊത്ത് വീണ്ടും മധുമാസം...” അയാൾ ശൃംഗാര മധുരമായി ചിരിച്ചു.

“ഈ പുല്ലാങ്കുഴൽനാദം ഇതാ ഇവിടെയും കാറ്റിൽ ഒഴുകിയെത്തും. അപ്പോൾ അറിഞ്ഞുകൊള്ളണം കണ്ണൻ മഥുരാപുരിയിലെത്തിയെന്ന്, ശരി...”

അയാൾ കൈയുയർത്തി ഈ സാന്ദീപനിയെ അനുഗ്രഹിച്ചിട്ട് ധൃതിയലങ്ങു നടന്നുപോയി.

കഥാസാരം പിടികിട്ടാത്ത കുട്ടികൾ എന്റെ മുഖത്തു നോക്കി.

ഇന്നേരമെല്ലാം എന്തോ തിരക്കിലായിരുന്ന ഭാര്യ ബദ്ധപ്പെട്ടു പോർട്ടിക്കോവിൽ വന്നു. പാവത്തിന് ഭഗവാന്റെ മുഖദർശനം സാധ്യമായില്ല.

“ആരാ?” അവൾ ചോദിച്ചു.

“ഭഗവാൻ... പോയി.”

മറ്റൊരു ഭഗവാന്റെ ജാമ്യാപേക്ഷയിൽ കണ്ണുനട്ടുകൊണ്ട് ഞാൻ പത്രം കൈയിലെടുത്തു.

ഒട്ടും വൈകാതെ ഒരു പിക്അപ്‌വാൻ പോർട്ടിക്കോവിലെത്തി. ഒന്നിരമ്പി നിശ്ചലമായി.

മുൻസീറ്റിൽ ഡ്രൈവറുടെ ഓരത്തു നിന്ന് ഒരു സ്ത്രീ ഇറങ്ങി, പുറകിൽ ഫിറ്റു ചെയ്തിരിക്കുന്ന മിനി ഫ്രീസറിൽ നിന്ന് ചെറുതല്ലാത്തൊരു മീനിനെ വാലിൽ തൂക്കിയെടുത്തുകൊണ്ട് പുറകുവശത്തേക്കു പോയി.

ഭഗവാനേ അങ്ങ് ഒന്നാം അവതാരത്തിൽ തുടങ്ങുകയാണോ?

രണ്ടു നിമിഷത്തിനുള്ളിൽ ആ സ്ത്രീ തിരക്കിട്ടു മടങ്ങിയെത്തി വാനിൽ നിന്ന് ഒരു ബ്രീഫ്കേസുമെടുത്ത് അകത്തേക്കുവന്നു.

“ഗുഡ്മോർണിങ് സർ.”

ആ വന്ദനമേറ്റപ്പോൾ എനിക്കു തിരിച്ചറിവുണ്ടായി. കാലം മാറുകയാണ്.

“നമസ്കാരം” ഞാനും വണങ്ങി.

അവൾ ഒരു കടലാസെടുത്തു നീട്ടി. ഞാനതുവാങ്ങി ഒന്നു കണ്ണോടിച്ചു.

‘മത്സ്യാഫൗണ്ടേഷൻ’ വക ഫോമാണ്.

അവൾ ഭാഷണം തുടങ്ങി – “കഴിഞ്ഞ രണ്ടുവർഷമായി ഇവിടെ ഫിഷ് സപ്ലൈ ചെയ്യുന്നത് ഞാനാണ്. ഞാനെന്നാൽ ഞങ്ങളുടെ കമ്പനി. സ്ഥിരം കസ്റ്റമേഴ്സിന്റെ ജീവൻ ഞങ്ങൾ ഇൻഷ്വർ ചെയ്യുന്നു. ഫ്രീയായിട്ട്. ഒരു വർഷമാണ് ഇതിന്റെ കാലാവധി. അതിനുള്ളിൽ സാറോ ഭാര്യയോ മക്കളോ തട്ടിപ്പോയാൽ ഒരു ലക്ഷം രൂപ കിട്ടും. നിങ്ങൾക്ക് ചിലവൊന്നുമില്ല. ഈ വർഷം ഞങ്ങളിൽ നിന്നുതന്നെ മത്സ്യം വാങ്ങണം. ക്ലെയിം ഫോറത്തിലും ഞങ്ങളുടെ ഒപ്പുവേണം. പുതിയ സ്കീമാണ്.”

മലച്ചിരിക്കുന്ന എന്നെ നോക്കി അവൾ പറഞ്ഞു: “സാർ നല്ലോണം വായിച്ചുനോക്കി പൂരിപ്പിച്ച് മിസ്സിസിനെ ഏൽപ്പിച്ചാൽ മതി. ഞാൻ നാളെ വാങ്ങിക്കൊള്ളാം. അവകാശിയുടെ പേരു വയ്ക്കാൻ മറക്കരുത്.”

മറുപടിക്കു കാത്തുനിൽക്കാതെ അവൾ പോയി. പിക്അപ് വാൻ റോഡിലെത്തിയപ്പോഴാണ് ഭാര്യ ഓടിപ്പിടച്ചുവന്നത്.

"അവൾ ഇത്രേം നേരം?"

ഞാൻ ആശ്വാസപൂർവം പറഞ്ഞു: "നമ്മൾ രക്ഷപ്പെടും കേട്ടോ, നീ വന്ന് മീൻ വാങ്ങിയാൽ മാത്രം മതി."

പല്ലുതേച്ച് വരുമ്പോഴേക്കും കോളിങ് ബെൽ ചിലച്ചു.

ആരാണ് വരുന്നത്? കൂർമമോ, വരാഹമോ? ഞാൻ ആകാംക്ഷയോടെ നോക്കി.

രണ്ടു ചെറുപ്പക്കാരാണ്. കൈയിൽ മനോജ്ഞമായ ഫയൽ

"വരു" ഞാൻ ക്ഷണിച്ചു.

ഏറെ തിരിയാത്ത ആംഗലത്തിൽ അഭിവാദ്യങ്ങൾ അർപ്പിച്ചുകൊണ്ട് അവർ ഉപവിഷ്ടരായി.

"ഞങ്ങൾ കെന്നൽ പ്ലാന്റേഷന്റെ റെപ്രസന്റേറ്റീവ്സാണ്. സർ കേട്ടിട്ടുണ്ടാവും."

"ഇല്ല" ഞാൻ സവിനയം അറിയിച്ചു.

"ഞങ്ങളുടേത് ഏറെ പുതുമകളുള്ള സ്കീമാണ്. ഫസ്റ്റ് ഓഫ് ഇറ്റ്സ് കൈൻഡ്. താങ്കൾ ഫൈവ് ഹൺട്രഡ് മണീസ് രണ്ടു ഗഡുക്കളായി തരുന്നു. ഞങ്ങൾ താങ്കൾക്കുവേണ്ടി ഒരു അൽസേഷ്യനെയോ, ഡോബർമാനെയോ വളർത്തുന്നു. താങ്കളുടെ സുരക്ഷിതത്വത്തിന് ഒരു നായെ വളർത്തുന്ന ക്ലേശവും ബദ്ധപ്പാടുമൊന്നും താങ്കൾ അറിയണ്ടാ. തസ്കര ഭയമുണ്ടെന്നു തോന്നുന്ന നിമിഷം ഞങ്ങളെ ഒന്നു വിളിച്ചാൽ മതി. ഭയം മാറും വരെ അവനെ ഇവിടെ കൊണ്ടുവന്നു താമസിപ്പിക്കും. ഒപ്പം ഒരു അറ്റൻഡറുമുണ്ടാകും. പെൺപട്ടിയെയാണു താങ്കൾ ചൂസ് ചെയ്യുന്നതെങ്കിൽ അതിന്റെ കുട്ടികളെ വിറ്റു കിട്ടുന്ന പണത്തിന്റെ അറുപതു ശതമാനം താങ്കൾക്ക് അവകാശപ്പെട്ടതായിരിക്കും. ആരോഗ്യവതികൾ വർഷത്തിലൊരിക്കൽ പ്രസവിക്കുമെന്നറിയാമല്ലോ. അതു മൂന്നു നാലെണ്ണത്തിനെ. ഒരു ഡോർബർമാൻ കിഡ്സിന് ഇന്നത്തെ മാർക്കറ്റുവില..."

"ആട്ടെ ഒരു സംശയം... എവിടെയാണീ നായ് വളരുക?"

"പൊള്ളാച്ചിയിൽ, പക്ഷേ താങ്കളുടെ വീട് സുരക്ഷിതമായിരിക്കും. ഇക്കാലത്ത് ദൂരം ഒരു പ്രശ്നമാണോ?. വളരെ എമർജൻസി ഫീൽ ചെയ്യുമ്പോൾ ഞങ്ങൾ അതിനെ ഇവിടെ കൊണ്ടുവരുമല്ലോ.... ഈ സ്കീമിൽ ചീഫ് സെക്രട്ടറി വരെ ചേർന്നുകഴിഞ്ഞു."

ഞാൻ ചിന്തപൂണ്ടിരിക്കുന്നതു കണ്ടിട്ടാവണം അയാൾ കൂട്ടിച്ചേർത്തു. "ആടും മാഞ്ചിരവും പോലെ തട്ടിപ്പൊന്നുമല്ല സർ, നായ് എന്നു പറയുന്നതുതന്നെ വിശ്വസ്തതയുടെ സിമ്പലല്ലേ?"

അടുത്തമാസം ആലോചിക്കാം എന്നു പറഞ്ഞ് ഞാൻ അവരെ മടക്കി.

കാപ്പി കുടി കഴിഞ്ഞു മടങ്ങിവന്നപ്പോൾ ഒരു സംഘം ചെറുപ്പക്കാരുടെ മുന്നേറ്റം.

ലേശം കൂനുള്ള പൊക്കക്കാരനാണ് സംഘനേതാവെന്ന് തോന്നി. ആരും മുഖപരിചയമുള്ളവരല്ല. എങ്കിലും ഞാൻ സഹർഷം സ്വാഗതമോതി.

അവർ എനിക്ക് അഭിമുഖം നിരന്നിരുന്നു. നേതാവ് തുടങ്ങി. "സർ, ഞങ്ങൾ ഒരു സന്നദ്ധസംഘടനയാണ്. ഒരു കാനേഷുമാരി എടുക്കുകയാണ്."

എന്തു മഹാമാരിയായാലും സഹിക്കാൻ തയാറായി ഒരു വാക്ക് ഉരിയാടാൻ ഞാനൊരുങ്ങും മുമ്പ് അയാൾ ഒരു കുശലം ചോദിച്ചു.

"ഇവിടെ കൊതുകുകടി എങ്ങനെയുണ്ട്?"

ഇതിപ്പോൾ രണ്ടു സ്നേഹിതർ തമ്മിൽ കണ്ടുമുട്ടിയാൽ നടത്തുന്ന ഒന്നാം കുശലാന്വേഷണമായിട്ടുണ്ട്.

"വലിയ മോശമല്ല."

നേതാവ്, അനുയായികളിൽ നോട്ടുപുസ്തകവുമായി ഇരിക്കുന്നവനെയൊന്നു നോക്കി. ആ ചെറുപ്പക്കാരൻ എഴുത്തു തുടങ്ങിക്കഴിഞ്ഞിരുന്നു.

അയാൾ ശബ്ദമൊതുക്കി ചോദിച്ചു.

"സാറിന്റെ പേര്? വീട്ടു നമ്പർ?"

രണ്ടും ഞാൻ ഉണർത്തിച്ചു.

നേതാവ് തുടർന്നു -"വല്യമോശമില്ലെന്നു പറഞ്ഞാൽ പോരാ. ഞങ്ങൾക്ക് വ്യക്തമായ ഡേറ്റ വേണം. സർ, ഇവിടെ താമസമായിട്ട് എത്ര കാലമായി?"

"പതിനഞ്ചിന് 82-ൽ." ഞാൻ കൃത്യമായി ബോധിപ്പിച്ചു.

"അതായത് എൺപതുകളിൽ ഇന്നുള്ളതിന്റെ പകുതിയല്ലേ കൊതുകുശല്യം ഉണ്ടായിരുന്നുള്ളൂ?"

"അത്രേ വരൂ."

നേതാവ് അനുയായികളെയൊന്നു കടാക്ഷിച്ചിട്ട് തുടർന്നു.

"91-94 കാലത്ത് ഇന്നത്തേതിന്റെ ഒരു എഴുപത്തഞ്ചുശതമാനം അല്ലേ?"

"അങ്ങനെ പറയാം."

"94-95-ൽ ഒരു എൺപത്. ശരിയല്ലേ?"

ഞാൻ ഉള്ളിലെ ചിരിയൊതുക്കി, തലകുലുക്കി. "അപ്പോൾ 96-ലാണ് ഒറ്റയടിക്ക് ഇരുപതുശതമാനം കണ്ട് കൊതുകുശല്യം രൂക്ഷമായത്. എന്താ ഇപ്പോഴത്തെ സ്ഥിതി? പാമ്പിനെക്കാൾ, കടുവയെക്കാൾ പേടിക്കേണ്ട ജന്തുവായില്ലേ ഈ മശകം. പഴയ മലമ്പനിയും മന്തുമൊക്കെ ഉപേക്ഷിച്ച് അത് പുതിയ ഇനങ്ങളുമായി ഇറങ്ങിയിരിക്കയല്ലേ? ഡങ്കിപ്പനി, ജപ്പാൻ ജ്വരം.... സർക്കാർ യാതൊന്നും ചെയ്യുന്നില്ല. ലക്ഷങ്ങൾ ചത്തൊടുങ്ങുകയാണ്. അല്ല, അവർ വല്ല പൊടിയും കലക്കിത്തളിച്ചതുകൊണ്ട് ഇവൻ പെരുകത്തേയുള്ളൂ. ചില കമ്പനികളിറക്കിയ സുഖനിദ്രവിദ്യകളും ഫലിക്കാതായി."

അയാളൊന്നു വിരമിച്ചപ്പോൾ ഞാൻ തർക്കം ഒഴിവാക്കാൻ പറഞ്ഞു: "അനുഭവിക്കതന്നെ, അല്ലാതെന്തു ചെയ്യാനാ!"

നേതാവ് ഒന്നിളകി ഇരുന്നു. "ഉണ്ട് ചെയ്യാനുണ്ട്. പണ്ടുപണ്ടേ ആർഷഭാരതത്തിൽ ഇതിനൊരു പരിഹാര പദ്ധതിയുണ്ട്. ക്ഷുദ്രജീവികളെ ഏതെങ്കിലും ദേവന്റെ വാഹനമോ, ഇഷ്ട ജന്തുവോ ആയി സങ്കൽപ്പിച്ച് ആരാധിക്കുക – അതുതന്നെ പ്രതിവിധി. ഗരുഡൻ വിഷ്ണുവിന്, എലി ഗണപതിക്ക്, പാമ്പ് ശിവന്, പുലി അയ്യപ്പന്... അങ്ങനെ പോകുന്നു. അതതു കാലത്ത് നമ്മുടെ പൂർവികർ കണ്ടുപിടിച്ച സൂത്രമാണിത്. അപ്പോൾ ഈ മശകനെ നമ്മൾ ഏതെങ്കിലും ഈശ്വരന് വാഹനമായി സമർപ്പിക്കണം. എന്നിട്ട് സംഗീതം മുരണ്ടു നടക്കുന്ന ഇവനെയും ദേവനൊടൊപ്പം നിത്യപൂജാദികൾ കൊണ്ട് സന്തോഷിപ്പിക്കണം. ശല്യം കുറയും തീർച്ച. കൊതുകെന്ന സത്യജീവിയെ ഏതു ദേവന് നൽകാം എന്നതിന്റെ പൊതുജനാഭിപ്രായം അറിയാനുള്ള സർവേയാണിത്. ദേവപ്രശ്നമായതുകൊണ്ട് വളരെ സൂക്ഷിച്ചുചെയ്യേണ്ടതാണല്ലോ?"

ഇതുവരെ മിണ്ടാതിരുന്ന ഒരു ബുദ്ധിജീവി മൊഴിഞ്ഞു — "സാറിന്റെ നിർദേശം വളരെ വിലപ്പെട്ടതായിരിക്കും. ഞങ്ങളോട് സഹകരിക്കണം."

ആശയം കൊള്ളം. പക്ഷേ ഏതു ദേവനാണ് ഇവനെ ഏറ്റുവാങ്ങുക? ഞാനാകെ കുഴഞ്ഞുപോയി. എളിമയോടെ പറഞ്ഞു:

"ഞാനൊരു മന്ദബുദ്ധിയാണ്, ഇത്തിരി സമയം വേണം എന്തിനും. നിങ്ങളുടെ അഡ്രസു തന്നാൽ ഒരാഴ്ചയ്ക്കുള്ളിൽ നിശ്ചയമായും അറിയിക്കാം."

"മതി, മതി. അധികം വൈകരുത്, വൈകിച്ചാൽ താങ്കൾ തന്നെ കൊതുകുകടിയേറ്റു മരിച്ചാലോ."

കുള്ളനായ ഒരുവൻ എണീറ്റ് മുന്നറിയിപ്പു തന്നു.

ആ വചനത്തിന്റെ ഞെട്ടലിൽ നിന്ന് ഞാൻ മുക്തനാകും മുമ്പ് അവർ പടിയിറങ്ങി.

കൊതുകുവിഷം തീണ്ടിയുള്ള മരണം മുന്നിൽക്കണ്ട് ഞാനിത്തിരി നേരം ഇരുന്നു. സ്വബോധം വീണ്ടെടുത്തപ്പോൾ ദാ, ഒരു സ്ത്രീ മുറ്റത്ത് വെയിലേറ്റ് വാടുന്നു.

പ്രായം മുപ്പതിനു താഴെ, എങ്കിലും പാവാടയും ദാവണിയുമാണ് വേഷം. മേൽ വസ്തം തലമറച്ച് നെറ്റിയുടെ ഓരം ചുറ്റി താഴോട്ട് ഒഴുകുന്നു. അരയിൽ ഒരു ചെപ്പുക്കുടം. കുടം ശൂന്യമല്ലെന്ന് ഒറ്റനോട്ടത്തിലറിയാം.

അവൾ നിലത്തൂന്നിയ മിഴികളുമായി നിൽപ്പാണ്. എന്തോ പരതും പോലെ.

ഞാൻ ചോദിച്ചു. "ആരാണ്? എന്തുവേണം?"

നാലുവട്ടം ചോദിച്ചപ്പോഴെ അവൾ ചിന്തയിൽ നിന്നുണർന്നുള്ളു.

അവൾ പറഞ്ഞു: "ഞാൻ തേടിനടക്കുകയാണ്."

"ആരെ?"

"എന്റെ കണ്ണനെ. ആ കാലടിപ്പാടുകൾ ഇവിടെ കണ്ടു. ഇവിടെ ങ്ങും.... വന്നിരുന്നോ ഈ തിരുമുറ്റത്ത്?"

"ങാ, ഒരാൾ രാവിലെ വന്നിരുന്നു"

"എന്നിട്ട്?"

"പോയി മഥുരയിലേക്കാണെന്നു പറഞ്ഞു."

"എന്തിനയാൾ മഥുരയിൽ പോകണം? ഞാൻ അമ്പാടിയിലല്ലേ? അയാൾക്കുവേണ്ടി ഞാനെന്റെ ഭർത്താവിനെ തള്ളിക്കളഞ്ഞു."

അവൾ ഉടനെ പോകാനുള്ള മട്ടല്ല. പാവം!

"ആ കുടം താഴെ ഇറക്കി വച്ചുകൂടെ?" ഞാൻ ആർദ്രമായി ചോദിച്ചു.

"ഇതു ഞാനെടുത്തിട്ട് എത്രകാലമായി. എന്റെ കണ്ണന്റെ പാദങ്ങ ളിൽ മാനമായി ഞാനിത് ഇറക്കി വയ്ക്കും."

പെണ്ണൊലി കേട്ടാവണം എന്റെ ഭാര്യ അവിടേക്ക് ഒഴുകിവന്ന്, മുറ്റ ത്തുനിൽക്കുന്ന രൂപത്തെ മിഴിച്ചു നോക്കി.

ആ നിത്യകാമുകി വീട്ടമ്മയ്ക്ക് സഹതാപം പൂശിയ ഒരു ചിരി സമ്മാനിച്ചു. എന്നിട്ട് എവിടെ നിന്നോ കിട്ടിയ ആവേശത്തിൽ ചോദിച്ചു.

"നിങ്ങൾ വരുന്നില്ലേ...? കണ്ണനെ കാണണ്ടേ?

നമ്മുടെ കണ്ണനെ? വരൂ, കുടവുമെടുത്തു വരൂ..."

ഞാനൊന്നു അന്ധാളിച്ചു.

ധൃതിയിൽ പറഞ്ഞു: "അവളുടെ കണ്ണൻ ഇവിടെയുണ്ട്."

"നിങ്ങളോ?" അവൾ അവജ്ഞയോടെ എന്നെ ഒന്നു നോക്കിയിട്ട് മുഖം വെട്ടിത്തിരിച്ചു. വീണ്ടും എന്റെ ഭാര്യയെ തറപ്പിച്ചു നോക്കി ആഹ്വാ നം ആവർത്തിച്ചു.

"വരുന്നില്ലേ? ഈ കോലത്തെ ഇട്ടെറിഞ്ഞ്, വാതിൽ വലിച്ചടച്ച് ഇറങ്ങിവരൂ..."

ആരുമൊന്നും മിണ്ടിയില്ല.

ഒരു നിമിഷം കഴിഞ്ഞ് ആ പ്രണയിനി പറഞ്ഞു:

"നീയും വരും, നീയും വരും എന്നെങ്കിലും... എന്റെ പുറകേ... ചെപ്പു ക്കുടവുമേന്തി വരും."

ഒറ്റകുതിക്ക് അവൾ റോഡിലിറങ്ങി പാഞ്ഞുപോയി.

ഞാൻ പറഞ്ഞു: "ഉടനെ മതിൽ കെട്ടണം. അതിന് ഉറപ്പുള്ളൊരു ഗേറ്റും ഉണ്ടാക്കണം."

ഭാര്യ ചിരിച്ചു ചോദിച്ചു : "ഞാൻ ഓടിക്കളയുമെന്ന് പേടിച്ചാണോ?"

(1997)

തീർഥയാത്രാക്കുറിപ്പുകൾ

ആശാപാശമകറ്റേണേ, സ്വാമിയേ
സദ്ഗതി തരണേ, സ്വാമിയേ....

ഏറ്റുവിളിക്കാൻ വയ്യാണ്ടായി, അല്ലേ? ... പുണ്യം വേണം, മോക്ഷം നേടണം എന്ന ചിന്ത തുടങ്ങിയപ്പോഴേ ഞാൻ കരുതിയതാണ്.

''എന്റെ പെണ്ണേ നമുക്കടുത്തതല്ലിതൊന്നും'' എന്നു ഞാൻ പറഞ്ഞിരുന്നേൽ, നീ പുലമ്പിയേനേ–

"കരിനാക്ക്... കൊടുംവാക്ക്."

ഇനി അറഞ്ഞറഞ്ഞു വിളിച്ചോ...

"വൻ പുലിവാഹനാ, നിത്യാനന്ദാ,
വന്മല കേറാൻ വരമേകൂ...."

ശരണാഗത വത്സലൻ ദാ, അങ്ങുമേലേക്കും മേലെ, പടി ആറല്ലാ, മൂവാറു പതിനെട്ട്. പതിനെട്ടും താണ്ടിയാൽ സന്നിധാനം.

നമ്മളങ്ങെത്തുമോ? ആർക്കറിയാം! പൊന്മലവാസനിറങ്ങിയിങ്ങു വരുമോ... താൻ പാതി, ദൈവം പാതി....

തെല്ലും കുറയ്ക്കണ്ട... വിളിയോ വിളി.. എന്റെ മാളികപ്പുറമേ.... വിളിക്ക്.

കരിമല കയറ്റം കഠിനം കഠിനം... ചിന്തപോലും കുഴഞ്ഞു പോണല്ലോ. ഓരോ ഞരമ്പും പൊളിയുന്നു.

എന്റെ തളർച്ച നീ അറിയരുതെന്ന് എനിക്കു മോഹം. എന്തോ വീണു പോയെന്ന മട്ടിൽ കൈകളൂന്നി കുനിഞ്ഞുനിന്നത് അതുകൊണ്ടാണ്.

ഹൊ! നടുവിനെന്തൊരാശ്വാസം! ഈ വിയർപ്പൊന്നാറട്ടെ.

എന്റെയീ വേലയുണ്ടോ നിനക്കു തിരിയാതെ പോണു! നിനക്കു മറിയാം വീണുപോകാനൊന്നുമില്ലെന്ന്. ഉള്ളതു മുഴുവൻ നീലത്തു

ണിയിൽ: ഇരുമുടിക്കെട്ടിൽ. ഒരു ജന്മത്തിന്റെ സമ്പാദ്യമാകെ. എടുത്തെറിഞ്ഞാലും പോവില്ലത്.

നടന്നോ. നിൽക്കണ്ടാ. ദാ ഞാനെത്തി.

"കല്ലും മുള്ളും കാലിനു മെത്ത..."

ങാ; ഈ മല താണ്ടുമെങ്കിൽ എല്ലാ കെട്ടഴിച്ചാ ആഴിയിലെറിയാം. അപ്പൊഴീ ഭാണ്ഡം ഹവിസ്. ആ പുകയിൽ കണ്ണുമിഴിയും. കരള് തെളിയും. ദുഃഖമൊടുങ്ങും.

ഇടയ്ക്കിടെ ഓരോ തമാശ പറഞ്ഞിരുന്നെങ്കിൽ ഈ ക്ഷീണം പമ്പ കടന്നേനെ. തന്തയുടെ പേരുമാറ്റി, ഗമകൂട്ടി വിദേശത്തുപോയ അങ്ങേതിലെ പങ്ങൻ നായരുടെ കഥപോലും നാവിന് അടിപെട്ണില്ലല്ലോ.... എന്തു ചെയ്യാം!

"മോഹിനി സുതനേ, മോഹനരൂപാ..."

നീ പറഞ്ഞു "മാനസചോരാ! വീരമണികണ്ഠാ! കേട്ടോ, കൈയും വീശിയിങ്ങു ചാടിപ്പോരണ്ടാ. ഞാൻ വീരശൂൽക്കയാം കന്യ.... താത കൽപ്പനയങ്ങനെയങ്ങനെ....

"പുരികുഴലീ, മൈലാഞ്ചീ, അതിനിവനെന്തുവേണം? കായികാഭ്യാസമോ ആയുധവിദ്യയോ?"

"കായബലമുള്ളവന് ആയുധം തൂവൽ."

"എങ്കിൽ നിൻ ജനകന്റെ അമ്പെങ്ങ്? വില്ലെങ്ങ്?"

"സ്വന്തം കാൽ നഖത്താൽ സ്വന്തം മുതുക് ചെറിഞ്ഞൊന്നു കാട്ടുക."

ഞാൻ ചിരിച്ചു ചിരിച്ചു വട്ടം കറങ്ങി. എന്നിട്ടും രസമൊതുങ്ങാതെ നിന്നെ വല്ലതും ചെയ്വാൻ കൈയും നീട്ടിയെത്തി.

ഒരു ചണ്ഡിയായ് നീ ചാടിയൊഴിഞ്ഞു.

"ഉം കാൽനഖം കൊണ്ട്..."

കാൽനഖേന്ദുവെ മുതുകിലെത്തിക്കാൻ ഇപ്പാവം ഞാൻ ഇരുന്നും. കിടന്നും, വളഞ്ഞും, പുളഞ്ഞും, ഗോളമായ്, ചതുരമായ്, വക്രാൽ, വക്രമായ്..

ഇരുളും പൊന്നീച്ചയുമെന്റെ കണ്ണിലേറി.

നിന്റെ മുഖം പൂത്തിരിയായ്. പൂത്തിരി കതിനയായി.

ആശപോയാൽ തമാശയും പോകുമോ തങ്കം?

"എരുമേലി പേട്ടതുള്ളി, ധർമം തേടി ശരണം തേടി പാപികൾ ഞങ്ങൾ വരുന്നേ..."

ങാ, അങ്ങനെ എന്തിവലിഞ്ഞു കയറ്, കരിംപാറയിൽ ഉരുണ്ടുരുണ്ടു നീങ്ങ്. നിന്റെ പേശികൽ ചുരുണ്ടുകൂടുന്നതും. ആ രക്തക്കുഴലുകൾ വീർക്കുന്നതും ഞാനറിയുന്നു. മുറികിക്കൂടും ദൈന്യം ഞാൻ കാണാതിരിപ്പാൻ നീ മുഖം തിരിച്ചുപിടിച്ചു. സാരമില്ല. ഞാൻ ചെയ്യുന്നതും അതുതന്നെയല്ലേ? നമ്മുടെ ആശ്വാസമാണത്.

ഈ പരാക്രമം കണ്ടു മനമലിഞ്ഞെങ്കിലുമീ കരിമല വഴിമാറിത്തരുമോ പെണ്ണേ....

കലിയുഗവരദാ, മംഗള രൂപാ
മലയായ് നിൽക്കും മാലുകളെല്ലാം.

ഒന്നും മറച്ചുപിടിക്കാനാവില്ലെന്നായപ്പോൾ നമ്മുടെ മിഥ്യാഭിമാനം പടം പൊഴിച്ചല്ലോ. ഈ ചരിവിൽ തളർന്നു മലച്ചിരുന്നു. നാം പരസ്പരം കണ്ടു... നീയും ഞാനും... മറകളില്ലാതെ, മനമോർക്കാതെ.

ആദ്യം ഇരുന്നതാര്?

ഞാനോ നീയോ?

നിങ്ങളോ ഞാനോ?

ആ കണക്കു ചൊല്ലി നാം ഇപ്പോൾ തർക്കിച്ചില്ല. ഊതിയൂതി സ്വന്തം വിയർപ്പൊപ്പി. അത്രതന്നെ.

ഉള്ളംകാലിൽ നിന്നു തീനാമ്പുകൾ ഉച്ചിയിലേക്കു പറന്നു പടരുന്നു. കാലും കൈയും ആരോ നുരുനുരെ കൊത്തുന്നു.

നാം എത്രയോ നല്ലവർ-അല്ലേ? തമ്മിൽ പഴിക്കുന്നില്ലാ. ശപിക്കുന്നില്ലാ.

ഞാൻ തിരക്കുന്നു. "നീ തളർന്നോ?"

നീ ചോദിക്കുന്നു - "ക്ഷീണിച്ചോ?"

പോരെങ്കിൽ അർഥമൊഴിഞ്ഞ രണ്ടു നല്ല വാക്കുകൾ പോലും തപ്പിയെടുത്തു കൈമാറിയില്ലേ.

"അരുണകോമളം, തരുണസുന്ദരം
കരുണയാകുലം...!"

നിന്റെ നേർത്ത നീണ്ട വിരലുകൾ. പവിഴമൊളിക്കും നഖങ്ങൾ. അവസരമറിഞ്ഞു ചൂടും തണുപ്പും തരുന്ന കൈപ്പത്തി— എല്ലാം എന്റെ ഹരമായിരുന്നു.

അവ തലോടിത്തലോടി ഞാനെന്റെ മുറിവുകളുണക്കി. എത്രയോ രാഗസന്ധ്യകളിൽ....

ആത്മാവിലേക്കുള്ള വഴി വിരൽത്തുമ്പിലാരംഭിക്കുന്നുവെന്ന് ഞാൻ പറഞ്ഞു.

കറിക്കത്തിയുടെ വായ്ത്തല കറുത്ത വരകൾ കോറിയ വിരൽത്തുമ്പുകൾ പൂപ്പൽ പറ്റി നിറംകെട്ട നഖങ്ങൾ. കുട്ടികൾക്ക് ലാളനയുരച്ചുരച്ച് വികാരം വറ്റിയ ഉള്ളംകൈ. പാറയിൽ തേഞ്ഞു മാഞ്ഞ ഭാഗ്യരേഖകൾ...

നിന്റെ ആത്മാലാപം ഒരു മുള്ളായി എന്റെ കരളിൽ തറഞ്ഞിരിപ്പുണ്ട്—"നീയെന്റെ പാവം വിരലുകളെ മറന്നുപോയല്ലോ!"

"പഞ്ചേന്ദ്രിയങ്ങൾക്കും മീതെയാണോമനേ നീ" — അങ്ങനെ പറയുവാൻ ഞാൻ കൊതിച്ചു.

ങേ! നീ നടന്നു തുടങ്ങിയോ. മിടുക്കി. വാശിയും ആവേശവും വന്നു കരളേ, നടന്ന് ഒന്നു തളർന്നിരിപ്പാൻകൂടി വിധിയില്ലാത്തവരാണല്ലോനാം.

അള്ളിപ്പിടിച്ചു കയറാം. പിടിതെറ്റി മലർന്നുവീഴാം. ഒന്നു കിതപ്പാറ്റി പിന്നെയും പിന്നെയും പൊങ്ങാം.

ഒരിഞ്ചു മുന്നേറിയെന്നു തോന്നുമ്പോൾ എന്തൊരാശ്വാസം!

മധുരിതമൊരു ജീവിതമേകു

പൊന്മലവാഴും ഭഗവാനേ....

പുലരിയൊരു ലഹരിയായ്, ഉച്ചയൊരു ഊർജമായ്, സന്ധ്യയൊരു തരള സ്വപ്നമായ് വിടരും കാലം, കൈയുകൾ കോർത്തും, ചുമലുകളുരുമ്മിയും മേലേക്കും മേലേ നാം ഓടിയോടിക്കയറി. മലമടക്കുകളിൽ ഉരുണ്ടുകളിക്കും വെയിലിനു പുറകേ, നീ ചാടിത്തുള്ളി. വെൺമേഘമാലകൾക്കിടയിൽ ചന്ദ്രലേഖയായ് നീയൊഴുകി.

"എന്റെ പൊന്നേ, മെല്ലെ. ഒന്നുമെല്ലെ... കാൽതെന്നും..."

എന്റെ വിഹ്വലത നിന്റെ പൊട്ടിച്ചിരിയിലമർന്നുതാണു.

ഒരു മാരിവിൽത്തുമ്പിയായ് തുള്ളിപ്പറക്കും നിന്നെത്തൊടാൻ, പാറുമാ തൊളണിച്ചേല പിടിച്ചുനിറുത്താൻ തൊട്ടു തൊട്ടില്ലെന്നു ഞാനുമെത്തി.

ഒഴിഞ്ഞും തിരിഞ്ഞും വളഞ്ഞും, മിന്നിപ്പുളഞ്ഞു നീ.

ചൂടുവാടിയ വെയിലിനു മീതെ കുളിരണി നിലാവല വന്നു. നിന്റെ മുടിയിഴയിൽ മഴയും മഞ്ഞും വെൺമുത്തുകൾ ചേർത്തു.

കാലം ഒരു പന്തായ് നമ്മുടെ കാലിൽ തട്ടിയുരുണ്ട്. ഋതുദേവതകൾ വണങ്ങിയൊരുങ്ങി.

എന്റെ കുഞ്ഞേ, ഉരുണ്ടുപോയതെല്ലാം ഒരിക്കൽ തിരിച്ചുവരും. വണങ്ങിയൊതുങ്ങിയോർ കൈവീശിച്ചീറിവരും. ബോധം കൺമിഴിപ്പതു നേരംതെറ്റിയാണല്ലോ.

പ്രചണ്ഡമൊരിടി ഈ മലയുടെ നെറുകയിൽ വീണു താഴോട്ടുരുണ്ടു പാഞ്ഞിരിക്കാം. കൈയറ്റു തലയറ്റു നിൽക്കും മരങ്ങൾ. കരിഞ്ഞു ചുരുണ്ട വള്ളികൾ, തൊലിവിണ്ട്, പാതിവെന്ത മാംസം പുറത്തേക്കു തള്ളിയ ജന്തുക്കൾ. ഇവ എന്തിനോടുന്നു... ഇനിയെന്തു ഭയയ്ക്കാൻ!

ഉറുമ്പുപോലും ഇഴയാത്ത മണ്ണ്. ഈ മണ്ണിലും ഒന്നുമാത്രം വീണ്ടും വീണ്ടും മുളപൊട്ടിപ്പൊങ്ങും: അല്ലേ... മോളേ? ഓർമകൾ.

ഇത്തരിയാശകൾ പോലൊരു കാട്. ആ കാടിന്റെ സീമന്തരേഖയായ് പാത. പാതയുടെ തുഞ്ചത്തു മിന്നുന്ന പൊയ്ക. വെയിലാറും മുമ്പേ, നിൻ മോഹത്തിൻ പിമ്പേ, നമ്മളാ വിജനതീരത്തണഞ്ഞു. രമ്യാണി വീക്ഷ്യയുദിച്ചൊരു ഗ്ലാനിയിൽ ചിറകുരുമ്മിത്തെല്ലുമിണ്ടാതിരുന്നു.

ഒന്നനങ്ങാൻ മറന്നുറങ്ങുമാ പൊയ്കയെ കല്ലെറിഞ്ഞുണർത്താൻ കൊതിച്ചു ഞാൻ. ഏതതിന്ദ്രീയ ശക്തിയാലെൻ മനം നീയറിഞ്ഞോമനേ? നിൻ പാദങ്ങൾ താമരത്താരായ് അലകളെ നോവാതെ കിള്ളിയുണർത്തി. എന്റെ മനസിലൊരാനന്ദലാസ്യം.

"അനങ്ങാണ്ടു നോക്കിയിരിപ്പോ...?"

കോപനയായ് നീ. ആ നയനങ്ങൾ മീട്ടിയ രാഗത്തിൻ ശ്രുതി ജലതരംഗങ്ങളിൽ തേടി ഝടിതിയെൻ പാദവും.

എന്റെ തോളിൽ തലചായ്ച്ചിരുന്ന നിൻ കൂമ്പും മിഴികളെൻ മനസിന്റെ ഇരുൾ ഗുഹയിൽ കളിത്താമരത്താരായ് വിടർന്നു.

സന്ധ്യാരാഗം മാഞ്ഞുപോകെ, നിൻ സ്വപ്നസമാധി ഞാൻ ഭഞ്ജിച്ചു.

"മാനമിരുളുന്നകണ്ടോ?"

ഏതോ അനുഭൂതി തൻ സാന്ദ്രതീരത്തിരുന്ന് നീ കൊഞ്ചിപ്പറഞ്ഞു –"ഇത്തിരികൂടി ഇത്തിരിയിത്തിരി..."

തപം ചെയ്തു ചെയ്തു കിട്ടിയൊരവധി ദിവസം ഞാൻ പറഞ്ഞു: "നമുക്കു നടക്കാനിറങ്ങാം. കായൽക്കരയിൽ പോകാം. നല്ല നിലാവ്..."

"എനിക്കു വയ്യ..."

എന്റെ മേഹത്തിന്റെ തല വാടി.

"പെട്ടെന്നു നീയൊരു മേമ്പൊടിയിട്ടു – കുട്ടികളുണരും"

"അമ്മനോക്കിക്കൊള്ളും."

"ഞാനില്ലപ്പാ. ഇപ്പൊഴേ തണുക്ക്ണെനിക്ക്."

— സാരിത്തുമ്പാൽ ദേഹം ചുറ്റിപ്പുതച്ചു നീ മാറി.

ഈർഷ്യയടക്കാൻ കാൽ നീട്ടിവച്ചു ഞാൻ നടന്നു. തെരുവിൽ കവലയിൽ തെരുതെരെ ചുറ്റിക്കറങ്ങി നടന്നു. കാലുകുഴഞ്ഞപ്പോൾ പമ്മിപ്പതുങ്ങി തിരികെ ഇഴഞ്ഞു.

എന്തൊരു നീറ്റൽ! വ്രണങ്ങൾ പൊറ്റയടർന്നു ചോര പൊടിയുന്നു. മണൽത്തരിയും ചേറും മാറ്റി ലേശം കാറ്റേൽപ്പിച്ചാൽ അവ കരിഞ്ഞേക്കാം.

അല്ലെങ്കിലെന്തിന്? ഈ മലയുടെ ഓരങ്ങൾ വീണ്ടുമവയെ അടർത്തും. ഒടുവിലീ പുണ്ണുകൾ തനിത്തങ്കവർണമാർന്നങ്ങനെ നിൽക്കും. അതിൽ നൂലിഴപാകി പുഴുക്കൾ പുതപ്പുണ്ടാക്കും. ഉന്നതങ്ങളിൽ ഏന്തിപ്പിടിച്ചു ദേഹമമർത്തി ഞാൻ പൊങ്ങുമ്പോൾ അവയുടെ തലയും ഞെരിഞ്ഞമരുമല്ലോ – മതി; അതുമതി.

മോഹവിനാശകാ സ്വാമീ.

ജ്ഞാനപ്പൊരുളേ, ദേവകുമാരാ....

നിന്നെ കണ്ടെത്തിയ നിമിഷം ഞാനോർത്തു; ഇതു ജന്മജന്മാന്തര സൗഹൃദം. മുജ്ജന്മത്തിൽ പകരാനാവതെപോയ പ്രേമാനുഭൂതികളുടെ കടം.

ഈ അരുംപാറയിൽ ഉരഞ്ഞുതീരുമ്പോഴും സമാശ്വാസമെത്തുന്നു – വിധിവിഹിതം. ഒന്നിച്ചനുഭവിച്ചു തീർക്കേണ്ട കടം.

ഈ ഋണബാധ്യതയുടെ ചരട് ഇക്കുറി നമുക്കു പൊട്ടിച്ചെറിയണം. സാലോക്യം, സാമീപ്യം, സാരൂപ്യം, സായുജ്യം — ഒന്നും ഇനി ബാക്കി വയ്ക്കേണ്ടാ.

ജനക നാശകം, മുക്തിദായകം

ദേശമാശ്രയേ.....

ഓടിക്കയറിപ്പോകുന്നവരെക്കണ്ടു നീ നെടുവീർപ്പിടണ്ടാ. വേറെ ചിലർ അന്യരെക്കൊണ്ടു ചുമപ്പിച്ചു പോകുന്നില്ലേ? അവരൊക്കെയങ്ങനെ പൊയ്ക്കോട്ടെ. അതവരുടെ മാർഗം. അവരുടെ വിധി. നമുക്കു നമ്മുടെ സുചിക്കുഴ. ഒരു വഴിക്കുതന്നെ എത്ര ഊടുവഴികൾ!

നിന്റെ ഉടലിലങ്ങിങ്ങു ചോരത്തുള്ളികൾ പഴുതാരപോലെ ഒലിച്ചിറങ്ങുന്നുവല്ലോ — കണ്ണീരു വറ്റിയിട്ടും വറ്റാത്ത ചോര. മുഖംമുട്ടി, ചുണ്ടു തല്ലി, താടി പൊട്ടി... ഇപ്പോഴും ഈറൻ മാറാത്ത മുറിവുകൾ.

"നിന്റെ ചോരയ്ക്കും മധുരം ലേശം കൂടുതലാണ്. അതെ മോളേ മധുരമൊരു ശാപമാണ്."

അതുകേട്ട് നീ പൊട്ടിച്ചിരിച്ചിരുന്നില്ലേ? ചിരിയെന്ന സൗഭാഗ്യവും നിനക്കു കൈമോശം വന്നു. ഞാനിനി ഇതൊന്നും പറയില്ല.

"കോമള വിഗ്രഹാ നിത്യവുമെങ്ങടെ
കാമാർത്തികളെ കളയേണം..."

എന്നെയീ മൃതഭൂമിയിൽ നിന്നൊന്നു കൊണ്ടുപോ. എത്രനാളായ് ഞാൻ, പിന്നെയും പിന്നെയും ചൊല്ലുന്നു! ഈ നിർവേദ സന്നിധിയിൽ നിന്നെന്നെ കൊണ്ടുപോവില്ലേ, നീ കൊണ്ടുപോവില്ലേ?

എന്നെ മാന്തിപ്പൊളിച്ചിരുന്ന മോഹമതുതന്നെയെങ്കിലും പോകേണ്ടും വഴി തിരിയാത്ത ഞാൻ നിന്നു വട്ടംചുറ്റി. എന്റെ ക്ലീബത മറയ്ക്കാൻ വെറുതെയൊരു ചോദ്യം പൊക്കിയെടുത്തു.

"നീയൊരുങ്ങിക്കഴിഞ്ഞോ?"

"എന്തേ സംശയം" നിന്റെ പുരികം ചുളിഞ്ഞു.

"എവിടം വരെ?"

"നീ പോകുന്നിടം വരെ, ഈ ഭൂലോകം തീരുംവരെ."

നിന്റെ നീൾമിഴികൾ എന്റെ ആത്മാവിലൊഴുകി നിറഞ്ഞു. ഞാൻ അറിയാ തീരങ്ങളിലടിഞ്ഞു.

ആ പാറയിൽ നിന്നു കാലു തെന്നിയപ്പോൾ അത്തരമൊരു വാക്കു നീ പറയുമെന്നു ഞാൻ മോഹിച്ചു. മലർന്നടിഞ്ഞ നിലയിൽപോലും നിന്റെ കൈ എന്നെ തേടിയില്ല. കണ്ണിൽ പൊടിഞ്ഞുയർന്ന ദൈന്യം നൊന്തില്ലെന്ന നാട്യം പൂശി നീ മറച്ചു.

അഴുതയിൽ മുങ്ങി കല്ലുമെടുത്ത്
സ്വാമി തിന്തകതോം....

വേടന്റെ അമ്പൊന്നുമെത്താത്ത ആകാശത്തുഞ്ചത്ത്, മഴവില്ലിൻ കൊമ്പത്തൊരുഞ്ഞാലു കെട്ടണം. ആ ഊഞ്ഞാലിലേറി ക്രൗഞ്ചമിഥുനമായ് നമുക്കാടാം. ഞാൻ പാടും പാട്ടിന്റെ താളത്തിനൊത്തു നീ കുതികുത്തി പൊങ്ങുക. പണ്ട് ആരാരും കാണാതൊരു കൃഷ്ണതുളസിക്കതിരെന്നെ ചൂടിച്ച ചേലിലൊരു നക്ഷത്രപൊട്ടടർത്തിയെൻ മുടിത്തുമ്പിൽ തിരുകൂ...

ഹാ! ഒന്നു പൊങ്ങുവാൻ പോലുമാവാതെ മാനംനോക്കി മലച്ചു കിടക്കുന്ന എന്റെ പാതി ഉയിര്! കൈയോ കാലോ ഇളക്കുവാനാവാതെ,

പകച്ചു പൊത്തിപ്പിടിച്ചിരിക്കുന്ന ഞാൻ.... ഈ പിടിതെറ്റി ഞാനും വീണിരുന്നെങ്കിൽ.

ഹെന്ത്! നീ തപ്പിപ്പിടഞ്ഞെണീറ്റുവോ! പെണ്ണേ, ഒരു ശകാരവാക്കെങ്കിലും നീയെനിക്കേകൊത്തതെന്തേ!

നാലു കാലിലിഴയുന്നുവെങ്കിലും പരിഭവവും പരാതിയും മോക്ഷയാത്രയിൽ വ്യർഥമെന്നറിയുന്ന ജ്ഞാനികളല്ലോ നമ്മൾ — അല്ലേ?

പന്തളരാജൻ പോറ്റിവളർത്തിയ
ഹരിഹരസുതനാം ദേവാ....

അപ്പുറത്തേതോ മലമടക്കുകളിൽ പൊട്ടിച്ചിരി നീ കേൾക്കുന്നില്ലേ... ഹായ്! നമ്മുടെ കുട്ടികൾ! അതെ... അവർ തന്നെ. പൈതങ്ങൾ വെയിലിനും നിഴലിനും പുറകേ ഓടിക്കളിക്കുകയാവും.

നീ അതു കേൾക്കുന്നില്ലെന്നോ - കഷ്ടം!

നീ ഈയിടെ ഒന്നുമൊന്നും കേൾക്കാറില്ലെന്നു തോന്നുന്നു. അതോ കേൾക്കുന്നതൊന്നും എന്നെ അറിയിക്കാത്തതോ?

ആ സ്വരം... ആ ചിരി... നമ്മുടെ കുട്ടികൾതന്നെ. എന്റെ രക്തമതു തിരിച്ചറിഞ്ഞല്ലോ.

നമ്മളീ മലയിടുക്കിലിങ്ങനെ ചോരയും ചലവുമായിഴയുന്നതു കുട്ടികൾ അറിയുന്നുണ്ടോ... അവരതറിയാതിരിക്കട്ടെ!

ആ ശബ്ദം നിന്നിലൊരു വികാരവുമുണ്ടാക്കാത്തതെന്തേ?

നീ എനിക്കു പത്ത് ആൺമക്കളെ തരിക. ഈ ജീവിതത്തിന്റെ ദശപുഷ്പങ്ങളായ്... എന്റെ ഹൃദയം കൊടുത്തവരെ പോറ്റും ഞാൻ. എന്തിനും പോന്നവരാക്കും. അവർക്കു നടുവിൽ അമ്മറാണിയായ് ഞാനിരിക്കും.

"ഒരു മോൾകൂടി വേണ്ടേ?.. മരുന്നിനു ഗുളികകണക്ക്..." ഞാൻ ചോദിച്ചു

"ഹേയ്! പെണ്ണെന്തിനുകൊള്ളാം!"

എന്റെ ഉപക്ഷേപം നിർദയം നീ തള്ളിക്കളഞ്ഞു. ഞാൻ വാശിമുറുക്കി. ഝടിതി നീയന്റെ കൈപ്പടം പൊക്കി നെഞ്ചിൽ ചേർത്തു ചോദിച്ചു — "നിനക്കു മോളായ് ഞാൻ പോരെ?... പോരെ?...."

നിന്റെയൊരു കേമത്തം! ഞാൻ നയമായൊഴിഞ്ഞു മറ്റൊരു സന്ദേഹം പൊക്കി.

"പത്തമ്മയാവാൻ നിനക്കാവതുണ്ടോ?"

"പേറി നടപ്പും പെറ്റുകിടപ്പും ചന്തമില്ലാ വേലകൾ. ഞാനതിനില്ല. ഇല്ലേയില്ല.. എങ്കിലും വേണമെനിക്ക് പത്ത്. കൃത്യം പത്ത്."

"അതിനെന്തു സൂത്രം കണ്ണേ?"

"ഞാൻ മുട്ടയിടും വിനതയെപ്പോലെ... പത്തു മുട്ട.. പത്തു മുട്ട വിരിഞ്ഞു പത്തു കിടാങ്ങൾ ദശസുവർണങ്ങൾ പോലെ; വായുക്കൾ പോലെ.

"ദശഭുജയാം ദേവീ ഞാൻ... കേട്ടോ."

നോക്കൂ.... മലമടക്കുകളിൽ നിന്നുയർന്ന പൊട്ടിച്ചിരിയുടെ കനം കുറഞ്ഞതെന്ത്? കുട്ടികൾ തളർന്നെന്നോ.. ഇല്ല. അതാവില്ല. അവർ

ഓടിപ്പോയിരിക്കാം. അകലേക്കകലേക്ക്. എന്റെ കാത് അടഞ്ഞടഞ്ഞു വരുന്നതുമാകാം.

മണ്ഡലകാലം വന്നല്ലോ–
മണിമാല കഴുത്തിൽ വീണല്ലോ....

മുഗള ശിൽപ്പമനോജ്ഞമൊരു മച്ചിൽ, അരുണോദയം തൊട്ടരുണോദയം വരെ. തങ്ങളിലോരോന്നു ചൊല്ലിയും, ചൊല്ലിച്ചുമൊരു മാത്രപോലു മകലുവാനാകാതെ ഒന്നായ് നമ്മളലിഞ്ഞതോർക്കുന്നുവോ? കവിളിൽ മുഖമണച്ചെന്റെ മനസിന്റെ കാതിൽ നീയോതി.

"എന്നുള്ളിൽ നീയൊരു മോനായ് പിറക്കുക.
ഈ നിമിഷങ്ങളനശ്വരമാക്കുക..."

വ്യോമപഥത്തിൽ, ഒരു സ്വപ്നത്തിന്നാഴങ്ങളിൽ നിന്നെന്റെ കൈക ളുയർന്നു. നഖങ്ങൾ നീണ്ടു. അവ നിന്റെ കഴുത്തിലാഴ്ന്നു. മെല്ലെമെല്ലെ നിൻകണ്ഠം പിഴുതു ഞാൻ മാറ്റി. തലപൊട്ടിയ ചോരക്കുഴലുകൾ ഒന്നൊഴിയാതെ മൊത്തിമൊത്തിക്കുടിച്ചു. ചൂടുള്ള മാംസം.

നിന്റെ ഹൃദ്രക്തം എന്റെ ഹൃദയകോശങ്ങളിലൊതുങ്ങി. നിന്റെ ചലനം എന്റെ പേശികളിൽ പടർന്നു തുടിച്ചു. നിൻ പ്രാണനെൻസിര കളിൽ തുളുമ്പിത്തുള്ളി. ഒന്നുമൊന്നുമലിഞ്ഞ് — ശിന്നച്ചെറിയ ഒന്നായ്....

നിന്നെ തുടുത്ത തക്കാളിപോലെ നിറഞ്ഞു മൂന്നുവട്ടം ഞാൻ കണ്ടു. എന്റെ സ്നേഹവും ആർദ്രതയും നിന്റെമേൽ തണലുവിരിച്ചു. എന്റെ കുസൃതി നിന്റെ പൊക്കിളിൽ കവിൾ ചേർത്തു കാതോർത്തു.

ജീവന്റെ പുതുമണമുലാവുന്ന മുറിയിൽ നിന്റെ തലയ്ക്കലിരുന്ന്, തരളതയും ധന്യതയും തളംകെട്ടിയ ആ കണ്ണുകൾ ഞാൻ മുകർന്നു.

പുലിപ്പാലുതേടി പോവ്വാണോ
വാവരെ കാണാൻ പോവ്വാണോ
കന്നിമലകേറുന്നു പൈതങ്ങൾ

നമ്മുടെ അംശാവതാരങ്ങൾ സ്വന്തം തലക്കുറികളുടെ ഓരംപറ്റി സ്വന്തം ആകാശങ്ങളിലേക്കു വളർന്നു പൊന്തി. വാരാന്ത്യത്തിലെത്തുന്ന അച്ഛനു നിവേദിക്കാൻ മക്കളുടെ ശീലക്കേടുകൾ നീ എണ്ണിക്കെട്ടിവച്ചു. അവയ്ക്കു മുന്നിൽ ഞാൻ പുഞ്ചിരി തൂകിയിരിക്കേ നീ പരിഭവം കത്തി ച്ചുഴിഞ്ഞു. എന്റെ പകലുറക്കത്തെ നിന്റെ മക്കൾ കർപ്പൂരമാക്കി. എങ്കിലും എന്റെ ക്രൂരത അവർക്കു മുന്നിലെന്നുമെന്നും പത്തിചുരുട്ടിക്കിടന്നു.

അവർ പോയി. ഓടിയോടിയകന്നു. നമുക്കപരിചിതമായ വർണം തേടി, ഗന്ധം തേടി.. നിന്റെ പരാതിയും പരിഹാസവും എന്റെ കാതുകൾ കൊണ്ടില്ലാ... സൃഷ്ടിയുടെ മുന്നിൽ സ്രഷ്ടാവ് എന്നും നിസ്സഹായനത്രേ. ആ സത്യം ഒരുനാളും നീ കണ്ടെത്തുകയില്ല. ഞാൻ സാന്ത്വനിച്ചു.

പാതകൾ പിരിഞ്ഞതും അവർ പോയതും എപ്പോൾ? ഞാനറിഞ്ഞില്ല നീയും, അമ്മറാണിയാവാൻ കൊതിച്ചവൾ "വിജനേബത" പാടി മിഴിച്ചു. ഞാൻ ചിരിയൂറ്റി താളം പിടിച്ചു.

സാരമില്ല പെണ്ണേ, ചില നേരങ്ങളിൽ നീയെന്റെ മോളല്ലേ... ഞാൻ നിന്റെ മോനും, അതുമതി... നമ്മുടെ വഴി ഇത്.. ഇതാ... നടക്ക്.

ശരം കുത്തിയാലേ ശരണം, ശരണം...

എനിക്കൊരു വേരുകിട്ടി, പിടിച്ചു കയറാൻ, നീയിത്തിരിയിങ്ങോട്ടു നീങ്ങിവാ. നിനക്കുമൊരുതാങ്ങാവട്ടെ.. ദാ, അങ്ങനെ....

ഇപ്പോലേശം സുഖമുണ്ടല്ലേ..?

പക്ഷേ സംഗതി വേരാകുന്നു. അതു മറക്കരുത്. കടപറിഞ്ഞാൽ നാം രണ്ടും...

കർപ്പൂര പ്രിയ, മോഹിനിസുതനേ

കലിയുഗ വരദാ...

ഇപ്പൊ ഒരു മോഹം... ഇരുമുടിക്കെട്ട് തലയിലുണ്ടെങ്കിലും... പറയട്ടെ, നീ ആ ഉറക്കുപാട്ടൊന്നു പാട്... നിന്റെ മടിയിൽ തലവച്ചുകിടന്നു ഞാൻ കേട്ടിട്ടുള്ള ആ പാട്ട്...

ദ്വേഷ്യപ്പെടല്ലേ മോളേ...

എക്സറേ പോലല്ലേ സൂര്യരശ്മി തുളച്ചുകയറുന്നത്. ചൂളമടിച്ചു വരുന്ന കാറ്റിലാപാട്ടിന്റെ തരികളുണ്ടോ. ഉണ്ടോ...

ഇല്ല പെണ്ണേ.... ഒന്നുമില്ല. ആ ഗാനം നിന്റെ ധമനികളിലെങ്കിലും...

ആ കൊക്കയിലേക്കു നോക്കൂ. ആ ചരിവിൽ പായലുകൾ.. കണ്ടോ എന്തൊരു നിറം! അധികം നോക്കണ്ടാ. പിടിവിട്ടുപോകും.

നീ പറയുമല്ലോ എനിക്കു നിറമൊന്നും തിരിച്ചറിയില്ലെന്ന്.

ഒരു നല്ല തുണി വാങ്ങിത്തരാൻ അറിഞ്ഞുകൂടാ. ഓരോന്നെഴുന്ന ള്ളിച്ചോണ്ടുവരും... വല്ലോം പറഞ്ഞാൽ അമിളിപറ്റിയ കൊച്ചനെപ്പോലെ ഒറ്റയിരുപ്പാണ്... ഞാൻ തോറ്റു.

ഗതിമുട്ടി ഒരിക്കൽ ഞാൻ പറഞ്ഞു.

നമുക്കിടയിൽ നിറമെല്ലാം അപ്രസക്തം. ഒരു പുരുഷൻ തന്റെ പെണ്ണിനു തുണിവാങ്ങികൊടുക്കുന്നത് ഉടുക്കാനല്ല. അവനുവേണ്ടി ഉടുക്കാതിരിപ്പാനാകുന്നു.

എന്റെനേരെ ചീറിവന്ന നിന്റെ കൺമുന അടുത്തനിമിഷം വളഞ്ഞു പിരിഞ്ഞു പൂക്കുലയായി. ആ പൂക്കുലയിൽ...

നാം കുറഞ്ഞവിലയ്ക്കു കിട്ടുന്ന തുണികൾ തേടിനടന്നില്ലേ...?

ഓണംവന്നാൽ നിറം മങ്ങിയ തുണികളെത്തും. ഉറുമ്പുപോലുമിഴ യാൻ മടിക്കുന്ന തുണികൾ. അതുവാങ്ങാൻ ദാനവും വായ്പയും ലഭ്യം. എല്ലാം സർക്കാർ കൃപ.

"കരിപറ്റിയാലറിയാത്തതുനോക്കി രണ്ടുമൂന്നെണ്ണം വാങ്ങൂ.. മാറിയു ടുക്കാൻ...

...പിള്ളേർക്ക് ഇത്തിരി നല്ലതുവേണം കേട്ടോ....

നാലുപേർക്കൊപ്പം...."

— നിന്റെ മോഹങ്ങളുടെ പരിണതി!

പാറയിലുരഞ്ഞു നിന്റെ ഉടുപുടവയുടെ വക്ക് എത്രവട്ടം കീറി. വേറിട്ട തുമ്പുകൾ നീ കൂട്ടിക്കെട്ടി നാണം കാത്തു. ഞാനതു കണ്ടില്ലെന്നു നടിച്ചു.

ആ അലർച്ച! നീ കേൾക്കുന്നില്ലേ? ഇരുൾ വിതയ്ക്കുന്നവന്റെ വരവാണ്. അവനെത്തും മുമ്പ് മലകേറി മറിയണം. മറ്റൊന്നും സാരമില്ല. വേഗം... വേഗം...

"ഏന്തിവിടയ്യാ, തൂക്കിവിടയ്യാ.
കലിയുഗ നാഥാ, ഭുവനനായകാ..."

ആ ദുഷ്ടടൻ ചാടിവീഴുക ആ വഴിയോ, ഈ വഴിയോ... ആരാണ് ആദ്യമവന്റെ ചവിട്ടടിയിൽ... ഞാനോ നീയോ...

ആ താണ്ഡവ കാഹളം; എന്തൊരു മുഴക്കം! നാമതു ശ്രദ്ധിച്ചുകൂടാ. വാ, ഇഴഞ്ഞിഴഞ്ഞു കയറാം. മുറുകെപ്പിടിച്ചോ. ശ്വാസമടക്കി... ഉം... ഞാൻ വീണുപോയാലും. എന്റെ പെണ്ണേ നീ പകച്ചുനിൽക്കരുത്... ഉം... മുന്നോട്ട്, മുന്നോട്ട്.... മറ്റെല്ലാം മറന്ന്.

മറിച്ചായാലോ?... വേണ്ട മോളേ, ചിന്ത ഇവിടെ മുറിക്കാം.

നേരംവരുമ്പോൾ ഒക്കെയും ഒരു നേരമ്പോക്കു മാത്രം.

"ഹരിയും പുരനും തിരുവിളയാടിയ നാളിൽ..."

നിനക്കുവേണ്ടി കഥയായ കഥയൊക്കെ ഞാൻ പഠിച്ചുവച്ചു. കഥകളിലിഴഞ്ഞ രാവുകൾ. പുള്ളുണർന്നതും പൂവാലൻ കൂവിയതുമറിയാതെ നാം കഥയിൽ നീന്തിത്തുടിച്ചു. എന്റെ എല്ലാ കഥകളും നീ കേൾക്കുവാനായിരുന്നല്ലോ. ആ മുഖത്തിലങ്ങനെ എഴുതിവച്ചില്ലെങ്കിലും...

ഗോകുലം ചുട്ടുപൊള്ളിയ മീനച്ചൂടിലും ഒരു രാഗധാരയായി എന്റെ ചുണ്ടു പറ്റിക്കിടന്നു നീയതു കേട്ടു.

... എല്ലാമെല്ലാം ഓർമയില്ലേ?

നിന്റെ ഉറക്കം തട്ടി മുറിഞ്ഞ കഥകളെത്ര? പ്രതിമുഖത്തിൽ തണുത്തു മരവിച്ചുപോയെത്രയോ നായികമാർ! ശ്രോതാവിന്റെ മയക്കം കണ്ടു മുഖം വിളറി ഞാൻ ഭാണ്ഡം മുറുക്കി. വെറ്റിലമുറുക്കി.

എന്നിട്ടും പിന്നെയും പിന്നെയും ഞാൻ കഥ പറഞ്ഞു. എന്തെന്നാൽ കഥാശേഷരാണോമനേ, കഥയില്ലാത്ത നാമെല്ലാം.

ശതമഖാർച്ചിതം, ശനിനിവാരകം
ശരണമാശ്രയം...

ഹാ! ദാ, ആ കൂറ്റൻ പാറകൾക്കിടയിൽ ഒരു വള്ളിക്കുടിൽ. പൂക്കളുടെ രൂക്ഷഗന്ധം..

പച്ചപ്പായലുകൾ, നേർത്ത ഈർപ്പത്തിന്റെ സൗഖ്യം. ഇതാവാം തേടിവന്ന സ്വർഗം. ഹായ്!

ഞാനൊരു പാട്ടു മൂളിപ്പോയി. അതിന്റെ ലഹരിയിൽ...

ഝടിതി നിന്നെയോർത്തു നീയെവിടെ?

നാലുപാടും പകച്ചുനോക്കി. കള്ളി! പമ്മിപ്പതുങ്ങി വരുന്നുണ്ട്...

ങേ! എങ്ങോട്ടേക്കാണു നീ തിരിയുന്നത്. ദീനമായൊന്നു നോക്കി നടന്നകലുന്നോ...

ദാ... ഞാനിവിടെയാണ്.

വഴി അതല്ല, കേട്ടോ...

ഞാൻ വിളിച്ചുകൂവുന്നതു നിന്റെയടുത്തെത്തുന്നില്ലേ? എന്തുവേഗമാണു നീ പോകുന്നത്! നിഴൽപോലെ തെന്നിത്തെന്നി...

ഒപ്പമെത്താൻ എനിക്കെന്തേ കഴിയുന്നില്ലാ...?

ഹില്ലാ! അവൾ എന്റെ നേരെത്തന്നെയാണ് ഓടുന്നത്...

എന്നിട്ട്... പരസ്പരമടുക്കാനോടുന്തോറും ഞങ്ങളിരുവരും അകന്നകന്നു പോവുകയാണല്ലോ...

ദേവ, ദേവ.. ഇതെന്ത് മായ!

അകലുന്നത് ആരാണ്? ഞാനോ അവളോ?

എന്റെ നാവു കുഴഞ്ഞോ....

അതാ ആ നിഴൽ പുകപോലെ തേഞ്ഞുമാഞ്ഞ്... കണ്ണിനും കരളിനുമകലെ... അകലെയകലെ....

ഹരിഹരസുതനയ്യനയ്യപ്പസ്വാമിയേ....

ഒരു പിതാവിന്റെ അന്ത്യം

വൃദ്ധൻ ആ പാറയിലിരുന്നു. യമുനയുടെ ഓളങ്ങൾ ആ തടശിലയെ വലം വച്ച് ഒഴുകിക്കൊണ്ടിരുന്നു. വൃദ്ധന്റെ വളഞ്ഞ് ജരപടർന്ന ശരീരം. സൂര്യരശ്മികളെ തടഞ്ഞ് രക്തച്ഛവികലർന്നൊരു നീണ്ട നിഴൽ ആ നദീഹൃദന്തത്തിൽ പതിപ്പിച്ചു, നിഴലിനെ ഇളക്കിമറിച്ചുകൊണ്ട് ചിറ്റോളങ്ങളെ ഇളക്കിയിട്ടു.

വൃദ്ധനൊന്നും കണ്ടില്ല. അദ്ദേഹം ചിന്തിച്ചത് തന്റെ വത്സല സന്താന വല്ലരിയെപ്പറ്റി മാത്രമാണ്. ഏറെക്കാലം ആറ്റുനോറ്റുണ്ടായ പുത്രൻ. എത് യജ്ഞങ്ങളാണ്, എന്തൊരു തപസ്യയാണ്, അതിനു പിന്നിൽ. ഒരു ജീവിതം ഹോമിച്ചു നടത്തിയ യാഗത്തിലെ അഗ്നിജ്വാലകളാണ് സർഗജ്വാലയായി വിടർന്നത്.

അനിരുദ്ധനായി, അജയ്യനായി, അവധ്യനായി അവൻ പുലരണമെന്ന മോഹത്താൽ അവധൂതനായി, കാടും മേടും കയറിയിറങ്ങി ഘോരതപം തുടർന്നു. തന്റെ മകന്റെ ശിരസറുത്ത് നിലത്തിടുന്നവന്റെ തല പൊട്ടിത്തെറിച്ചുപോകണമെന്ന വരം നേടി....

സർവവും ഭദ്രമായിരിക്കുന്നു. ആർക്കുമവനെ കൊല്ലാനാവില്ല. സ്വന്തം ശിരസിനെ സ്നേഹിക്കാത്ത കൊലയാളിയില്ലല്ലോ.

എങ്കിലും തൃപ്തിയായിട്ടില്ല. വിശ്രമിക്കാൻ തോന്നുന്നില്ല. അന്ത്യശ്വാസം വലിക്കുമ്പോഴും താനീ തപം തുടരും–അവന്റെ ആയുരാരോഗ്യ രക്ഷയ്ക്ക്.

ആഴങ്ങളിൽ പടരുന്നൊരു പുഞ്ചിരി വൃദ്ധന്റെ ചുണ്ടിൽ വിടർന്നു. അകലെ ആ രക്തനേത്രനായ സവിതാവ്. സന്ധ്യാ വന്ദനത്തിന് കാലമായിരിക്കുന്നു.

തപോധനൻ ചമ്രം പടിഞ്ഞിരുന്നു. ധ്യാനനിർലീനനായി.

എന്തുകൊണ്ടോ മന്ത്രം ചുണ്ടിലൊന്നറച്ചുനിന്നതുപോലെ.

ഏകാഗ്രമനസ്കനായി, അർധനിമീലതാക്ഷനായി ധ്യാനം തുടർന്നു.

പെട്ടെന്ന് ആകാശത്തുനിന്നെന്തോ താഴേക്കു പറന്നുവരുംപോലെ!

ഉത്തരക്ഷണത്തിൽ അത് തന്റെ മടിയിൽ പതിച്ചത് വൃദ്ധനറിഞ്ഞു.

ഞടുങ്ങി വിടർന്ന കണ്ണുകൾ കണ്ടു. മടിയിലൊരു മർത്യശിരസ്സ്! അതിൽ നിന്നിറ്റുവീഴുന്ന ചോരത്തുള്ളികളുടെ ചൂട്.

പിടഞ്ഞെണീക്കവേ താഴേക്കൂർന്നുപോകുന്ന ശിരസ്സ് ബോധമണ്ഡലത്തിലൊരു ഇടിത്തീയായി മിന്നു–

തന്റെ പുത്രന്റെ കോമളവദനം!

ആ നിമിഷത്തിലാ വർധക്യം കാർന്ന ശിരസ്സ് പൊട്ടിത്തെറിച്ചു. വരഫലം.

അക്കരെയിക്കരെ നിന്ന് ആർഷസന്തതികൾ ഓടിക്കൂടി.

ചത്തുമലച്ചു കിടക്കുന്ന വൃദ്ധശരീരം നോക്കി അവർ സഹതപിച്ചു. "പാവം എം കെ ഗാന്ധി".

പിന്നെ അവർ ഒട്ടും വൈകാതെ ആ ചൂടുമാറാത്ത മൺതരികൾ തങ്ങളുടെ സന്തതിപരമ്പരകൾ നിലത്തെഴുതി പഠിക്കുവാനായി വാരിയെടുത്തു സൂക്ഷിച്ചുവച്ചു.

മതിയഴകി

മതിയഴകി തുടരുന്നു.

"എനിക്കു ഉറക്കം വര്ണില്ലെന്റെ അമ്മേ, പാമ്പും പല്ലിയും ഉറങ്ങി, കാക്കയും കഴുതയും ഉറങ്ങി. കുരുടൻ ഉറക്കം, കൂനൻ ഉറക്കം, ഇവളും അവളും, കൂർക്കം വലിക്ക്ണതു കേട്ടില്യോ... എന്റെയ്യോ എനിക്കു കെടന്നൂടാ. ഒരു പെണ്ണ് നെടനെടാ തനിച്ച്കെടന്നാൽ ഉറക്കം വരുമോ? മുപ്പത്തെട്ടു വയസ്സുള്ള പെണ്ണൊരുത്തി.....! തലയണച്ചൂടേറ്റാ ഉടല് ഉറങ്ങുമോ?"

ഇരുട്ടു രസം പിടിച്ച് ചുറ്റും വന്നു തിക്കിത്തിരക്കി കാതോർത്തു. ആ കൂരയ്ക്കുമേലെ പുളിമരത്തിൽ കൂടുകെട്ടിയ കൊക്കുകൾ ഇക്കിളിക്കൊണ്ടു ചിറകടിച്ചു മതിയഴകിക്കു മറുപടി നൽകാൻ പാതിരാക്കോഴി ഒന്നുഷാറായി.

ലൈറ്റണച്ചു പോർട്ടിക്കോയിൽ തന്നെ ഇരുപ്പാണു ഞാൻ.

മതിയഴകി തുടരുന്നു:

"അയാള് ഇന്നലെ വന്നിട്ടൊണ്ടുപോലും, അവള്, ആ രംഭ, സുഖിക്കട്ട്. ഇപ്പൊ വർഷം എത്തറയായി! പതിമൂന്നോ പതിന്നാലോ...

മണ്ണെണ്ണവിളക്കിന്റെ അരണ്ടവെളിച്ചത്തിൽ നിലത്തു ചുരുണ്ടുകിടക്കുന്ന മകളെ നോക്കിക്കൊണ്ടാവണം മതിയഴകി തുടരുന്നു:

"ഇദ് കെടക്ക്ണാ ഒരു പെൺകൊഴന്ത. മാണിക്യംപിള്ളോടെ സന്തതി. പെറ്റ തള്ള കെടന്നു തപിച്ചാല് അവക്കെന്തെര്? നശ്ശൂലം. എരുമയെപ്പോലെ മുക്രിയിട്ട് ഒറങ്ങുന്നതുകണ്ടോ. ഈ ഈനാഞ്ചത്തെ പെറ്റതോടെ അയാളുപോയി. ഞാനീപടുതീലുമായി.

എന്തുകൊണ്ടോ ആ വായ്ത്താരി ഒന്നു മുറിഞ്ഞു. ഒരു പത്തു നിമിഷം. പിന്നെയും മതിയഴകി തുടരുന്നു:

രണ്ടുകൊല്ലം കഴിഞ്ഞാല് ഇവക്കും ഒരുത്തൻവരും. വന്ന് കെട്ടിയെടുത്തോണ്ടുപോവും. തള്ള അയച്ചില്ലെങ്കിലും അവളുപോവും. പിന്നെ അവനു ഇവളും കൂടി...ഛേയ്... മേലുപെരുക്കുന്നു. നാണക്കോട്.. എന്റെ മുത്താരമ്മോ എനിക്കു കെടന്നു കൂടായേ... തലയോട് ആരോ ദാ വെട്ടിപ്പൊളിക്ക്ണേ...

ഉറക്കം എന്റ കൺപോളകളെ പിടിച്ചമർത്തുമ്പോഴും മതിയഴകി തുടരുന്നു.

നിത്യവും എന്റെ ലൈറ്റണഞ്ഞുകഴിഞ്ഞാൽ മതിയഴകിത്തോറ്റം ആരംഭിക്കുകയായി. അരുണനുദിക്കുവോളം അതങ്ങനെ തുടരും. ഇരുളിലിരുന്ന് ഇത് ആസ്വദിച്ചാലേ എനിക്ക് ഉറക്കം വരൂ എന്ന സ്ഥിതിയായി.

ഒരു വാടകവീട് തേടിനടന്ന ഞാൻ വന്നടിഞ്ഞത് ഇവിടെയാണ്. ഭംഗിയുള്ള ഒരു കൊച്ചുവീട് എന്നെയും കാത്ത് ഒഴിഞ്ഞുകിടക്കുകയായിരുന്നെന്നു തോന്നി. അളവറ്റ സ്നേഹത്തോടെയാണു വീട്ടുടമ സംസാരിച്ചത് വാടക വളരെ കുറവാണല്ലോ എന്നു ഞാൻ അത്ഭുതം കൂറിയപ്പോൾ അദ്ദേഹം വിനയപൂർവം പറഞ്ഞു: "അതൊക്കെ മതി, സാർ സന്തോഷമായിട്ട് താമസിച്ചാട്ടെ."

ഒരു നല്ല ദിവസം നോക്കി ഞാൻ കുടിയേറി. അന്ന് അർധരാത്രി മതിലിനപ്പുറം നിന്നു വായ്ത്താരി പൊങ്ങിയപ്പോൾ ഞാൻ അന്ധാളിച്ചു. ഇരുളിൽ നിന്ന് ഒരു പ്രത്യേക ഈണത്തിൽ ഇടതടവില്ലാതെ അത് ഒഴുകിവന്നു. കുറെനേരം, എന്തുചെയ്യണമെന്നിറിയാതെ ഉഴറി നിന്നിട്ടു ഞാൻ ഇരുകാതും പൊത്തി കമിഴ്ന്നു കിടന്നു.

രണ്ടുനാളത്തെ അധ്വാനം കൊണ്ട് ഞാനീ അപൂർവദിനചര്യയുടെ ഉത്ഭവവും വളർച്ചയും മനസിലാക്കി. ഈ രാപ്പാട്ടുകാരണം ആ വീടിനു വാടകക്കാരെ കിട്ടാതായിട്ടു വർഷങ്ങളായത്രെ. വിട്ടുടമയുടെ സ്നേഹാതിരേകത്തിന്റെ പൊരുൾ എനിക്കു വ്യക്തമായി.

മതിലിനപ്പുറത്തെ ഓലപ്പുരയുടെ ചായ്പിലാണ് മതിയഴകിയും മകളും താമസം. അവിടെ പാത്രങ്ങൾ ചിലമ്പുന്നതുപോലും എന്റെ പോർട്ടിക്കോവിൽ ഗംഭീരമായി കോൾക്കാം. ആ മകൾ ഒരു കൊച്ചു സുന്ദരിയാകുന്നു. പക്ഷേ അമ്മയുടെ മുഖം എങ്ങനെയിരിക്കുമെന്നു നിശ്ചയമില്ല. ഞാൻ വീട്ടിലുള്ളപ്പോൾ മതിയഴകി പുറത്തേക്കു വരാറില്ല. ഗത്യന്തരമില്ലാതെ പുറത്തിറങ്ങേണ്ടിവന്നാലോ ഒരു തുണി പർദപോലെ തലവഴി അണിഞ്ഞിരിക്കും.

ഈ വിട്ടീൽ മുൻപു വാടകയ്ക്കു താമസിച്ച ചിലർ അവളെ ശാസിച്ചൊതുക്കാൻ ശ്രമിച്ചിട്ടുണ്ട്. വേറെ ചിലർ ഉപദേശിച്ചു മെരുക്കാനും. ഇരുകൂട്ടരെയും അവൾ മുഖാമുഖം നിന്നും ചൂടും ചൂരുമുള്ള ഭാഷയിൽ വെല്ലുവിളിച്ചു മടക്കിപോൽ. ഞാൻ അമ്മാതിരി അതിക്രമത്തിനൊന്നും കച്ചകെട്ടാത്തതുകൊണ്ടാവാം ഞങ്ങൾക്കിടയിൽ നിശബ്ദമായൊരു മമതാബന്ധം ഉറകൂടിയത്.

രാത്രി ഞാൻ ലൈറ്റണച്ച് ഇത്തിരികഴിഞ്ഞിട്ടേ മതിയഴകി തോറ്റം

തുടങ്ങു. ഇടയ്ക്കെങ്ങാൻ ഞാനൊന്നു ലൈറ്റിട്ടാലോ അവളുടെ നാവിന്റെ ഫ്യൂസ്പോകും. അതിനാൽ കഴിവതും ആ ഗാനധാര ഭംഗപ്പെടാതിരിക്കാൻ ഞാൻ ശ്രദ്ധിച്ചുപോന്നു.

ആ വീടിന്റെ പ്രധാന ഭാഗത്ത് മതിയഴകിയുടെ ചേച്ചി കനകവും രണ്ടുമക്കളും പാർക്കുന്നു. കനകത്തിന്റെ ഭർത്താവ് അകലെ ഏതോ ടൗണിലെ കടയിലെ ജോലിക്കാരനാണ്. മാസത്തിൽ ഓന്നോ രണ്ടോ തവണയേ അയാൾ വീട്ടിൽ വരൂ. അയാളുടെ ഗന്ധം ആ കൂരയെ തീണ്ടുന്നദിവസം മതിയഴകിക്ക് ഒമ്പതാം ഉത്സവമാണ്. അന്ന് അർധരാത്രിയാകുമ്പോൾ അവൾ ചെമ്പട താളത്തിൽ മഞ്ഞൾ തല്ലാൻ തുടങ്ങും. അമ്മിയിൽ കുഴവികൊണ്ട് കടപടേന്ന് മേളം തല്ലി തകർത്തു കൊണ്ടേയിരിക്കും. (അത് മഞ്ഞൾ മർദനമായിരിക്കുമെന്നത് എന്റെ അനുമാനം മാത്രം). തല്ലി തല്ലി തളരുമ്പോൾ തെല്ലിട വിശ്രമം. അന്നേരം കിതപ്പെഴുന്ന തോറ്റം.

"ഇവനൊക്കെ നാണൊണ്ടോ... മീശേം നഖോം നരച്ചു പിറുത്തു. എന്നിട്ടും തലയണ പൊളിഞ്ഞുപോണ കിന്നാരം കേട്ടില്ല്യോ... നാണം കെട്ട ശവങ്ങള്... രണ്ടിനേം ഇങ്ങനെ തല്ലി അരയ്ക്കണം. ഉറങ്ങണ്ടാ... ഒരുത്തിയും ഇന്ന് ഉറങ്ങണ്ടാ...."

മതിയഴകി പ്രതിക്രിയ തുടരുന്നു.

കനകത്തിന്റെ കണവന്റ പുരുഷത്വത്തെ വെല്ലുവിളിക്കുന്ന വചനങ്ങളും നിർലോഭം മുഴങ്ങും. നല്ലവനായ ആ മനുഷ്യൻ കുലുങ്ങുകയില്ല. മതിയഴകിയോട് മല്ലിനു തുനിയുകയുമില്ല.

ചില രാത്രി അവൾ അട്ടഹസിക്കും..... "ആരടാ ഓലപ്പൊളിയിലൂടെ ഒളിഞ്ഞു നോക്കിയത്. ഓടടാ എരപ്പേ... ചൊണയുണ്ടെങ്കില് വെട്ടത്തു വന്നു നില്ലെടാ... നിന്റെ കുരല് ഞാൻ കടിച്ചു കുടഞ്ഞു തുപ്പും.

ഒരു കാലത്ത് ആരാകിലും നോക്കിപ്പോകുന്ന ചന്തമുണ്ടായിരുന്നത്രേ മതിയഴകിക്ക്. കടിഞ്ഞൂൽ പ്രസവത്തിലെ തകരാറ് ബുദ്ധിയുടെ സമനില തെറ്റിച്ചു. ഭർത്താവ് മാണിക്യംപിള്ള പലേടത്തും കൊണ്ടുപോയി ചികിത്സിച്ചു. ദേശാന്തരം നടന്നു കൗതുക വസ്തുക്കൾ വിൽക്കുന്ന വഴിവാണിഭക്കാരനായ ആ സാധു ആകെ തളർന്നു. മോൾക്കു മൂന്നുവയസായപ്പോൾ അയാൾ ഭാര്യയുട അനുജത്തി നാഗമ്മയെ വേട്ടു. അതോടെ മതിയഴകിയുടെ ഭ്രാന്ത് ഇരട്ടിച്ചു. സഹികെട്ട് നവദമ്പതികൾ മറ്റൊരിടത്തേക്ക് താമസം മാറ്റി. എങ്കിലും ഇടയ്ക്കിടെ ആദ്യഭാര്യയുടെ ക്ഷേമമന്വേഷിച്ചുവരും. ചെലവിനുവേണ്ടതെല്ലാം എത്തിക്കുകയും ചെയ്യും.

മാണിക്യൻപിള്ള ചായ്പിന്റെ പുറന്തിണ്ണയിൽ വന്നിരുന്നു നൂറായിരം പരാതികളും അതിലേറെ ശകാരവും സ്വീകരിച്ചു മടങ്ങിപ്പോകും. അയാളോട് മതിയഴകി സ്ഥിരമായി ആവർത്തിക്കുന്ന ചില വാക്യങ്ങളുണ്ട്. "നാഗമ്മ എന്നെക്കാളും കൊള്ളാം ഇല്ല്യോ? എങ്കിലും നിങ്ങൾക്ക് ഒരു ദെവസം ഇവിടെവന്നു കെടന്നാലെന്ത്? പൊള്ളിപ്പോവുമോ? ഞാനാ രംഭച്ചിയേയും അവളുടെ പുന്നാര മക്കളെയും നുരുനുരാ അരിഞ്ഞിടും. വെഷം കൊടുത്ത് കൊല്ലും നോക്കിക്കോ..."

ഭീഷണി മുന്നേറവേ മാണിക്യംപിള്ള പിൻവാങ്ങും. അവളുടെ ഒച്ച അയാളെ പിന്തുടർന്നു ചെന്നു യാത്രയാക്കും.

ഭർത്താവു വന്നിട്ടുപോകുന്ന ദിവസം രാത്രി മുഴുവൻ അവൾ ചിണുങ്ങിചിണുങ്ങിക്കരയും ദീനദീനം പുലമ്പുന്ന അമ്മയെ മകൾ ആശ്വസിപ്പിക്കാൻ പാടുപെടും. കഴിഞ്ഞ ഓണക്കാലം ഒരു സന്ധ്യക്ക് മാണിക്യംപിള്ള അങ്ങോട്ടു കയറുന്നത് കണ്ടു. ഇത്തിരിക്കഴിഞ്ഞ് മതിയഴകിയുടെ സ്വരം പൊങ്ങി. "എനിക്കുവേണ്ടാ ദാണ്ടെ കണ്ടില്ല്യോ ഒരു ഭർത്താവ്! ഓണക്കോടിയും നേദിച്ചോണ്ട് വന്നിരിക്ക്ണു. മല്മല്മുണ്ട്.കഴിഞ്ഞാണ്ട് ഇദുപോലൊരണ്ണം ഞാൻ കീറിവലിച്ച് ആ മോന്തയിലെറിഞ്ഞു. തന്നില്ല്യോ.. കോണകമുടുത്തോളാൻ.. നാണമൊണ്ടോ. ദാ കെടക്ക്ണ... എടുത്തോണ്ടുപൊയ്ക്കോണം.

തുണിക്കെട്ട് മാണിക്യംപിള്ളയുടെ മൂക്കിൽ തട്ടി മടിയിൽ വീണു.

"കൊണ്ടുപോ. കൊണ്ടുചെന്ന് തന്റെ രംഭയെ മൂട്. ഞാൻ കെളവീം കിണ്ടുമായിപോയില്ല കുവാ. താലി അറുത്തവളുമല്ലാ, സാരി ഉടുത്താല് എന്റെ ഇടുപ്പിലും ഇരിക്കും. രണ്ടാം പൊണ്ടാട്ടിക്ക് കസുവസാരി... എനിക്കു കസേരത്തുണി. ഇറങ്ങിപ്പോണോ, ഞാനിതു വലിച്ചുകീറണോ..

ഞാൻ ജനാലയിലൂടെ ഒരു വട്ടംകൂടി കണ്ണുനീട്ടി. മകൾ തനിക്കു കിട്ടിയ പാവാടത്തുണി മണപ്പിച്ചും അതിന്റെ ചന്തം നുകർന്നും നിൽക്കുകയാണ്. ആ പാവം ഭർത്താവ് തുണിക്കെട്ടും കക്ഷത്തൊതുക്കി മുഖം കുനിച്ചു യാത്രയാകുന്നു.

പിറ്റേന്ന് സന്ധ്യക്ക് മാണിക്യം വീണ്ടും വന്നു. പുതിയ ഓണസമ്മാനവുമായി.

ഞാൻ അന്ന് ആദ്യമായി മതിയഴകിയുടെ ചിരിയുടെ കിലുകിലാരവം കേട്ടു. ഭർത്താവ് അവൾക്കിഷ്ടപ്പെട്ട സാരിയും ബ്ലൗസും കൊണ്ടുവന്നിരിക്കണം.

ആ രാത്രി അവൾ പലവട്ടം മകളെ വിളിക്കുന്നതും. മൂളിപ്പാട്ടുപാടുന്നതും കേൾക്കായി.

മൂന്നാം ദിവസം രാവിലെ അപരിചിതയായ ഒരു സ്ത്രീ ആ മുറ്റത്തേക്കു കടന്നുവരുന്നത് കണ്ടു. മതിയഴകിയുടെ മകൾ ഓടിച്ചെന്ന് അവളെ കെട്ടിപ്പിടിച്ച് തുള്ളിച്ചാടി. അടുത്ത നിമിഷം ചായ്പിനുള്ളിൽ നിന്നു മതിയഴകിയുടെ ശബ്ദമുയർന്നു.

"നാഗമ്മോ. നീ എന്തിനാടീ മുറ്റത്ത് കുറ്റിയടിച്ചതുപോലെ നിന്നു കളഞ്ഞത് ? ഞാനല്ലിയോ നെനക്ക് ആളയച്ച്ത്? ഇങ്ങ് അകത്തു കയറി. വാ പെണ്ണേ..."

ആ സ്ത്രീ അകത്തേക്കു നടന്നു.

ആഗത മതിയഴകിയുടെ ജന്മശത്രുവായ അനിയത്തി നാഗമ്മായണെന്ന് എനിക്കു മനസിലായി. അവൾക്കോ ഊഷ്മളമായ വരവേൽപ്പ്.

എന്റെ ജിജ്ഞാസ പതഞ്ഞു. എന്റെ ചെവി പതിയിരുന്നു.

അനിയത്തിയും ചേച്ചിയും ദീർഘദീർഘം കുശലപ്രശ്നം നടത്തി.

വീട്ടുകാര്യം പറഞ്ഞു. നാട്ടുകാര്യം പകർന്നു. ഒടുവിൽ നാഗമ്മ ചോദിക്കുകയായി "ചേച്ചി, ഞാൻ പോട്ടെ. ഓണമല്ല്യോ ഒരു പാടു പണിയൊണ്ട്"

നീ പിള്ളാരോം കൂട്ടിക്കൊണ്ടു വരാത്തതെന്ത്? അത്ങ്ങള് ഒന്നു കാണാൻ കൊതി. അങ്ങേരുമൊണ്ടോടീ വീട്ടില്?

"ഒണ്ട് ചേച്ചീ വിളിപ്പിച്ചതെന്തിന്?

പെണ്ണേ ദീ ഒരു സാരീം ജമ്പറുതുണിയുമാ. നീ എടുത്തോ നെനക്ക് നന്നാ ചേരും."

"അയ്യോ ഇദ് ചേച്ചിക്ക് അങ്ങേരു വാങ്ങിച്ചു തന്നതല്ല്യോ.."

"ഈ ചായ്പിന്ന് വെളിയിലെറങ്ങാത്ത എനിക്കെന്തിനെടീ ഈ സിലുക്കും തുപ്പട്ടാവും? നീ ഉടുത്തെറിഞ്ഞ പഴന്തുണി വല്ലോമുണ്ടെങ്കില് ഒന്നോ രണ്ടോ കൊണ്ടു തന്നേര്."

നാഗമ്മ വളരെ തർക്കം പറഞ്ഞുനോക്കി. മതിയഴകി പിന്മാറിയില്ല. അവൾ അനുജത്തിയെ നിർബന്ധിച്ചു. പരിഭവിച്ചു. ശാസിച്ചു. അവസാനം നാഗമ്മ ഒതുങ്ങിക്കൊടുത്തു. "പെണ്ണേ നീ ഇതൊന്ന് ചുറ്റ്. ഞാനൊന്നു കാണട്ടെ എടീ നീ നല്ല തുണി ഉടുത്തു കാണണതല്ല്യോ ചേച്ചിക്ക് സന്തോഷം."

മതിയഴകിയുടെ ചിരി കർണമധുരമായ് ഒഴുകിവന്നു.

ആ രാത്രി മതിലിനപ്പുറത്തെ ലോകം നിശബ്ദമായിരുന്നു. ആ ശാന്തതയിൽ ഞാൻ മതിയഴകി എന്ന കടങ്കഥയെപ്പറ്റി ചിന്തിച്ചു ചിന്തിച്ചു പരിസരം മറന്നപ്പോൾ മഞ്ഞൾ തന്നലു ഭേരി. പുറകെ ആ പതിവ് വായ്ത്താരി. മതിയഴകി തുടരുന്നു.

അനുപമകൃപ

ഞങ്ങൾ അപ്പോഴും നടന്നുകൊണ്ടേയിരുന്നു. ഒന്നു നിന്ന് ക്ഷീണം കുടഞ്ഞെറിയാൻ പോലും അനുവാദമില്ലാത്ത വർഗം. വിറച്ചു വിറച്ച് തൊണ്ടയിടറി നീട്ടി നീട്ടിക്കരഞ്ഞുകൊണ്ട് തുള്ളിത്തുള്ളി നീങ്ങി ഞങ്ങൾ.

ഉഷ്ണക്കാറ്റിൽ വിറച്ചു തുള്ളുന്ന അരയാലിലകൾ പോലെ ഞങ്ങളുടെ ഏകാന്തവേദനകൾ തേങ്ങി.

സങ്കടം കരഞ്ഞുമാത്രം തീർക്കുവാൻ കഴിയുന്ന പാവങ്ങൾ, ഞങ്ങൾ ആടുകൾ.

എവിടേക്കാണ് ഞങ്ങളെ ആട്ടിത്തെളിക്കുന്നത്?

ഓരോരുത്തരും ഇടവിട്ടിടവിട്ട് ദീനദീനമായ് ആ ചോദ്യം ചോദിച്ചു കൊണ്ടിരുന്നു. ഒറ്റപ്പെട്ട രോദനങ്ങൾ സംഘം ചേർന്ന്, വിങ്ങിക്കരച്ചിലിന്റെ തിരയടിയായി. ഉയർന്നു താണു നീണ്ടും കുറുകിയും വിറച്ചും ഇടറിയും അന്തരീക്ഷത്തിൽ ലയിച്ചുകൊണ്ടിരുന്നു......

ഞങ്ങളെത്തിച്ചേരേണ്ടിടം ഏതാവും? എപ്പോഴാണൊന്നു നിൽക്കാൻ പറ്റുക? ഒരു പുൽനാമ്പു കൊറിക്കാൻ .... ഒന്നു തലചായ്ക്കാൻ.....

തിരിഞ്ഞു നിൽപ്പാനറിയാത്ത ഞങ്ങളെ തല്ലിയും തള്ളിയും തെളിച്ചുകൊണ്ട് ഇടയന്മാർ ഇടം വലം ഓടിനടന്നു. അവർക്കാസ്ഥലം അറിയാമായിരിക്കും. തൊട്ടുരുമ്മുന്ന ഉടതൂർന്ന വള്ളിപ്പടർപ്പുകൾ, അകലെ മലയിലെ വെള്ളി നീർച്ചാലുകൾ, തലയ്ക്കു മുകളിലെ ഇളകുന്ന വൃക്ഷ ഛായകൾ എല്ലാം ഞങ്ങളെ നോക്കി നെടുവീർപ്പിട്ടു. ഞങ്ങളുടെ കണ്ണുനീർത്തുള്ളികളിൽ അവയുടെ രൂപം വീണുടഞ്ഞു.

ഇളം നാമ്പുകൾ ഞങ്ങളുടെ യാത്ര രസം പിടിച്ചുനോക്കി നിന്നു. കാക്കകൾ ഞങ്ങളെ കളിയാക്കിക്കൊണ്ട് പറന്നു. കറങ്ങി.

ഭയംകൊണ്ട് ഇടം വലം തുള്ളുന്ന തലകളുമായി അപ്പോഴും നട

ക്കുക തന്നെ ഞങ്ങൾ. കുറ്റന്മാരുടെ കീഴ്ത്താടി രോമങ്ങൾ കൂടിയും വിറച്ചിരുന്നു

ഞാൻ പറ്റം വിട്ട ഒറ്റയാനായിരുന്നു. ഏറ്റവും പുറകിൽ സംഘത്തിൽ ച്ചേർന്ന് സങ്കടം പങ്കിടാൻപോലും ഭാഗ്യമില്ലാത്ത ജന്മമാണല്ലോ എന്റേത്. മുടന്തന്റെ ജന്മം.

മുന്നിൽ നീങ്ങുന്ന സംഘത്തിന്റെ പിന്നണി പോലായിരുന്നു. എന്റെ കരച്ചിൽ.

എന്റെ സാധുവായ അമ്മ ഇടയ്ക്കിടെ തിരിഞ്ഞു നോക്കിക്കൊണ്ടിരുന്നു. കഴുത്തു മുമ്പോട്ടു തള്ളുമ്പോഴും കണ്ണ് പുറകോട്ട്....

ഇടയർക്കത് ഇഷ്ടപ്പെട്ടില്ല. അവർ ആ ഓരോ നോട്ടത്തിനും സംഘ ചലനത്തിന്റെ താളം തെറ്റിക്കുന്നതിനാകണം എന്റെ അമ്മയെ തല്ലി. എങ്കിലും അമ്മ നോട്ടം നിറുത്തിയില്ല.

എന്നും ഞാനൊരു ദുഃഖം മാത്രമായിരുന്നു ആ പെറ്റ മനസിന് മത്സരിച്ചുത്സാഹിച്ച് പാൽ കുടിക്കുവാൻ കൂടപ്പിറപ്പുകളോടൊപ്പം ഞാനും ഓടിയിരുന്നു. ആർത്തടിച്ച ആ തള്ളിക്കയറ്റത്തിൽ എപ്പോഴും ഞാൻ പിന്തള്ളപ്പെട്ടുപോകും. അകിട്ടിൽ ഇടയ്ക്കിടെ എങ്ങാനുമൊന്നു മുട്ടാനോ ഈ മുടന്തനു കഴിയൂ. അതറിയുന്ന അമ്മ എന്നു എനിക്കായി ഒരിത്തിരി പാൽ ആരാരുമറിയാതെ ചേരക്കുഴലുകളിൽ അണകെട്ടി നിറുത്തി സൂക്ഷിച്ചിരുന്നു.

ദൂരം പിന്നിടുംതോറും ഏറെയേറെ പുറകിലായിപ്പോകുന്ന എന്നെ പിന്തള്ളിപ്പോകാൻ കഴിയാഞ്ഞ് അമ്മയുടെ കാൽ ഇടറിക്കൊണ്ടിരുന്നു. ഇടയന്റെ വടിക്കും അതു തടുക്കാനായില്ല. എന്നിൽ നിന്നും കണ്ണ് മാറ്റാനാവാത്ത ആ സ്നേഹം തന്റെ മുതുകിൽ തുടരെത്തുടരെ വീഴുന്ന കുറുവടി കണ്ടില്ല, ആ നൊമ്പരമറിഞ്ഞില്ല.

എന്നാലതു കണ്ട് ഞാൻ പിടഞ്ഞു നീട്ടിക്കരഞ്ഞു ഏന്തിവലിഞ്ഞ് കൂടെയെത്താൻ കിണഞ്ഞു. ആ കിതപ്പിൽ ഞാൻ കൂടുതൽ പുറകിലായികൊണ്ടിരുന്നു.

ഇടയ്ക്കുണ്ടോ കനിവ്! അവർ അമ്മയെ തല്ലുക മാത്രമല്ല ചീത്ത പറയുകയും മുന്നോട്ടാഞ്ഞുതള്ളുകയും ചെയ്തു. ഞാൻ നിലവിളിച്ചു കൊണ്ട് ഇഴഞ്ഞു. എന്റെ കരച്ചിലിനുമേൽ ആശ്വാസം പകരുന്ന പ്രതിശബ്ദം പോലെ അമ്മയുടെ തേങ്ങൽ അപ്പോളൊക്കെയും....

ഞങ്ങൾക്ക് മറ്റെന്താണ് സാധിക്കുക! പാവങ്ങൾ ആടുകൾ.

ഞങ്ങളുടെ ഇത്തിരിവാലുകൾ കിടുകിടെ വിറച്ചു. തൊണ്ടയിൽ ശബ്ദം തേഞ്ഞു. കാലു കുഴഞ്ഞു തെന്നി.

പക്ഷേ ആർക്കും ഞങ്ങളെപ്പറ്റി ചിന്തിക്കാൻ നേരമുണ്ടായില്ല; ഞങ്ങൾക്കുപോലും.

തല്ലേറ്റ് തമ്മിലുരുമ്മി മുന്നോട്ടുതെന്നി തുളുമ്പിക്കൊണ്ടിരുന്ന സംഘലം ഇണക്കവും പിണക്കവും തമ്മിൽത്തമ്മിൽ മുട്ടിയുരുമ്മി തീർക്കാൻ മാത്രം വിധിയുള്ള ഞങ്ങൾ, പാവങ്ങൾ ആടുകൾ.

ആകെ വേവലാതിയായിരുന്നു ഇടയർക്കും. അങ്ങകലെയെങ്ങോ വസിക്കുന്ന തമ്പുരാന്റെ പേര് അവർ പറഞ്ഞു. അയാളെയോർത്ത് വിറച്ചിരുന്ന അവരും നേരം വൈകിയാൽ അവരുടെ തലകാണില്ലായെന്ന് ഇടയ്ക്കിടെ പുലമ്പിക്കൊണ്ടിരുന്നു. പാവം ഇടയന്മാർ.

വഴി വീണ്ടും നീണ്ടുപോയി.

ഇടവിടാതെ ദീനംദീനം അതേ ചോദ്യം തന്നെ ഞങ്ങൾ ഉയർത്തിക്കൊണ്ടിരുന്നു; ഈർപ്പമില്ലാത്ത ചിലമ്പിച്ച സ്വരത്തിൽ.

"എങ്ങോട്ടാണ്...... എങ്ങോട്ട്?"

പക്ഷേ ഒരു പുൽക്കൊടിയും വഴി ചൂണ്ടിത്തന്നില്ല. ഒരു കാട്ടുകിളിയും ആ സ്ഥലം ചൊന്നില്ല. ഇടയരുടെ ഒച്ചയും വടിയുടെ മൂളലും മാത്രം.

വേനൽ വരട്ടിയ സരസ്വതി. ആ നീർച്ചാൽ ചാടിക്കടക്കേ നാവിലൂറിയ ഉമിനീർ നുണച്ച് ദാഹം തീർത്ത് ഞങ്ങൾ നടന്നു. ആ വലിയ കുന്നിന്റെ താഴ്‌വാരത്തിലെ ഒറ്റയടിപ്പാതയിലൂടെ....

കുന്നിൻവിടവിലൂടെ വന്ന ഉഷ്ണക്കാറ്റ് ഞങ്ങളെ വലംവച്ചുഴിഞ്ഞ് ചൂളമടിച്ചു കടന്നുപോയി.

വടികൊണ്ട്, തൊണ്ട തുറന്ന്, ഇടയർ വേഗം കൂട്ടി. പക്ഷേ അമ്മ പുറകോട്ടു വലിഞ്ഞു. എന്റെ നേരെ കണ്ണുതിരിച്ചു. ആ കഴുത്തിൽ കയർ മുറുകി.

ഞാൻ ആവുന്നത്ര കാൽ ഏന്തിയേന്തി വച്ചു. പെട്ടെന്ന് ഒരു കൊച്ചു കുഴിയിൽ വീണു പോയി.

ഇടയന്റെ ആക്രോശം. ആഞ്ഞാഞ്ഞുള്ള തല്ല്.

മുന്നോട്ടു വലിക്കുന്ന കയർ. പിന്നാക്കം വലിയുന്ന കഴുത്ത്. ഇളകാത്ത കാല് – എല്ലാം ആ കിടപ്പിൽ ഞാൻ കണ്ടു.

ഞാൻ പിടഞ്ഞെണീറ്റു. അമ്മയുടെ കണ്ണിൽ നനവു കണ്ടു

ഒരിടയൻ എന്നെ കഴുത്തിൽ തൂക്കി നിരത്തിൽ കയറ്റിവിട്ടു.

എനിക്കൊരടി നടക്കാൻ വയ്യെന്നു തോന്നി. എങ്കിലും ഞൊണ്ടി തേങ്ങി കാലെടുത്തു വച്ചു.

വഴിയോരത്തെ ആൽച്ചുവട്ടിൽ നിന്ന് ഒരാൾ എണീറ്റ് എന്റെ അടുത്തുവന്നു. മെല്ലെ കുനിഞ്ഞ് എന്നെ വാരിയെടുത്തു മാറോടു ചേർത്തു നടന്നു.

അതു രസിക്കാത്തതുപോലെ ഒരിടയൻ ചോദിച്ചു. – "നിങ്ങൾ"?

അയാൾ പറഞ്ഞു: "ഞാൻ ഗൗതമൻ. നടക്കൂ. ഞാനിതിനെ എടുത്തോണ്ട്."

ഞാനാ മനുഷ്യന്റെ നെഞ്ചോടും ചേർന്നിരുന്നു. ഇളം ചൂടു പകരുന്ന സുഖം. ആ നെഞ്ചിടിപ്പ് എന്റെ ഹൃദയത്തിൽ. ഞാൻ അയാളുടെ തോളിലേക്ക് മുഖമുയർത്തി ആ മുഖം നോക്കി. എത്ര നല്ലയാളാണ്. എന്തു കൃപയാണ്.!

അയാൾ വേഗം നടന്ന് സംഘത്തോടൊപ്പമെത്തി. അമ്മയ്ക്കാശ്വാ

സമായി. അമ്മയും മനസുകൊണ്ടാ മനുഷ്യന് നന്ദി പറഞ്ഞിരിക്കണം.

"അയാൾ ചോദിച്ചു – ബിംബിസാരന്റെ....."

ഇടയൻ പറഞ്ഞു "അതെ".

അയാൾ സ്വന്തം നിഴൽ നോക്കിയിട്ട് നടത്തം മുറുക്കി.

വഴി വീണ്ടും നീണ്ടു.

സൂര്യൻ ഞങ്ങളുടെ കണ്ണിൽ ആവിപറത്തി ജ്വലിച്ചു നിന്നു. എന്നെ ച്ചുമന്ന മനുഷ്യനും വിയർത്തു. ആ കുപ്പായം നനഞ്ഞു. ആ നനവു പോലും എനിക്കൊരു കുളുർമയായി.

ജനങ്ങൾ തിങ്ങിയ ഒരിടത്തെത്തി. പട്ടണമായിരിക്കണം. ഒരു പക്ഷേ രാജാവ് വാഴുന്ന പട്ടണം.

വാഹനങ്ങളെ, കാൽനടക്കാരെ ഗൗനിക്കാതെ ഇടയർ വീണ്ടും തിര ക്കുകൂട്ടി. ദയവില്ലാത്ത വേഗം.

ഗൗതമൻ എന്നേയുംകൊണ്ട് എല്ലാർക്കും മുന്നിൽ നടന്നു. കാഴ്ച ക്കാർക്ക് ഞങ്ങളുടെ സംഘനേതാവ് അയാളാണെന്ന് തോന്നും.

ഒരു വലിയ വഴി. ഇരുവശവും നിറയെ പൂക്കളുള്ള ചെടികൾ. എന്തൊരു സുഗന്ധം. ആചെടിയുടെ ഒരില കടിച്ച് രുചിക്കാൻ കൊതി തോന്നി.

ആ വഴി തീർന്നത് ഒരു കൂറ്റൻ മണ്ഡപത്തിന്റെ മുന്നിൽ. എന്തു ഭംഗിയാണൊമണ്ഡപത്തിന്!

അവിടെ, കത്തിയെരിയുന്ന ഒരു തീക്കുണ്ഡം. ആകാശത്തിലേക്കു വാൾവീശുന്ന അഗ്നി. ഇളം കാറ്റിൽ ചുറ്റിക്കറങ്ങിപ്പടരുന്ന പകുച്ചുരുളു കൾ. നിശബ്ദരായി നോക്കി നിൽക്കുന്ന ജനങ്ങൾ ചുറ്റിനും.

കത്തുന്ന മാംസത്തിന്റെ ഗന്ധം. നെയ്യ് എരിയുന്ന മണം. ഏതോ വസ്തുക്കളെല്ലാം ഒന്നിച്ചെരിഞ്ഞ് ഉയരുന്നു. വല്ലാത്ത ചൂര്. എങ്കിലും രസമുണ്ട്. ഞാൻ ആവോളം ശ്വസിച്ചു.

സംഘത്തെ മണ്ഡപത്തിന്റെ ഒരരുകിൽ നിർത്തി ഇടയർ വണങ്ങി പിൻവാങ്ങി.

കുറേപ്പേർ അഗ്നിക്കു ചുറ്റുമിരുന്നു മന്ത്രം ചൊല്ലുന്നു. കടന്നലുകൾ മൂളും പോലെ

ആ തീക്കുണ്ഡത്തിനും ഇത്തരിയകലെ ഉയർന്ന ഒരിടത്ത് ഒരാളിരി ക്കുന്നു. വല്ലാത്ത തേജസ്. വസ്ത്രങ്ങൾക്കെന്തു തിളക്കം!

ബിംബിസാര മഹാരാജാവ് ഇദ്ദേഹമായിരിക്കും–ഞാനോർത്തു.

എന്നെയും ചുമന്നു വന്നയാൾ ഇത്തിരികൂടെ മുന്നോട്ടുനീങ്ങി. രാജാ വിനെ താണുവണങ്ങി. പിന്നെ എന്ന നിലത്തിറക്കി.

ഞാൻ ഞെട്ടിപ്പോയി. ഞാൻ കാൽ വച്ചിടത്ത് ചോര. കൊച്ചു ചാലാ യിട്ടൊഴുകുന്ന രക്തം.

തൊട്ടപ്പുറം മൂന്നു തലകൾ. രക്തമിറ്റു വീഴുന്ന ആട്ടിൻ തലകൾ. അവയുടെ തുറന്ന കണ്ണുകൾ അപ്പോഴും മിനുങ്ങിയിരുന്നു.

ഞാൻ പകച്ചു നിന്നു. എന്റെ കണ്ണ് രാജാവിലുടക്കി നിന്നു.

രാജാവ് പുഞ്ചിരിയോടെ എന്നെ ചുമന്നുവന്ന ആ നല്ല മനുഷ്യനെ നോക്കി.

അയാൾ ഒരടി മുന്നോട്ടു കയറി വായ്പൊത്തിക്കൊണ്ടു പറഞ്ഞു: "ഈ കുട്ടി മുടന്തനാണ്. നടക്കാൻ തീരെ വയ്യ. അതുകൊണ്ട് യാഗത്തിനു സമയം തെറ്റണ്ടാ എന്നു കരുതി അടിയൻ ഗൗതമൻ അതിനെ ചുമന്നു കൊണ്ടുപോന്നു."

അയാൾ പിന്നെയും വണങ്ങി.

രാജാവ് വീണ്ടും ചിരിച്ചുകൊണ്ട് പറഞ്ഞു: "ഭേഷ് നീയാണു രാജ്യസ്നേഹി. രാജഭക്തൻ. മുന്നോട്ടുവരൂ".

ഗൗതമൻ മുന്നോട്ടുചെന്നു. ചുറ്റുമുള്ളവർ ശ്വാസമടക്കി നിന്നു. രാജാവ് എണീറ്റു ഉറക്കെ പറഞ്ഞു നമ്മുടെ മഹാരാജ്യത്തിൽ ഇത്രബോധമുള്ള ഒരുവൻ ഉണ്ടായതിൽ നാം ആഹ്ലാദിക്കുന്നു. നീ ഗൗതമനല്ല. ബുദ്ധനാണ്. മേലിലതായിരിക്കും നിന്റെ നാമം.

രാജാവ് അനേകനിറമുള്ള ഒരു തൂവൽ അയാൾക്ക് സമ്മാനിച്ചു ഏതോ വിശിഷ്ടമായ പക്ഷിത്തൂവൽ. എന്തുഭംഗി!

അയാൾ ആവോളം താണുതൊഴുതു വാങ്ങി പിന്നോട്ടുനടന്നു.

എനിക്കു പുറകിൽ ഒരു കരച്ചിൽ കുമിള പൊട്ടി. ഞാൻ ഞെട്ടിത്തിരിഞ്ഞു നോക്കി. ഹോമകുണ്ഡത്തിനപ്പുറം എന്റെ അമ്മയുടെ ഉടൽ പിടയുന്നതുകണ്ടു. ഇത്തരിയകലെ ആ തല. മിനുങ്ങുന്ന കണ്ണ്. ചോരതുളുമ്പി വീഴുന്ന വാൾ.

എന്റെ കരച്ചിൽ കരളിലാഴ്ന്നു.

കാഴ്ച കലങ്ങിമങ്ങിയ എന്റെ കണ്ണിൽ ഗൗതമന്റ പുഞ്ചിരിക്കുന്ന മുഖം. തൂവലണിഞ്ഞ ഗാന്ധിത്തൊപ്പി.

ഒരു മൂളലോടെ എന്റെ നേരേ പാഞ്ഞു വരുന്ന വാൾ. എന്റെ തന്നെ ചോരയിറ്റു വീഴുന്നു....

(1980)

വാർധക്യസഹജം

എന്നിട്ടും നരച്ച് തൂങ്ങിയ അമ്പലം നിന്നു. നാടിന്റെ വികാരം പോലെ. ശ്രീകോവിലിൽ പൊന്തിയ കുറ്റിച്ചെടികൾക്കിടയിൽ പതിയിരിക്കുന്ന ആ കരുമാടിക്കുട്ടന്റെ മുഖമേതാണ്? വിഷ്ണുവാകാം, ശിവനാകാം, അഥവാ അവരുടെ രൂപാന്തരമോ ഒരുൽപ്പന്നമോ ആകാം. വായ്ക്കരി മുട്ടിയ ദേവന് വായെന്തിന്? ഒരു മുഖമെന്തിന്?.

വൈകുന്നേരങ്ങളിൽ യുവജനങ്ങൾ ശരീരം പോഷിപ്പിക്കുന്ന അമ്പല മൈതാനം. ആ മരുഭൂമിയുടെ തെക്കേയറ്റത്ത് ഓർമകൾ അയവിറക്കുന്ന, പോടുപാഞ്ഞ അരയാൽ. പെരുമുട്ടുവാതം വന്ന വേരുകൾ. എന്നിട്ടുമതിൽ വിറയ്ക്കുവാൻ ഇലകളുണ്ട്; കാറ്റിലടർന്നു വീഴാൻ ചുള്ളികളും. കാക്കക്കൂടുകൾ, തീക്കണ്ണന്മാരായ തത്തുകൾ. വിഷാദം കീറുന്ന ചീവിടുകൾ. എങ്ങും ജീവിതം വറ്റിപ്പോകുന്നില്ല.

പൊട്ടിപ്പിളർന്ന ആൽത്തറയ്ക്ക് വിരുന്നുകാർ ചേക്കേറാത്ത ദിവസങ്ങളിന്നും വിരളം. കിറുക്കന്മാർ, യാചകർ, സർവസംഗപരിത്യാഗികൾ, സംഗോത്സുകർ.....

ആടിമാസവും പണവും മേലാപ്പുചാർത്തിയകാലം ഏതോ കിഴക്കൻ മലയോരത്തുനിന്ന് ഒരു കുടുംബമെഴുന്നള്ളി വന്നു. പാമ്പാട്ടികൾ. കൈയിൽ ഏലസുകെട്ടി കറുത്ത മുണ്ടുമടക്കിയുടുത്ത രണ്ട് സഹോദരന്മാർ, അവരുടെ പൊണ്ടാട്ടികൾ, കുഴന്തൈകൾ. യുവാക്കളായ ആ അപൂർവ സോദരർ തലയിൽ അട്ടിവച്ച കുട്ടകളുമേന്തി കൈയും വീശി വന്ന് ഇടയ്ക്കിടെ തിരിഞ്ഞ് നിന്ന് അത്യുച്ചത്തിൽ പിൻഗാമികളെ ചീത്തവിളിച്ചു. അവരുടെ സന്തതികളെ കെട്ടിത്തൂക്കിയും. വലിച്ചു നീക്കിയും നയിച്ചുകൊണ്ടായിരുന്നു പെണ്ണുങ്ങളുടെ വരവ്. ഓരോ തെറിക്കും അവർ മറു

തെറി ചൊല്ലി. എല്ലാറ്റിനും പുറകിൽ വടികുത്തി വേച്ചു വേച്ചു തന്തപ്പാമ്പാട്ടി വന്നു. അയാളും ചുമന്നിരുന്നു നിറം മങ്ങിയ ഒരു കുട്ട.

ആൽത്തറയിലവരുടെ ഗന്ധവും നാദവും പടർന്നപ്പോൾ കാക്കകൾ ഭീതി പൂണ്ടു പറന്നു.

കുട്ടകളിറക്കിവച്ച് യുവാക്കൾ ക്ഷീണം മാറ്റി. ശബ്ദായമാനമായി പുകവലിച്ചൂതി. കുട്ടികൾ തമ്മിൽ തല്ലിയും കലപില കൂട്ടിയും ഓടിക്കളിച്ചു. ഒരുവൾ അടുപ്പുകൂട്ടി. മറ്റേപെണ്ണ് ചുള്ളിപെറുക്കിക്കൂട്ടി.

അടുക്കളയൊരുങ്ങിയപ്പോഴേ കിഴവൻ വന്നെത്തിയുള്ളൂ. അയാൾ ഊന്നുവടി ഒരു വേരിൽ ചാരി വച്ചു. ആയാസപ്പെട്ട് കുട്ട ഭൂമിയിലെത്തിച്ചു. പിന്നെ കൈകൾ പിന്നാക്കം കുത്തി. കാലകറ്റി മലച്ചിരുന്നു. ശരീരം സാധാരണ നിലയിലെത്തിയപ്പോൾ കിഴവൻ തെരുതെരെ എന്തോ പറഞ്ഞു. പക്ഷേ അയാളുടെ വാക്കുകൾ വായു കൈക്കൊള്ളുന്നില്ലെന്നു തോന്നും മറ്റുള്ളവരുടെ പ്രതികരണം കണ്ടാൽ. കടലലപോലെ അത് വെറുതെ അലോരസമുണ്ടാക്കി. അത്രമാത്രം.

യുവാക്കൾ വഴിയിൽക്കണ്ട സിനിമാപരസ്യത്തിന്റെ ചന്തത്തെപ്പറ്റി വാഗ്വാദം നടത്തി ഹരം പിടിച്ചിരുന്നു. പാചകനിരതരായ പെണ്ണുങ്ങൾ ഇടയ്ക്കിടെ കുത്തുവാക്കുകൾകൊണ്ടു പരസ്പര സ്പർധയ്ക്ക് തീപൂട്ടി.

കിഴവൻ തന്റെ മാറാപ്പിൽ നിന്നൊരു വക്കുപൊട്ടിയ പാത്രവുമെടുത്തുകൊണ്ട് നിരങ്ങിനീങ്ങി. മൂത്തമരുമകളുടെ നേരേ പാത്രം നീട്ടി വാത്സല്യാർദ്രമായി യാചിച്ചു. – “കൊഞ്ചം ചുടുതണ്ണി കൊട്മ്മാ...”

മരുമകൾ തലവെട്ടിച്ച് ഒന്നു നീട്ടി തുപ്പി: “പാരഎളവ്.. കെട്ടിയെടുക്ക്റതുമില്ലിയേ....

വൃദ്ധന്റെ കണ്ണുകൾ അനുജത്തിയെ തേടി. അവൾ ദേഹം വെട്ടിച്ച് ചേലത്തുമ്പു വലിച്ചുമുറുക്കി. കിഴവനിരുന്ന നിലം ചവിട്ടിത്തൊഴിച്ച് നടന്നുപോയി. അയാൾ നാവു താണ്, കണ്ണു കറങ്ങി പ്രേതം പോലങ്ങനെയിരുന്നു.

ഏതോ നടിയുടെ രൂപപ്പൊലിമ ചൊല്ലി പുത്രന്മാർ പൊട്ടിച്ചിരിച്ചു.

ഉച്ചയൂണുകഴിഞ്ഞ് കളിക്ക് മൈതാനമൊരുങ്ങിയപ്പോഴും വൃദ്ധൻ തന്റെ തകരപ്പാത്രത്തിൽ ദാനം കിട്ടിയ അന്നത്തിൽ തപ്പി പിടയുകയായിരുന്നു.

പാമ്പാട്ടം തനതായ കലാവിരുന്നാണല്ലോ. ഈ മണ്ണിന്റെ ചൂരുള്ള കളി. യുവജനത്തിന് അതിനാൽ ബഹുതോഷം. പ്രേക്ഷകർ പത്മവ്യൂഹം ചമച്ചു നിന്നു.

സഹോദരദ്വന്ദ്വത്തിന്റെ വാചികം കെങ്കേമം. ഉശിരൻ ചോദ്യോത്തര പംക്തി, അനിയന്റേതാണ് മറുപടി

ഒരു കുട എറിഞ്ഞുപിടിച്ചുകൊണ്ട് അണ്ണൻ വിളിക്കുന്നു. ടേയ്.......... തമ്പീ......

“ഏയ് അണ്ണേ...........”

“ഇതെന്ന നാഗമെടാ”

"അമ്പമ്പോ, അണ്ണേ അദു ജഗതലപ്രതാപൻ..... കണ്ണാ കണ്ണൻ കാളിയമൂർക്കൻ.... കൊടും പാപി..."

അണ്ണൻ പാമ്പിനെ പുറത്തെടുക്കുന്നു. അതിന്റെ തലയും വാലും കൈപ്പത്തികളിലാക്കി വലിച്ചു നിവർത്തു തിരിമറിക്കുന്നു. പാവം നാഗത്താൻ നാവു നീട്ടി പെരുകിയുഴലുന്നു.

"ടേയ് തമ്പീ....... ഇദു കൊത്തുമാ ഇദുക്കു വെഷമിരിക്കാ"

"അണ്ണേയ്.... അദുകത്തുണണാ.... മൂച്ചുവിട്ടാ പോതുമേ.....

കൈയാലെ തൊടാതെ താഴെവിട്.. നീ ശത്തു പറന്നിടും...."

അണ്ണൻ പൊട്ടിച്ചിരിച്ച്, തലയിലെ പിടി വിടുന്നു. പാമ്പു പുളഞ്ഞ് വൻപത്തി വിടർത്തുന്നു. ഫണത്തിന്റെ കരാളത കണ്ടും, ഫൂൽക്കാരം കേട്ടും ജനം ഞടുങ്ങുന്നു. അണ്ണൻ പാമ്പിനെ കൈകളിലിട്ട് അമ്മാനമാടുന്നു. അനിയൻ കണ്ണുപൊത്തി വിറപൂണ്ടു നിൽക്കുന്നു.

"ടെയ് തമ്പീ...... പാരെടാ........ഈ ശിന്ന നീർക്കോലി........പാര്"

അണ്ണൻ മൂക്കട്ടയുമൊലിപ്പിച്ചിരിക്കുന്ന മൂന്നുവയസുകാരനെ വിളിക്കുന്നു.

"മുരുകാ.......വാടാ ഇങ്കേ........"

പയ്യൻ പുറം കൈയാൽ മൂക്കളയൊപ്പി പാഞ്ഞെത്തുന്നു.

"ടേയ് ഇതെന്നടാ......"

പയ്യൻ മണിമണിയായ് മൊഴിയുന്നു – "നീക്കോളീ......"

"ആമാ......നീ കെട്ടിക്കാറൻ......"

അണ്ണൻ പയ്യനെ അഭിനന്ദിച്ചുകൊണ്ട് പാമ്പിനെ അവന്റെ മേലെറിയുന്നു. – "ഇന്നാ പിടിച്ചുക്കോ........"

പാമ്പ് അവന്റെ കഴുത്തിൽ ചുറ്റി പിണയുന്നു. ആ പൈതൽ ഒരു കൈകൊണ്ടതിന്റെ ഉടലും, മറ്റേകൈകൊണ്ട് സ്വന്തം നിക്കറും താങ്ങുന്നു. സർപ്പത്തിന്റെ വിടർന്ന പത്തി അവന്റെ മൊട്ടത്തലയ്ക്കുമേലുയർന്ന് നാവു പുളയ്ക്കുന്നു. പയ്യൻ കൂസലന്യേ ജനങ്ങളുടെ അടുത്തേക്ക്– മഹാജനം പിന്നോക്കം വാങ്ങുന്നു. അണ്ണനും തമ്പിയും തല തല്ലി ചിരിക്കുന്നു. ഉടനെ ഏത്താപ്പിട്ട ഒരു രണ്ടു വയസുകാരി കൊച്ച്തകര പ്പാത്രവുമേന്തി മുരുകനു പിറകെ ജനവിധി തേടുന്നു. ജനത്തിന്റെ അത്ഭുതാദരങ്ങൾ നാണയങ്ങളായ് പറന്നു വീഴുന്നു. അണ്ണനും തമ്പിയും മുഖം തെളിഞ്ഞ് പരസ്പരം നോക്കിയിട്ട് മകുടിയെടുത്ത് ഊത്ത് തുടങ്ങുന്നു.

നിരന്നിരിക്കുന്ന കുട്ടകളുടെ മൂടികൾ അനങ്ങുന്നു. നാഗങ്ങൾ തല പുറത്തേക്കിടുന്നു. അവ ആലോലം ഇഴഞ്ഞെത്തുന്നു. സംഗീതത്തിന്റെ തലയാടുന്നു. മകുടി ചുറ്റുന്നു. ഫണങ്ങളിളകുന്നു. മനങ്ങൾ ചാഞ്ചാടുന്നു. ഇതുതന്നെ നാദബ്രഹ്മം, ഇതു തന്നെ ബ്രഹ്മനാട്യം, നാട്യധർമിയും ലോകധർമിയും ഇണചേരുന്നു.

നാഴികൾ വേയ്ക്കുന്നു. കുഴലും ഉടലും തെല്ലു വാടി. നൃത്തവും ഗാനവും മങ്ങി. ജനത്തിന്റെ കണ്ണുകൾ നിശ്വസിച്ചു.

ആൽത്തറയിൽ നിന്നും വൃദ്ധൻ നിരങ്ങി വൃത്താകാരമായ സദസിന്റെ ഒരൊറ്റത്തെത്തിയിരുന്നു,

അയാൾ തന്റെ കുട്ട മുന്നിൽ വച്ച്, പഴകിയ മകുടിയെടുത്ത്, നെഞ്ചോടുചേർത്തൊന്ന് ധ്യാനിച്ചിട്ട് ഊതാനാരംഭിച്ചു. ആ ഗാനതരംഗം പിടഞ്ഞുവന്നപ്പോഴാണ് കണ്ണുകളിലയാൾ പെട്ടത്.

വൃദ്ധന്റെ നീലഞരമ്പുകൾ മുഴയിട്ട് എഴുന്നു വന്നു. കുണ്ടിൽ നിന്ന് കണ്ണുകൾ പുറത്തേക്കു തലനീട്ടി. ആ പഴഞ്ചൻ കുട്ട ചിലമ്പി അതിനുള്ളിൽ സർപ്പമിളകി. ഇളയമകൻ ഒറ്റക്കുതിക്ക് അങ്ങെത്തി അവൻ തന്തയുടെ മകുടിപിടിച്ചുവാങ്ങി.

'കെഴട്ട മൂതേവി... ഏതുർക്കാകെ ഇങ്കെ കെട്ടിയെടുക്ക്റത്'?

അവൻ ഇടതുകാൽ കൊണ്ട് കുട്ട തട്ടിയെറിഞ്ഞു. രണ്ടും രണ്ട് പാത്രമായി തെറിച്ചു വീണു. ഉള്ളിൽക്കിടന്ന വെമ്പാല അനാഥമായി നിലം പൊത്തി.

ജീർണിച്ച ഉടൽ, തൂങ്ങിപ്പോയ ഫണം. ദീനമായ് വിറയ്ക്കുന്ന നാവുകൾ, വൃദ്ധൻ ഇമവെട്ടാതെ തന്റെ അരുമപ്പാമ്പിനെ നോക്കിയിരുന്നു.

പേരക്കിടാങ്ങൾ ഇരമ്പിയെത്തി. അവർ ആ കുട്ട തട്ടിക്കളിച്ചു. മറ്റേ തലയ്ക്കൽ കളി തുടങ്ങി. രംഗം ഉഷാർ. വൃദ്ധൻ ഈർപ്പമിറങ്ങിയ തൊണ്ടകൊണ്ട് ഏതോ ശാപം ഉതിർത്തുകൊണ്ടിരുന്നു. കുട്ടികൾ കുട്ട വലിച്ചെറിഞ്ഞു മടങ്ങിപ്പോയി പാമ്പ് ഇടയ്ക്കിടെ വാലനക്കി കൂടുതൽ കൂടുതൽ ചുരുങ്ങിക്കൂടി.

വൃദ്ധൻ മെല്ലെ നിരങ്ങിച്ചെന്ന് കുട്ട എടുത്തു. തന്റെ പാമ്പിനെ പൊക്കി അതിനുള്ളിലാക്കി മൂടിവച്ചു. പിന്നെ അതിനടുത്ത് കാൽമുട്ടുകളിൽ നെറ്റി താങ്ങി കുമ്പിട്ടിരുന്നു.

ചന്ദ്രക്കലയെത്തുമ്പോൾ മൈതാനം ശൂന്യമായിരുന്നു. ആൽത്തറയിൽ പൈതങ്ങൾ തലങ്ങും വിലങ്ങും ചുരുണ്ടുകിടന്നിരുന്നു. അടുപ്പിലെ ചാരത്തിൽ ഒരു കനൽമാത്രം നീറിത്തിളങ്ങിയിരുന്നു. തമ്പി ഒരു പ്രേമഗാനം പാടിത്തകർത്തുകൊണ്ടിരുന്നു; തന്റെ മനവിയുടെ രാഗത്തിനായിരിക്കാം. അണ്ണൻ തകരപ്പാത്രത്തിൽ സ്വയം മറന്ന് താളം പിടിച്ച് രസിച്ചിരുന്നു. പെണ്ണുങ്ങൾ രണ്ടും തലയാട്ടിയും ചിരിച്ചും പ്രോത്സാഹനം ചൊരിഞ്ഞിരുന്നു.

തെല്ലുമാറി കൂനിക്കൂടി വൃദ്ധനിരുന്നു. അയാൾക്ക് മുന്നിൽ വിഷാദം മൂടിയ കുട്ടയും ചന്ദ്രൻ പിന്നെയും വിളർത്തപ്പോൾ പാട്ടിന്റെ ആവേശം തണുത്തു. ചേട്ടൻ താളം മറന്നു. മൂത്തവൾ ഉറക്കം തൂങ്ങി. ഇളയവൾ തന്റെ ആര്യപുത്രനെ പ്രേമാർദ്രമായി മിഴിച്ചുനോക്കിയിരിപ്പായി.

ക്രമേണ അവരെല്ലാം ഒരു ശൂന്യവിതാനത്തിലെത്തി. ആർക്കുമാരോടുമൊന്നും ഉരിയാടാനില്ല. പരസ്പരമൊന്നും നോക്കുവാനില്ല. അടുപ്പിലാ കനൽ മാത്രം മിന്നിക്കൊണ്ടിരുന്നു; ചന്ദ്രക്കല ഒരു കാർമേഘത്തിനു പുറത്തെത്തി. നാട്ടുവെളിച്ചത്തിൽ അരയാലിലകൾ തിളങ്ങി. ശ്രീകോവിലിനുമുകളിൽ ഒരു മിന്നാമിന്ന് വട്ടം കറങ്ങി.

വൃദ്ധൻ ഒന്നനങ്ങി. ചുമച്ചുകൊണ്ട് തൊണ്ട ശരിയാക്കി. തെല്ലുനിവർന്നിരുന്നു. അയാൾ ഒരു രാഗം മൂളിത്തുടങ്ങി. മെല്ലെമെല്ലെ ആ ശബ്ദത്തിലെ വിറയകന്നു. ഈണം ഊഷ്മളമായി.

ഉറക്കം തൂങ്ങിയ പെണ്ണുണർന്നു. മക്കളും മരുമക്കളും അങ്ങോട്ടു നീങ്ങി. അവരുടെ ഏതോ വികാരം ആ വൃദ്ധസ്വരത്തിലുടക്കി നിന്നു

വാക്കുകളില്ലാത്ത രാഗനിർഝരി. ആ നാദധാര അലൗകിതയുടെ പടവുകൾ കയറി....

വൃദ്ധനു മുന്നിലെ കുട്ടയുടെ മൂടി തെറിച്ചു. ഉള്ളിൽ നിന്ന് സർപ്പത്തിന്റെ നരച്ച ശിരസുയർന്നു വന്നു. വൃദ്ധന്റെ ഗാനത്തിൽ വാക്കുകളെത്തി.

"പൊടിഞ്ഞുപോയ് എല്ലുകൾ
പൊഴിഞ്ഞുപോയ് പല്ലുകൾ
വാർന്നുവാർന്നൊഴിഞ്ഞുപോം ജീവൻ
ചെതലരിച്ച തൊലിയേ,
നീ മൂടി വയ്പതെന്തിനെ?
വെട്ടമറ്റ കണ്ണ്,
ഒച്ച ചോർന്ന കാത്
രസമകന്ന നാവ്
പിന്നെയെന്തിനീ ഉടൽ"

തമിഴിന്റെ താരള്യം മുഴുവൻ ഊറിനിൽക്കുന്ന വാക്കുകൾ, വൃദ്ധൻ ഓരോ വരിക്കും ആവർത്തിച്ചാവർത്തിച്ചു പാടി. സ്വയം മറന്ന് ആരോടോ നടത്തുന്ന പരിദേവനം പോലെ.....

സർപ്പം ഇഞ്ചിഞ്ചായി പൊങ്ങി, ആടിയാടി ഉയർന്നു ഫണം വിടർന്നു. വാൽ കുത്തിനിന്ന് അത് ആടി. വൃദ്ധന്റെ മുഖത്തിനു നേരെ ചലിപ്പിക്കുന്ന കണ്ണാടിപോലെ ആ പത്തി. കിഴവൻ അതിന്റെ കണ്ണുകളിൽ മിഴി നട്ടിരുന്നു പാടി. സർപ്പം കിഴവനെ തന്റെ കണ്ണിലെടുത്ത് ആടി.

"ഭൂമി തൂത്തെറിയുന്നു.......
നമ്മൾ ഇതാ ഈ മുതുകൊടിഞ്ഞ വഴിയിൽ...
നിഴലില്ലാത്ത മണ്ണ്-
അടയിരുന്ന മുട്ടകളെവിടെ?
വിരിച്ചെടുത്ത കുഴന്തകളെവിടെ?
നമ്മളീമുതുകൊടിഞ്ഞ വഴിയിൽ......"
വൃദ്ധന്റെ ശബ്ദം ഏതോ സാഗരഗഹനതയിൽ നിന്നുയർന്നു
ചിറകറ്റ, കൂടില്ലാ പറവകൾ..........
മൂടില്ലാതിഴയും ഇരുജീവിതം........
ഇഴഞ്ഞിഴഞ്ഞ് തേയുന്നു
എവിടെ എത്തുവാൻ? എവിടെ?
നിനക്കു ഞാനോ? എനിക്കു നീയോ?
എന്തിനോമനേ......?
.... ഇഴഞ്ഞിഴഞ്ഞെവിടെയെത്തുവാൻ............

മൂന്നാംവട്ടം വൃദ്ധനാവരി പാടി നിറുത്തിയിട്ട് പാമ്പിനെയൊന്നു നോക്കി. വാലിന്റെ ഒരു മാത്രയിലൂന്നിനിന്ന നാഗം വൃദ്ധന്റെ കണ്ണുകൾ അണപൊട്ടുന്നതുകണ്ട ഒരു നിമിഷാർധം-

സർപ്പം വിജ്രംഭിച്ചു. പുറകോട്ടാഞ്ഞ് വൃദ്ധന്റെ നരച്ച പുരികം ഇണ ചേരുന്ന സക്ഷ്മബിന്ദു കണക്കാക്കി തെല്ലും പിഴയ്ക്കാതെ ആഞ്ഞൊന്നു കൊത്തി. വൃദ്ധൻ നിശ്ചലം പുറകോട്ടുമലച്ചു. സർപ്പം എതിർവശത്തേക്കും

പുലർച്ചയ്ക്ക് ഒരേ ചിതയിൽ കിളവനും സ്വന്തം പാമ്പുമെരിഞ്ഞു. അപ്പോഴും പേരക്കിടാങ്ങൾ അനാഥമായ ആ കുട്ടകൾ തട്ടിക്കളിച്ച് ഓടി നടന്നിരിന്നു.

വാതിൽപ്പുറക്കാഴ്ചകൾ

മുപ്പതിന്റെ എലുക താണ്ടിപ്പോകുന്ന ഇന്നേരത്ത് എനിക്കൊരു ദുഃഖം, ഭയാനകമായ അസ്തിത്വദുഃഖം.

കാര്യം പറഞ്ഞാൽ സാരമില്ലെന്നു തോന്നിയേക്കും. ഈയിടെയായി വഴിയിലോട്ടിറങ്ങിക്കഴിഞ്ഞാൽ ചിരിക്കാതിരിപ്പാൻ യാതൊരു നിർവാഹവും കാണുന്നില്ല. കണ്ണിലും കാതിലും വന്നുപെടുന്നതെല്ലാം പുഞ്ചിരിയിലൊതുങ്ങുന്നവയല്ല. തലയും ഉടലുമറിഞ്ഞു ചിരിച്ചാലും പിന്നെയും ചിരി ബാക്കി. ഓർത്തോർത്ത് ചിരിച്ച് എക്കിളെടുക്കേണ്ടതു തന്നെ.

ചിരി ആയുസിനും ആരോഗ്യത്തിനും സിദ്ധൗഷധമല്ലേയെന്ന് നിങ്ങൾക്കു തോന്നാം. പക്ഷേ കുടുംബത്തിൽപ്പിറന്ന ചില രോഗങ്ങളുമായി സ്ഥായിയായ ബന്ധം പുലർത്തുന്ന എനിക്ക് ഇളകിച്ചിരിച്ചാൽ ശ്വാസം മുട്ടും. പ്രാണൻ പിടയും, എക്കിളുവരെയിളകും. അസ്തിത്വഖേദത്താൽ വലയും.

എന്നതുകൊണ്ട് കെട്ടിലമ്മയെപ്പോലെ ഇരിക്കാനാകുമോ? ഒരു ചാൺ പുലരണമെങ്കിൽ നൂറു നൂറു മൈലുകൾ താണ്ടിയേ പററൂ. യാത്രയുടെ ഫലമോ – ഈ പ്രാണപ്പിടച്ചിലും.

ന്യായേന ഒരു യാത്രയുടെ അനുഭവം അതിശയോക്തിയില്ലാതെ പറയാം

ഒരു സായം കാലം. സാക്ഷാൽ എക്സ്പ്രസിൽ കണ്ടക്ടർ അവർകളുടെ ദയാവായ്പിനാൽ കയറിപ്പറ്റി. ബസ് സ്റ്റൈലനായി നീങ്ങിത്തുടങ്ങുകയും, ഉറക്കം അതിനുള്ളിലേക്ക് നുഴഞ്ഞു കയറുകയും ചെയ്തു. അപ്പോൾ ഒരു വിളി പൊങ്ങി.

“പാപികളേ...”

ഞാൻ ഞെട്ടി കൺമിഴിച്ചു. ഒരു സ്ത്രീ എണീറ്റുനിൽപ്പാണ്. തൂവെണ്മയിൽ പൊതിഞ്ഞ മാലാഖ. ബസിന്റെ മധ്യഭാഗത്തുനിന്നു കൊണ്ട് കളഭാഷിണി സഹയാത്രികരെ അഭിസംബോധന ചെയ്കയത്രേ.

"പാപികളേ...."

എല്ലാ പാപികളും ഉണർന്നു. എല്ലാ കണ്ണുകളും ആ ധവളകേന്ദ്രത്തിലേക്ക്.

മാലാഖ ഇടം കൈയാൽ കമ്പിയിൽ തൂങ്ങി വലം കൈ വിടർത്തി.

"ഇപ്പോൾ സുപ്രസാദകാലം. അവന്റെ രാജ്യം വരുന്നു. പാപികളേ! നിങ്ങൾ ഉണർന്നിരിപ്പിൻ......"

പൊടുന്നനെ, തൊട്ടടുത്ത സീറ്റിൽ നിന്നൊരു വൃദ്ധൻ ഹാജിയാർ ചാടിയെണീറ്റു– "ഹറാമ്പെറപ്പേ! ഇജ്ജവടെ മുണ്ടാണ്ടിരിക്ക്ണൊണ്ടോ....."

മാലാഖ അതു കൂട്ടാക്കിയില്ല. "കർത്താവിനു സ്തോത്രം......... ദുഷ്ടന്മാരെ അവൻ പന പോലെ വളർത്തും.... പരീക്ഷിപ്പാൻ സാത്താൻ വരും....."

ഹാജിയാർ ഒരടി മുന്നോട്ടു വച്ചു. "ഇജ്ജ് കേട്ടില്ലേന്ന്... ഞമ്മക്ക് ചെവിതല കേക്കണം. മുണ്ടാണ്ടവിടെ കുത്തിരിന്നോളിൻ...."

"ബലാലേ....നെന്നെ ഞമ്മള്......" തടിയനായി ഹാജിയാർ. മാലാഖയോടടുത്തു. പൂരം കണ്ടിരുന്ന സമീപവാസികൾ എണീറ്റു. ചിരിക്കാനും ചിരിപ്പിക്കാനും കഴിയാതെ വിമ്മിട്ടത്തോടെ കണ്ടക്ടർ കുട്ടി പാഞ്ഞെത്തി.

അപ്പോഴേക്കു ജനം രണ്ട് ചേരിയായ് മാറിക്കഴിഞ്ഞു. ദൈവദൂതിയെ തടയരുതെന്ന് ചിലർ, അന്തിനേരത്ത് ലേശം പ്രസംഗം നല്ലതാണെന്ന്.

എതിർ ഭാഗത്തിന് ഒന്നുമേ വേണ്ടാ ഉറങ്ങിയാൽ മതി.

പ്രശ്നത്തിനൊരു ഒത്തുതീർപ്പെന്ന മട്ടിൽ ഒരു ജൂബാക്കാരൻ എണീറ്റു പ്രഖ്യാപിച്ചു. "വേദക്കാരിയും, കാക്കയുമവിടെ ഇരുന്നാട്ടെ, ഞാൻ ഹരിനാമകീർത്തനം ചൊല്ലാം." അയാൾ കീശയിൽ നിന്ന് തൂവാലയെടുത്ത് മുഖം തുടച്ചു ചുമച്ചു തൊണ്ട ഓർഡറിലാക്കി.

ജൂബായെ ഉരുമ്മിയിരുന്ന ചെംകുപ്പായം അപ്പോഴാണുണർന്നത്.

അയാൾ അമറി– "എന്റെയടുത്തിരുന്ന് മുക്രിയിട്ടാലുണ്ടല്ലോ...."

"താനെന്തോ ചെയ്യും? മതസ്വാതന്ത്ര്യം ഭരണഘടനയിലുള്ളതാ..."

"ഭരണഘടനയിലാ.....ബസിലല്ലാ......"

"എവിടെയുമുണ്ട്. ഞാൻ പാടും" രണ്ടാമനും എണീറ്റു. ഇരുവരും അങ്കക്കോഴികളെപ്പോലെ നോക്കിത്തുടങ്ങി.

ഇത്രയുമായപ്പോൾ പുറകിലും പുറകെയെങ്ങോ ഇരുന്ന ഒരു ചിന്നൻ (വോട്ടവകാശം കിട്ടി മാസങ്ങളായിരിക്കില്ല) ഒറ്റ ചാട്ടം കൊണ്ട് ഹരിനാമത്തിന്റെ വലതു ഭാഗത്തെത്തി. അവൻ കൈരണ്ടും ആകാശത്തു കുടഞ്ഞു. ഒരു കൈയിൽ ചരട്, മറ്റേതിലൊരു ചെമ്പു വള.

രംഗം ഉഷാർ!

പയ്യൻ ഗർജിച്ചു– "അമ്മാവൻ ഹരിനാമകീർത്തനം ചൊല്ലിയാട്ടെ, ഏതവൻ തടുക്കുമെന്നു കാണണം. ഹിന്ദുക്കളുടെ നാട്ടിൽ... അദു കൊള്ളാം... നക്കാപിച്ചയ്ക്കു മതം മാറിയവനെയെല്ലാം തൂത്തുവാരി കട ലിലെറിയും. ഹേയ്! പെമ്പിളേ, ഇനി കർത്താവിനെ വിളിച്ചാല് ആ പല്ല് ഇളക്കിയെടുക്കും." ഹാജിയാരെ രൂക്ഷമായിട്ടൊന്നു നോക്കിയിട്ട് അവൻ കൽപ്പിച്ചു– "അമ്മാവൻ ഹരിനാമകീർത്തനം ചൊല്ലിയാട്ടെ..... ഭാരത മാതാ കീ ജയ്!"

ബസിൽ മിക്ക സീറ്റും കാലി. എണീറ്റുനിൽപ്പാണു ജനം. ചേരി തിരിഞ്ഞ് വാഗ്വാദങ്ങൾ. പോരിനു വിളികൾ. സുവർണ ക്ഷേത്രം.... ധവള പത്രം... കണ്ടക്ടർ വായും പൊളിച്ചു നിൽക്കയും. ഒന്നുരണ്ടുവട്ടം അയാൾ പുലമ്പിനോക്കി– "ബസ്സ് ഞാൻ പോലീസ് സ്റ്റേഷനിൽ കൊണ്ടു പോകും!" ഈ നിലയിൽ ലോക്കൽ പോലീസിനെ ആർക്കാണ് ഭയം?

ഝടിതി ബസങ്ങു നിന്നു. ഡ്രൈവര് കോക്പിറ്റിൽ നിന്നു പുറത്തു ചാടി.

ഒറ്റയടിക്ക് വാഗ്വാദങ്ങൾ മരമഴയായി. മെല്ലെ ഹിന്ദുവും ക്രിസ്ത്യാ നിയും മുസൽമാനും ഡ്രൈവറെ നോക്കി നിൽപ്പായി.

സാരഥി മന്ദംമന്ദം ഒരു ബീഡിയെടുത്തു വലിച്ചു പുകപരത്തി അന ന്തതയിൽ നോക്കി, ബസിനു പുറന്തിരിഞ്ഞു നിലകൊണ്ടു.

എന്റെ ഇടതു വശത്തിരുന്ന മാന്യനായ ഒരു കണ്ണട വിളിച്ചു കൂവി "എന്തായിത് സമയം വൈകുന്നു...." ടിയാൻ നിരീശ്വരനാകാം...

ഡ്രൈവർ അലസമായി മൊഴിഞ്ഞു.

"എല്ലാവരും പ്രാർഥിക്കിൻ. ദൈവം വന്ന് വണ്ടി ഓടിക്കും"

കണ്ണടയ്ക്ക് ശാന്തിയില്ല. "എനിക്ക് ലേറ്റാവാൻ പറ്റില്ല. മിസ്റ്റർ ഡ്രൈവർ പ്ലീസ്...."

"ടയറിന്റെ കാറ്റുപോയാലോ..."

പിന്നിൽ നിന്നൊരു ഭക്തന്റെ സന്ദേഹം. കണ്ണട ചെരിഞ്ഞ് അയാ ളെയൊന്നു നോക്കി. ഡ്രൈവർ ബീഡിക്കുറ്റി എറിഞ്ഞപ്പോൾ ജനമൊ ന്നാശ്വസിച്ചു. പക്ഷേ ഉടനെ മറ്റൊന്നെടുത്ത് ചുണ്ടിൽ വച്ചു. തീപ്പെട്ടിയു രസി ജനത്തിന്റെ ക്ഷമയ്ക്ക് പിന്നെയും തീ കൊടുത്തു. എങ്ങും നിശ്ശ ബ്ദത.

ഒടുവിൽ ഡ്രൈവറുടെ കുളിർവചനമെത്തി – "എല്ലാവരും പഴയ പടി ഉറങ്ങിക്കോ. എങ്കിലേ ഞാൻ വളയത്തില് കൈവയ്ക്കൂ..."

നാം എത്ര അച്ചടക്കമുള്ളൊരു ജനതയാകുന്നു.! വെളിപാടും, ഓത്തും, ഹരിനാമ കീർത്തനവുമെല്ലാം യഥാശക്തി ഉറക്കം തൂങ്ങുക യായി. എങ്ങും അർധ നിമീലിതാക്ഷർ–

ഡ്രൈവർ ആരോഹണം ചെയ്തു. ഉന്നതങ്ങളിൽ നിന്ന് ജനത്തെ യൊന്നു കടാക്ഷിച്ചു. ബഹുതൃപ്തിയോടെ ആക്സിലേറ്ററിൽ കാല മർത്തി.

ഞാൻ പുറം കാഴ്ചകൾ നോക്കിയിരുന്നു. പോസ്റ്ററുകളുടെ മായാ

ജാലം. മൂന്നു വയസുകാരിയുടെ സെക്സ് കാണിക്കുന്ന സിനിമാ പരസ്യം. മതിലുകളിൽ നാം അറിയാതെ എത്രയെത്ര നേതാക്കന്മാർ പിറക്കുന്നു. ഓരോ ഇളം കാറ്റിനും പാർട്ടികൾ പിളർന്നു. പരസ്പരം പുറത്താക്കി വളർന്നു പടരുന്നു. അതേ കേരളം വളരുന്നു. മതിലുകൾ കേറിയും കൈയേറിയും.

പത്രത്തിലേക്ക് കണ്ണോടിച്ചു. പണ്ട് വിശ്വവിഖ്യാതമായ മൂക്കെഴുതിയ സാഹിത്യകാരൻ സിനിമയ്ക്കും പുസ്തകത്തിനും സർട്ടിഫിക്കറ്റ് എഴുതിയിരിക്കുന്നു. അദ്ദേഹവും മറ്റൊരു മൂക്കനായെന്നോ! അറ്റം ബേപ്പൂർവരെ.

അടുത്ത പട്ടണത്തിൽ വണ്ടി കാലാറ്റാനായി നിന്നു. ജനം ഉണരുകയായി "ഹരിതവർണ ത്വരിത ഗമന ശകടമാണെങ്കിലും ഇവിടെ പതിനഞ്ചു നിമിഷങ്ങൾ നിന്നേ ഗമനമുള്ളൂ. കാപ്പി കുടിക്കാം താമ്പൂലം ചവയ്ക്കാം. കരൾ പുകയ്ക്കാം. ആനന്ദിക്കാം."

പുറത്തുനിന്ന് സാഹിത്യമൊഴുകി വരവായ്. "ഭാഗ്യദേവത ഇതാ നിങ്ങളെ പീനസ്തനങ്ങൾ കാട്ടി മാടി മാടി വിളിക്കുന്നു. ഭാഗ്യവാന്മാരേ പാണി നീട്ടുവിൻ.. ആരും തള്ളണ്ടാ. തിരക്കണ്ടോ...ഓരോരുത്തരായി കൈ നീട്ടിയാൽ മതി..... രണ്ടുകോടി വേണമോ.. ഈയുള്ളവൻ തരും. ലക്ഷങ്ങൾ മതിയോ... ത്രിപുര മുതൽ കേരളം വരെ - എല്ലാം ഇവിടുണ്ട്... ശ്ശേയ്! തിരക്കരുത്. ഓരോ പാണികളായി നീട്ടിയാൽ മതി....."

ഞാൻ എണീറ്റു നോക്കിപ്പോയി. കാലുറയിട്ടൊരു രസികൻ ഏകാന്തതയിൽ നിന്ന് ഗൗരവപൂർവം കസറുകയാണ്. എതോ റിട്ടയാർഡ് മലയാളം പ്രൊഫസറാകാമീ ഭാഗ്യം വിൽക്കുന്ന ഭാവനാസമ്പന്നൻ.

അപ്പോഴുമുണ്ട് മറുവശത്ത് വേറൊന്ന്. ശകാരത്തിന്റെ ശയ്യയിൽ. നാണമില്ലേ സാറേ ഇങ്ങനെ ഇടിച്ചു കയറാൻ. ഒരു രൂപ മുടക്കിയാൽ എയർകണ്ടീഷൻ കാറിൽ പൊയ്ക്കൂടെ? ഇതാ ഇതു വാങ്ങണം..."

വീലുവച്ച പലകയിൽ നിരങ്ങി നീങ്ങുന്ന ഭാഗ്യ ഏജന്റിന്റെ ഓഫറാണ്.

"ഉടുപ്പിൽ കേറി നടന്നാൽ പോരാ, കൊഞ്ചം വിവരം വേണം. ഒരു രൂപയ്ക്ക് ഒരു കോടി. നല്ലതു പറഞ്ഞാൽ കേൾക്കണം....."

അവാച്യ സുന്ദരമായ ആ കച്ചവടം കേമം എന്നു വിചാരിച്ച് ഇരിക്കുമ്പോളാണ് ബസിനുള്ളിൽ ഒരു താളമേളം. ഒരു ഗാനം ആരംഭിക്കുകയായി. അപൂർവരാഗത്തിൽ.

-എന്നും ചിരിക്കുന്ന സൂര്യന്റെ ചെങ്കതിർ
ഇന്നെത്ര സൗന്ദര്യ മാർന്നൂ....

സൂര്യഗായത്രി പാടുന്നത് ഒരു കുരുടനാണ് കണ്ണു പൊട്ടിക്കുന്ന സ്വരമാധുരിയിൽ...

സഹികെട്ട് ഞാൻ പുറത്തേക്കിറങ്ങി. ഒരു ചാറ്റൽ മഴ. ബസ്റ്റാൻഡിലൊതുങ്ങി. അപ്പോൾ അവിടെ ഒരു ബഹളം ബഹളമെന്നും പറഞ്ഞുകൂടാ. ഒരു ഉശിരൻ പ്രസംഗം. ജനം വട്ടമിട്ടു. ജാഗ്രതയോടെ കേട്ടുനിൽ

ക്കുന്നു. ഒരു മാന്യനായ വൃദ്ധൻ വായുവിൽ മുഷ്ടി വീശിക്കൊണ്ട് തൊണ്ട പൊട്ടുമാറ് കസറുന്നു.

"മോട്ടിലാൽ നെഹ്റു.... ജവഹർലാൽ... ഇന്ദിരാഗാന്ധി.... രാജീവൻ..... സഞ്ജയ്ഗാന്ധി.... പോരെ? ഇത്രയും പോരെ? ഇത്രയും രാഷ്ട്രീയ പാരമ്പര്യമുള്ള ഏതവൻ പ്രതിപക്ഷ പാർട്ടിയിലുണ്ടെന്ന് ഈ ഞാൻ ചോദിക്കുകയാണ്. അതേ ഈ രാത്രിയിൽ ഞാൻ ചോദിക്കുന്നു..... നാലു പേരറിയുന്ന തന്തയുള്ള ഏതു നേതാവുണ്ട് നിങ്ങടെ പ്രതിപക്ഷത്ത്...? പ്രതിപക്ഷമെന്നു ഞെളിയ്ണ ഓരോ ആപ്പ ഊപ്പയോടും..."

ഞാൻ ശരിക്കും വിരണ്ടു. ഇടതുപക്ഷത്തിന്റെ കോട്ടയെന്ന് പണ്ടേ കേൾവി കേട്ട പട്ടണം. അവിടെ നിന്നാണ് ഈ കിഴവൻ..!

സാധാരണ ഗതിയിൽ ഇയാൾ അടികൊണ്ടു ചുരുളേണ്ട സമയം കഴിഞ്ഞു. പക്ഷേ ജനം പുഞ്ചിരി തൂകി കേട്ടുനിൽപ്പാണു സെക്യൂരിറ്റി സ്റ്റാഫും, ഒന്നു രണ്ടു പൊലീസുകാരും രസം പിടിച്ചുനിൽക്കുന്നതേയുള്ളൂ.

ഏതായാലും വയസൻ തല്ലുകൊണ്ടു സിദ്ധി കൂടുന്നതു കാണേണ്ട എന്നു കരുതി ഞാൻ നടന്നു. എന്നോടൊപ്പം നടകൊണ്ട ഒരാൾ ചോദിച്ചു.

"ആ പ്രസംഗിക്കുന്നയാളിനെ അറിയ്യോ.......?"

"ഇല്ല......."

"അത് നമ്മുടെ..... രുടെ അച്ഛനാണ്........." (അയാൾ ഒരു വലിയ പ്രതിപക്ഷ നേതാവിന്റെ പേരു പറഞ്ഞു മുൻമന്ത്രി!)

ഞാൻ പകച്ചു നോക്കി.

"ഇതൊക്കെ മൂപ്പിൽസിന്റെ ഒരു തമാശയാ......" അയാൾ കൂട്ടിച്ചേർത്തു.

ഞാൻ ഓടി ബസിൽ കയറി അവിടെ ലഘുഭക്ഷണം കഴിച്ചുവന്ന ഒരുവൻ വിഷാദത്തോടെ നിന്നു മുരളുന്നു കാന്റീൻ പോലും..... എരപ്പാളികള്......... ലഘുഭക്ഷണം! ഇനിയിപ്പൊ തിരിയെപ്പോകാൻ തെണ്ടണം.... അയാളുടെ ചങ്ങാതി സാന്ത്വനിപ്പിച്ചു- "-ശ്ശെ! ആരും അറിയണ്ടാ സങ്കടപ്പെട്ടിട്ടെന്തുകാര്യം!"

ഡ്രൈവറും കണ്ടക്ടറും ഏമ്പക്കം വിട്ടോണ്ടു വര്ണ കണ്ടോ. അവനൊക്കെ ഇവിടെ ഓസാ. ആ പൈസയും നമ്മൾ കൊടുക്കണം.

ഒന്നാമന് സങ്കടവും അരിശവും പതയുകയാണ്.

കാപ്പി കുടിക്കാനൊരുങ്ങാത്ത എന്റെ ഭാഗ്യമോർത്ത് ഞാൻ ആഹ്ലാദിച്ചു.

വീണ്ടും ബസ് വടക്കോട്ടു കുതിച്ചു. പഴയ ആളുകൾ പലരും പോയിരിക്കുന്നു. നവാഗതരാണധികം. എനിക്കു തൊട്ടു മുമ്പിലത്തെ സീറ്റിൽ ഒരു മധ്യവയ്സകനും ഭാര്യയും കുഞ്ഞും. അതിനു മുന്നിൽ, പുതുമുഖങ്ങളായ രണ്ടു തടിയന്മാർ; എന്റെ ഇടതുവശത്ത് പഴയ പുള്ളി തന്നെ; ലേറ്റാവാൻ പാടില്ലാത്ത മാന്യൻ.

നാടൻ മദ്യത്തിന്റെ മണം നുരഞ്ഞു പരക്കുന്നു.

കർത്തവ്യനിരതനായ കണ്ടക്ടർ എഴുതിയെഴുതി അടുത്തെത്തി. മുൻസീറ്റിലെ മധ്യവയസ്കൻ 50 രൂപാ നോട്ടെടുത്തു കൊടുത്തു കൊണ്ടു പറഞ്ഞു "രണ്ടു ടിക്കറ്റ്"

സ്ത്രീയുടെ മടിയിൽ കിടന്ന കുട്ടിയെ നോക്കി വാഹകൻ ചോദിച്ചു "കുട്ടിക്കെത്ര വയസായി"

"ഇപ്പൊ എത്ര വയസാകണം?" പിതാവിനു കോപം വന്നു.

കണ്ടക്ടർ പുതുമുഖമാകണം ഒന്നു പകച്ചു നിന്നിട്ടു പറഞ്ഞു –"അരടിക്കറ്റെടുക്കണം"

"അതല്ല ഞാൻ ചോദിച്ചെ. എന്റെ മോന് എത്ര വയസാകണമെന്നോ?" മധ്യവയസ്കൻ ചാടിയെണീറ്റു വിറച്ചു.

ബഹളത്തിനിടയിൽ സ്ത്രീ പറഞ്ഞു – "ചെക്കൻ നേഴസറീല് പോണില്ലാ..." അതാരും കേട്ടില്ല.

"ടിക്കറ്റെടുക്കണം" വാഹകവാണി.

മറ്റേയാൾ ഒന്നുകൂടെ കൈ നീട്ടി ആക്രോശിച്ചു.–

"ഏടോ, മറുപടി പറ. ഇവനെത്ര വയസാകണം? അതു പറഞ്ഞിട്ടീ വണ്ടി പോയാ മതി..."

മുൻസീറ്റിലിരുന്ന തടിയൻ അസഹ്യതയോടെ മുഖം തിരിച്ചു. "താൻ ടിക്കറ്റെടുക്കടോ..."

"താനാരെടോ......എടോ താനാരാണ്.......?" മധ്യവയസ്കൻ കൈ അങ്ങോട്ടു നീട്ടിച്ചാടി. തടിയൻ ആ നീട്ടിയ കൈയിലും പിന്നെ പൂജ്യ പിതാവിന്റെ മുഖത്തും ഓരോ തട്ടുകൊടുത്തു. രസികൻ ഇടിതന്നെ.

ഇതൊന്നും തന്നെ ബാധിക്കുന്നതല്ലെന്ന മട്ടിൽ സഖാവ് കണ്ടക്ടർ എഴുതിയും കീറിയും മുമ്പോട്ട്.

അടികൊണ്ടവന്റെ ആക്രോശം. സ്ത്രീയുടെ നിലവിളി. ഉണർന്ന കുഞ്ഞിന്റെ ചിണുങ്ങൽ. മഹാജനത്തിന്റെ ഒത്താശ. വേണ്ട പുകില്...

"എടോ താൻ ഈന്തിക്കാട്ടെ ബേബിയെയാണടിച്ചത്...ബേബി സർക്കാരുദ്യോഗസ്ഥനാ. നീയാരാ... അതുപറ....എന്തുദ്യോഗം...ഇപ്പൊ പറയണം അല്ലേൽ ബേബി വിടുകേല..."

ബേബി ബെല്ലൊന്നിടിച്ചു. കണ്ടക്ടർ അത് ഇരട്ടിച്ചു. രണ്ടും ഡ്രൈവർ കേട്ടില്ല.

രംഗമങ്ങനെ ചൂടു പിടിക്കുകയാണ്. "പൊലീസ് സ്റ്റേഷനിൽ പോട്ടെ..." ആരോ വിളിച്ചു പറഞ്ഞു.

"അദുതന്നെ. സ്റ്റേഷനില് പോട്ടെ ഇവനാരാണ് ബേബിക്കറിയണം. അറിഞ്ഞാൽ മതി. അല്ലാതെ കളിതീരൂല്ല....." ബേബിയും ഏറ്റുപാടി.

രംഗം പിന്നേയും വഷൾ, ബസ് ബന്തവസിലായതു തന്നെന്നു തോന്നിത്തുടങ്ങി.

എന്റെ ഇടതുവശത്തിരുന്ന മാന്യൻ സടകുടഞ്ഞെണീറ്റു. "എടോ ബേബി താനിരിക്ക്... സിറ്റ്ഡൗൺപ്രശ്നം ഞാനേറ്റു. മി. കണ്ടക്ടർ, ഐ ആസ്ക് യൂ... ഒരു പാസഞ്ചറെ തല്ലിയിട്ട് താൻ മൈൻഡു ചെയ്തോ.....

തന്റെ ബസിൽ ജീവനും സ്വത്തിനും ഭദ്രതയുണ്ടോ മിസ്റ്റർ? ഞാൻ ചോദിക്കുകയാണ് ഇതോ ഡമോക്രസി ....” ഉടനെ ബേബി എണീറ്റു... “ഈ ഇവൻ ആരാണ് എനിക്കറിയണം....”

മാന്യൻ തടുത്തു- “ബേബി ഇരുന്നോ. പ്രശ്നം ഞാനേറ്റു എന്നു പറഞ്ഞില്ലേ...... ഇവൻ ഐജിയായാലും ബസിൽ വച്ച് എ പാസഞ്ചറെ തല്ലിയ വകുപ്പേതാ... ദാറ്റ് ഈസ് മൈ ക്വസ്റ്റൺ. എ പാസഞ്ചർ വിത്ത് ഹിസ് ഓൺ ഫാമിലി.....”

ആ നല്ലവനായ മാന്യൻ വികാരഭരിതനായി.... “ബേബി നമുക്ക് തിരുവനന്തപുരത്തിനു തന്നെ പോകാം....ച്ചായനെ കണ്ടു ചോദിക്കാം. (ഒരു മന്ത്രിയുടെ പേരു പറഞ്ഞു) അതിയാൻ പറയട്ടെ ഞാഹ്.. വീ മസ്റ്റ്ഗോ......”

ബേബി എണിറ്റു. “പോണം. ഇവനാരാണ് അറിയണം. അതറിഞ്ഞാൽ മതി.”

തല്ലിയ വിദ്വാൻ നല്ല ഉറക്കത്തിൽ. കണ്ടക്ടർ പണമെണ്ണുന്നു.

മാന്യൻ ഇടവിട്ടിടവിട്ട് ചാടിയെണീറ്റ് മണിപ്രവാളത്തിൽ തുള്ളിത്തിളച്ചുകൊണ്ടിരുന്നു. ബേബി അതുകണ്ട് തലയാട്ടി തലയാട്ടി നിർവൃതി കൊണ്ടു.

വല്ലപ്പോഴും ബേബിയൊന്നെണീറ്റാലുടനെ മാന്യൻ പറയും - “ബേബി നീയിരി. പ്രശ്നം ഞാനേറ്റെന്നെ”

ബേബി ഇരിക്കും “പ്രശ്നം സാർ ഏറ്റാൽ മതി. അദുമതി.”

ധർമരോഷം കൊള്ളുന്ന ഈ മനുഷ്യസ്നേഹി, സമരിയാക്കാരൻ ആരാണെന്നറിവാൻ ഞാനൊന്നു ശ്രമിച്ചെങ്കിലും ഫലിച്ചില്ല.

പൊലീസ് സ്റ്റേഷനടുക്കാറായപ്പോൾ കണ്ടക്ടർ പേപ്പറും പണവും ഭദ്രമാക്കി എണീറ്റു.

“ആർക്കാ പൊലീസ് സ്റ്റേഷനിൽ പോകേണ്ടത്..?

“ഐ സേ ദിസ് ബസ് മസ്റ്റ് ഗൊ.....” മാന്യൻ കൽപ്പിച്ചു.

ബേബി എന്തോ പറയാൻ തൊണ്ടയനക്കി. മാന്യൻ പഴയ മട്ടു തടഞ്ഞു.

“പൊലീസിൽ പോണേൽ പരാതി എഴുതിത്തരണം അല്ലാതെ പറ്റില്ല. കടലാസു തരാം”

ബേബി ചാടി കടലാസ് വാങ്ങും മുമ്പ് മാന്യൻ ഏറ്റു.

“എഴുതി തരാതെ താൻ കൊണ്ടുപോവില അല്ലേ? - തന്റെ മുമ്പിൽ വച്ചല്ലേ തല്ലിയത്? ഇത്രേം ആളുകള് കണ്ടില്ലേ.... ഈ സിറ്റ് നോട്ട് ഇനഫ്? .... ഐ ആസ്ക് യൂ.....?”

കണ്ടക്ടർ പഴയപടി സ്വസ്ഥനായിരുന്നു പറഞ്ഞു-“-എഴുതി കിട്ടാതെ പറ്റില്ല.”

ചാടി ഉയർന്ന ബേബിയെ തടഞ്ഞ് മാന്യൻ മുന്നോട്ടു നീങ്ങി. ബേബി ഞാനേറ്റു. “പോലീസില്ലേൽ വേണ്ടടാ. വേറെ വഴിയില്ലേ... അങ്ങ് ചെല്ലട്ടെ. ഈ ബേബി ആരാണെന്ന് ഇവനറിഞ്ഞുകൂടാ. നമ്മടേ പിള്ളേരെക്കൊണ്ട് ഇവന്റെ കാക്കി വലിച്ചുകീറി ഓടയിലിടണം. ഞാ ഹാ...

അത്രയ്ക്കായോ... നാളത്തന്നെ മിനിസ്റ്ററെ കാണാമെന്നേ...... അസംബ്ലീലും ചോദിപ്പിക്കാം. എ. പാസഞ്ചർ വിത്ത് ഹിസ് ഓൺ ഫാമിലി ... ഐ ഷാൾ സീ റ്റു ഇറ്റ്........"

അങ്ങനെ കുറെനേരം കാച്ചിയപ്പോൾ മാന്യൻ കിതച്ചു. ബേബിയും തെല്ലൊന്നടങ്ങി. ആ പാവം സ്ത്രീ മാത്രം കവിൾ തടവിക്കൊണ്ടിരുന്നു. എല്ലാപേരേയും കൊണ്ട് ബസ് സമയപ്പടിയാത്രതന്നെ.

എനിക്കിറങ്ങേണ്ട സ്ഥലമടുത്തു. ഞാൻ മാന്യനോടു ചോദിച്ചു. "സാറിന് ഈ മനുഷ്യനെ അറിയാമോ..."

"കുഞ്ഞേ, എനിക്കറിഞ്ഞൂടാ. ഞാൻ ഈ വേഷമിട്ടില്ലേൽ കുഴപ്പമാ. പോലീസ് സ്റ്റേഷനിൽ കേറിയാല് സമയത്തും കാലത്തും പോകാൻ പറ്റ്വ എനിക്കാണേൽ അവിടന്ന് ട്രെയിൻ കിട്ടണം."

ബസ് നിന്നു. ഞാനെണീറ്റു. ബേബി ദുഃസ്വപ്നം കണ്ടപോലെ ഞെട്ടിയുണർന്നെന്തോ പുലമ്പി.

പുറത്ത് ചാറ്റൽ മള. കഥാപാത്രങ്ങളെയെല്ലാം കൊണ്ട് ബസ് നീങ്ങി.

മഴത്തുള്ളികൾക്ക് ഇളം ചൂടോ തണുപ്പോ എന്നറിയാതെ ആ ഇരുളിൽ ഞാൻ തപ്പിത്തടഞ്ഞു മുന്നോട്ട്.

എട്ടാമങ്കം

ഉത്സാഹപ്രകർഷത്തിൽ സ്വയം മറന്ന്, തെല്ലു മുന്നോട്ടാഞ്ഞിരുന്ന് രഥം തെളിക്കുന്ന സർവദമനൻ.

പിന്നിലേക്ക് പാളിപ്പോകുന്ന കാനന മഞ്ജിമ. ഈ രഥവേഗം തന്നിലൊരു നേരിയ ഭയമുണർത്തുന്നില്ലേ...? ആ ചിന്ത മനസിൽ മന്ദഹാസമായിപ്പരന്നു. ഭയത്തിന്നുറവിടം പുത്രവാത്സല്യമോ വാർധക്യമോ?

ഈ മണൽപ്പാതയിൽ ആദ്യമായി ഒരു ക്ഷത്രിയന്റെ തേരോടിവന്ന ആ ഗ്രീഷ്മ കാലാപരാഹ്നം. ഖുരരജസിനെപ്പോലും പിൻതള്ളാൻ കുതിച്ച കുതിരകൾ. ഉദ്ദാമയൗവനം. അംഗേഷുസന്നദ്ധം. പണ്ട്.... എങ്കിലും ഓർമയുടെ മുകൾപ്പരപ്പിൽ...

ദുഷ്യന്തൻ തന്റെ മുന്നിലിരിക്കുന്ന കൗമാരം പിന്നിടാത്ത ക്ഷാത്രവീര്യത്തെ നോക്കി. രക്തത്തിൽ അഭിമാനം നുരഞ്ഞു.

കുമാരൻ ദത്തശ്രദ്ധനായി തേർ നയിക്കുന്നു. തിരക്കേറിയ രാജവീഥിയിൽ എന്നോണം തന്നെ.

അന്ന് കശ്യപാശ്രമത്തിൽ വച്ച് കണ്ടപാടേ പറഞ്ഞുപോയ വാചകം ഒരിക്കൽ ക്കൂടി നാവിൻ തുമ്പ് നുണഞ്ഞു. "കത്തിപ്പടരാൻ വിറകുകാക്കുന്ന തീപ്പൊരി." അതെ, ശതജ്വാലാദലശോഭിതമായി അത് വിടർന്നു പടർന്നു തുടങ്ങുന്നു.

തടില്ലതുപോലെ ഇടയ്ക്കിടെ ശൂന്യാകാശത്തെ കീറിക്കൊണ്ട് പുളഞ്ഞു മിന്നുന്ന കവഞ്ചി, ആ ഹുംകാരമുണർത്തുന്ന ഗതകാല ചിത്രങ്ങൾ...

മഹാരാജാവ് ഇടം കണ്ണിട്ട് പട്ടമഹിഷിയെ നോക്കി. നിസ്സംഗയായി നിർന്നിമേഷയായി എല്ലാം നോക്കിയിരിപ്പാണവൾ. അസാധാരണമായ ഒരു ചെറുരേഖപോലും ആ മുഖത്ത് തെളിയുന്നില്ല!

ഭസ്മരേണുക്കൾ വീണു പറ്റിയിരിക്കുന്ന കൺപീലികൾ. നാസികത്തുമ്പിൽ കുനുകുനെ പൊടിഞ്ഞു നിൽക്കുന്ന സ്വേദകണം. അതുമാത്രം, അത്രമാത്രം.

നെടുവീർപ്പുപോലും അവൾ മറന്നുപോയി എന്നാണോ?

പോരുമ്പോൾ മാലിനീനദിയെ ഒരു നോക്കേ കണ്ടുള്ളു; പിന്നെ നോക്കാനായില്ല. മനസു തളർന്നുപോയി. ഭ്രാന്തമായ ഓരാവേശത്തിൽ കൂലം കുത്തിയൊഴുകുകയാണാ തടിനി. സംഹാരരുദ്ര, അഗാധതയിലെങ്ങോ ആഴ്ന്നുപോയ മണൽത്തട്ട്.....എന്നിട്ടുംകണ്ണുകൾ ആ മരാളമിഥുനങ്ങളെ തിരഞ്ഞു പാറുകയായിരുന്നു.

ഭയലേശമില്ലാതെ ഇടയ്ക്കിടെ താണുപറന്ന് തന്റെ ചിറകുകളുടെ കൂറ്റൻ നിഴൽ നദിയുടെ വിങ്ങുന്ന മാറിൽ പരത്തി ഒരു പരുന്തുമാത്രം ചുറ്റിക്കറങ്ങിയിരുന്നു മുകളിൽ.

മധ്യാഹ്നം പിന്നിട്ട് ഏറെ കഴിഞ്ഞിരുന്നില്ലെങ്കിലും പകൽ തളർന്നിരുന്നു. ചൂടില്ലാത്ത മഞ്ഞ വെളിച്ചം. യൗവനാരംഭത്തിലെ ശോകവിമുകത പോലെ.

പിൻതുടർന്ന രഥത്തിൽ കണ്ണുകളർപ്പിച്ച് മുന്നോട്ടു പായുന്ന വിവൃതവക്രതയായ ഒരു മാൻപേടയെ മുന്നിലെ നിശ്ശൂന്യതയിൽ തെളിഞ്ഞു കാണുകയാണ് മനസ്സ്. നിശ്ശബ്ദയാചനയുടെ ഒരിക്കലും മങ്ങാത്ത ചിത്രം.

ഈ ബിന്ദുവിൽ എത്തിയപ്പോഴാണ് താപസന്മാർ ഓടിവന്നു തടഞ്ഞത് "ആശ്രമമൃഗമാണ്, കൊല്ലരുത്..കൊല്ലരുത്...."

ആ വിലക്കിന്റെ അർഥം പാവം വക്താക്കൾപോലും ഗ്രഹിച്ചിട്ടുണ്ടാവില്ല!

ഒരു തേരുരുൾകേട്ട് ഉണരാത്തവിധം തണുത്ത് നിർജീവമായിരിക്കുന്ന കാട്, വടവൃക്ഷങ്ങൾ പലതും കടപുഴകിപ്പോയിരിക്കുന്നു. ഇളംകാറ്റിലിളകിപ്പാറിച്ചിലമ്പുന്ന കരിയിലകൾ. ഇല്ലായ്മയുടെ മുഖപടലം പോലെ ഉയർന്നു നിൽക്കുന്ന കരിഞ്ഞ ചില്ലകൾ. നേരെ വിലങ്ങനെ പതിയുന്ന ആകാശത്തിന്റെ ജ്വരപരവശമായ നോട്ടത്തിൽ നിന്ന് സ്വയമൊന്നു മറയ്ക്കുവാൻപോലും കെൽപ്പില്ലാതെ തളർന്നു കിടക്കുന്ന നഗ്നമായ ഭൂമി.

നിഗൂഢതയുടെ വശ്യത ഓർമകളിൽ ഓളം തേടിക്കഴിഞ്ഞിരിക്കുന്നു.

സർവമംഗലയായി മടങ്ങുന്ന പുത്രിക്കു സ്വാഗതം പറയാൻ കാട്ടുപക്ഷികളുടെ വികൃതമായ അലമുറമാത്രം.

വഴിയോരത്തെ പടർപ്പിൽ ഒരു ചലനം. മാൻകിടാവാണോ? ആർത്തിയോടെ നോട്ടം പാറി. ചാടിപ്പോകുന്ന മ്ലാവിന്റെ പിൻപുറം കണ്ട് ദാഹം മടങ്ങി.

ആശ്രമകവാടം.

"കുമാരാ, തേര് ഇവിടെ നിറുത്തുക"

ഒരു നിമിഷം അശ്വഗളങ്ങൾ പുറകോട്ടു മലർന്ന് നിശ്ചലമായി.

"ദേവീ, നമുക്കിറങ്ങാം"

കരം ഗ്രഹിച്ചിറക്കി. കാലു നിലത്തൂന്നിയതോടെ തന്റെ കരബന്ധം

വിമോചിപ്പിച്ച് മെല്ലെ മുന്നോട്ടു നീങ്ങുന്ന ഇവൾ ചുറ്റുമുള്ള യാതൊന്നും കാണുന്നില്ലാ എന്നു തോന്നി.

രണ്ടുനാലടി നടക്കുംമുമ്പ് തന്റെ വലംഭുജം തുടിക്കുന്നതറിഞ്ഞ് രാജാവ് ഞെട്ടി. വീണ്ടും!

വെറും തോന്നലാണോ? ഓർമയുടെ ഭ്രാന്ത്? അല്ല. ശക്തമായ ത്രുടനം തന്നെ.

ഉറക്കെ ചിരിക്കാൻ തോന്നി. ഇനി ഈ പ്രായത്തിൽ എന്തു കാമാ ഭീഷ്ട സിദ്ധി?

വരുവാനുള്ളതിന് എവിടെയും വഴികളുണ്ടാകാമെങ്കിലും, വിധി ക്കൊപ്പം അലംഘ്യമല്ലേ കാലവും? ആരറിയുന്നു സത്യം! മംഗല്യപ്പട്ടും ചെമ്പഞ്ഞിയും സമ്മാനിച്ച് വധുവിനെ യാത്രയാക്കിയ വനദേവതമാർ... യാത്രാനുമതി മൊഴിഞ്ഞ കുയിലുകൾ... എങ്ങും അമ്പരപ്പിക്കുന്ന, വീർപ്പു മുട്ടിക്കുന്ന, നിർമമത മാത്രം.

കണ്വാശ്രമത്തിലേക്ക് വീണ്ടും കടന്നു ചെല്ലുന്ന ഈ രംഗം എത്രയോ തവണ മനസിൽ സങ്കൽപ്പിച്ചിട്ടുണ്ട് വാടിയ ബിസവലയത്തെ പിരിഞ്ഞുപോകാൻ കഴിയാതെയിരുന്നു തേങ്ങിയ കാമുകനിൽ നിന്ന് പുരു ഷാർഥങ്ങളുടെ അങ്ങേത്തലയ്ക്കലേക്ക് ദിഗ്വിജയം നടത്തി മടങ്ങിവരുന്ന തന്നെ വധൂഗൃഹം എങ്ങനെയാവും സ്വീകരിക്കുക?......... അച്ഛൻ ആഗ്ര ഹിച്ചതൊക്കെനേടി മടങ്ങുന്ന മകൾ എങ്ങനെയാവും എതിരേൽക്കപ്പെ ടുക.... ഭാവനയുടെ വിഭ്രാന്ത വിമൂഢതയെ ലജ്ജിപ്പിച്ചു കൊണ്ട് അവ ശേഷിക്കുന്നതോ നിർമമതയുടെ നീരാജനം മാത്രം.

ഇക്കൊച്ചു ജലാശയോപാന്തത്തിൽ വച്ചാകാം താതൻ മനസിലൊരു കണ്ണീർക്കടലുമായി വിടവാങ്ങി മടങ്ങിയത്.

"ഞങ്ങളുടെ വിരഹമുണ്ടാക്കുന്ന ഈ ദുഃഖം നീ ക്രമേണ മറ ന്നുപോകും"- താതന്റെ ആ വചനം ഒരു അറംപോലെ തിരിഞ്ഞടിക്കുക യാണോ? അച്ഛന്റെ മടിയിൽ നിന്ന് എന്നെന്നേക്കുമായി പറിച്ചുമാറ്റപ്പെട്ട ബിന്ദുപോലും അവളുടെ കാലടികളെ തടഞ്ഞില്ലല്ലോ.

ആര് ആരുടെ ഉള്ളിൽ നിന്ന് കാലത്തിന്റെ ഓട്ടുപാത്രം കൊണ്ട് കോരി മാറ്റപ്പെട്ടു? ഏതു പുനഃസമാഗമത്തിലുമെന്നപോലെ പരസ്പരം കുറ്റപ്പെടുത്താൻ വക ധാരാളമുണ്ട് ഇവിടെയും

ഒരപരിചിതന്റെ കൗതുകവും മിഴികളിലിറ്റിച്ച് കുറ്റിച്ചെടികൾക്കിടയിൽ അലയുന്ന സർവദമനൻ, ചുണ്ടിൻകോണിൽ പുരളുന്ന ചിരിയുമായി കാന നഭംഗി നുകരുന്ന നഗരവാസികളുടെ ലാഘവത്വമേറുന്ന കൗതുകം. കാലിൽ തടഞ്ഞാൽകൂടി തന്റെ വേരുകൾ അവൻ തിരിച്ചറിയില്ല.

ഇവിടെ നിന്നേ കാണാം കനം തൂങ്ങുന്ന കതിർക്കുലകളാൽ മുഖം കുനിഞ്ഞ വരിനെല്ലിൻനിര.

"അച്ഛൻ എന്നെയോർത്ത് തപിക്കരുതേ!" - മകൾ വിങ്ങുന്നു.

"പുത്തനായിട്ടൊന്നും കടന്നുവരാനില്ലാത്ത ജീവിതത്തിന് ഓർമക ളല്ലാതെ മറ്റെന്താണ് ആശ്രയം? നീ വിതച്ചിട്ടു പോകുന്ന ഈ വരിനെ

ല്ലിൻ മണികൾ, ദുഃഖത്തിന്റെ കുരുക്കൾ, ഈ ഉടജാങ്കണത്തിൽ നൂറായി, നൂറു നൂറായിരമായി വീണ്ടും വീണ്ടും മുളച്ചുയർന്ന് കതിർ ചൂടുമ്പോൾ എങ്ങനെയാണ് മകളേ, എന്റെ ദുഃഖം അടങ്ങുക? – വർഷങ്ങൾ ഉരുക്കിയുറപ്പിച്ച സംയമനത്തിന്റെ പുറംതോട് പിതൃവാത്സല്യത്തിന്റെ ആർദ്രതയിലലിഞ്ഞുപൊട്ടി.

പ്രിയതമയുടെ കണ്ണിൽ ആ കതിർക്കുലകൾ എത്തിപ്പെടുന്നില്ലെന്നുണ്ടോ ? അവിടെപ്പോലും ഒരുമാത്ര നിന്നില്ലല്ലോ അവൾ!

കശ്യപാശ്രമത്തിലെ ചിരി പ്രാർഥിത പുനഃസംഗമവേളയിൽ വച്ചെന്നപോലെ ഇപ്പോഴും ഒരു പ്രഹേളികയായി വർത്തിച്ച അമ്പരപ്പിക്കയാണിവൾ.

"അമ്മേ ഇദ്ദേഹമാരാണ്?" – മകന്റെ ചോദ്യം.

വികാരശതങ്ങളുടെ തിങ്ങിവിങ്ങലിൽ പ്രാണവായുകിട്ടാതെ നിന്നു പിടഞ്ഞ പിതാവ്.

ശാന്തമായ അവളുടെ ശബ്ദം. "കുഞ്ഞേ നീ നിന്റെ ഭാഗ്യങ്ങളോട് ചോദിക്കുക"

പൊട്ടിത്തകർന്ന് ആ പാദങ്ങളിൽ നിപതിക്കാനേ സാധിച്ചുള്ളൂ.

ചാപല്യമൊഴിഞ്ഞ പെണ്ണ് ബ്രഹ്മാണ്ഡഭേദിയായ വജ്രചാപമത്രേ.

താതകണ്വന്റെ മുന്നിലും ഇതേ നിസ്സംഗതയോടെ നിൽക്കുമോ? അതോ. ബന്ധനം തകർത്ത, വികാരസേതുവൊന്നാകെ ഒരു മാത്രയിലെത്തി പൊട്ടിത്തെറിച്ച്.......

മനുഷ്യപ്രകൃതി അപരിമേയം തന്നെ. ബോധിവൃക്ഷത്തിന്റെ അത്യുന്നതശിഖരങ്ങൾക്കു കൂടി അപ്രാപ്യം. വിജനതയെ ഒരാശ്ചര്യചിഹ്നമിട്ടു നിറുത്തിയതുപോലെ കുറ്റിച്ചെടികൾക്കിടയിൽ നിന്നൊരു ബ്രഹ്മചാരിയുടെ തലപൊന്തി. അവന്റെ സാന്നിധ്യമറിഞ്ഞ് കുരുവികൾ കരഞ്ഞുപറന്നകന്നു. ഇവൻ കണ്വശിഷ്യനോ നിഷാദനോ എന്ന് ഒരു നിമിഷം ശങ്കിച്ചുപോയി.

ഒരപൂർവ ദൃശ്യം കാണുവാനുള്ള മറയില്ലാത്ത കൗതുകത്തോടെ വഴിവക്കിലേക്ക് ചാടിവന്നു ആ ശുഷ്കയൗവനം; വള്ളികൾ കാലിൽപ്പിണഞ്ഞുപൊട്ടുന്നതു കൂടി വകവയ്ക്കാതെ.

കുണ്ടിലാണ്ട കണ്ണുകൾ വലിച്ചെടുത്ത് തന്നെ കടന്നുപോകുന്ന സ്ത്രീയിലൂന്നി സ്വയം മറന്നുനിൽപ്പായി. അവൻ. ക്രമേണ പിളർന്ന് അകന്നുനിന്ന ചുണ്ടുകൾക്കുള്ളിൽ ഏതോ രസം നിറഞ്ഞുതുളുമ്പി.

അന്നൊരു സന്ധ്യക്ക് മാൻനിര പിരിച്ചുകൊണ്ടോടിവന്ന കാട്ടാനയുട രൂപം ഓർത്തു... ഈ രൂപം, ഭാവം, ചലനം....

രാജപഥവും ജനപദങ്ങളും പിന്നിച്ച് അത്യാർത്തിയോടെ വന്നത് ഈ പരിണാമം കാണുവാനാണോ?

"താതനില്ലേ ആശ്രമത്തിൽ"

യഥാർഥത്തിൽ ആ ചോദ്യം എറിഞ്ഞത് അസഹ്യമായ ആ ദൃഷ്ടിപാതത്തെ മുറിക്കാനാണ്.

പക്ഷേ, കണ്വശിഷ്യനതു കേട്ടില്ല
ചോദ്യം ആവർത്തിച്ചു.

ആത്മാവിസ്മൃതിയിൽ നിന്നുണരാതെ നിന്നും അയാൾ മുരണ്ടു:

“ഇല്ലാ...”

“ഇത്തിരിക്കഴിഞ്ഞ് തത്രപ്പെട്ട് പുറകിൽ നിന്നും വിളിച്ചുചൊല്ലി “എവിട്യാന്ന് ആർക്കും അറികേമില്ലാ...”

“ഭാഗ്യം” എന്ന് പറയാനാണ് നാവുണർന്നത്

“ശചീതീർഥത്തിലല്ല സപ്ത സമുദ്രങ്ങളിൽച്ചെന്ന് തപം ചെയ്താലും പരിഹൃതമാകാത്തതാണല്ലോ ഈ കാലപ്പിഴകൾ

ഇത്തിരി ഇലകൾ തിങ്ങിനിൽപ്പുള്ളൊരു മരച്ചോട്ടിൽ ഒരുകലമാൻ കിടക്കുന്നു. ദീർഘാപാംഗനാവാമെന്നാശിച്ചു.

കിടന്ന കിടപ്പിൽനിന്നളകാതെ കൂറ്റൻ കൊമ്പു കുലച്ച് ഉദ്ധതമായൊരു നോട്ടം ശകുന്തളയ്ക്കുനേരെ അയച്ചു അവൻ. ആ ചുണ്ടിലെ മുറിപ്പാട് ഇപ്പോഴും സുവ്യക്തം. ഒരു വേള ആ മനസിലെ തഴമ്പ് മാഞ്ഞു പോയിരിക്കാം പുത്തനൊരു മുറിവേറ്റതാകാം അത് നഷ്ടമായ്.

പൂർവസ്ഥിതിയിലേക്ക് മടങ്ങാനായി തന്റെ പ്രൗഢി നിതരാം വ്യക്തമാകുമാറ് ഒരിക്കൽക്കൂടി അവൻ കൊമ്പുലച്ചു. അസ്വാഭാവികത പ്രസ്പഷ്ടമായ ആ വിശാല ചലനത്ത തൊട്ടുരുമ്മി ഒരാക്രന്ദനം. ഒരു പേടമാനിന്റെ ദീനരോദനം.

ഞെട്ടിത്തിരിഞ്ഞു നോക്കിയപ്പോൾ, പിടഞ്ഞെണീറ്റ് തന്റെ സാന്നിധ്യം ഗൗനിക്കാതെ ആണിനെ പരിഭവത്തോടെ ഭയത്തോടെ, വേദനയോടെ, നോക്കിനിൽക്കുന്ന സാധുപ്പെണ്ണിനെക്കണ്ടു. കൊമ്പിൻ മുന ആ കടമിഴിക്കോണിനെത്തന്നെ കുത്തിനോവിച്ചിരിക്കുന്നു.

മുഗ്ധ മധുരസ്മരണകൾ ക്യാൻവാസിൽ പകർത്തിയ ഒരു അനശ്വരചിത്രം ആ നിമിഷാർധത്തിൽ മനസിൽ എരിഞ്ഞടങ്ങി.

അവളുടെ തേങ്ങൽ അവനെ സ്പർശിച്ചില്ലെന്നു തോന്നി. അങ്ങകലെ ഒരു പാറയിടുക്കിൽ മെല്ലെയിളകുന്ന പുള്ളികളിൽ പതിഞ്ഞമരുകയായിരുന്നു ആ നീണ്ട കണ്ണുകൾ.

മൂന്നുനാലു മുനികുമാരന്മാർ ചെടികളെ നനച്ചുകൊണ്ടു നിൽക്കുന്നു. ഒരുത്സാഹം തോന്നി. വേഗം അടുത്തുചെന്നു. ഒക്കെയും ഫലവൃക്ഷത്തൈകൾ,! അവർക്ക് നിർദേശം നൽകിയും, ഇടയ്ക്കിടെ അവരെ ശാസിച്ചും അന്യമനസ്കയെപ്പോലെ ഇരുപ്പുണ്ട് ഒരു വൃദ്ധതാപസി. ആര്യ ഗൗതമിയാണോ ഇത്?

ഞൊടിയിടയിൽ അല്ല, ആവില്ല. ആവാതിരിക്കട്ടെ. എന്നു പുലമ്പി കണ്ണടച്ചു മനസ്സ്.

ശകുന്തള ഉടജത്തിലുള്ളിൽ മറഞ്ഞു കഴിഞ്ഞിരുന്നു.

കാലത്തിന്റെ അലംഘനീയമായി കരവിരുതംഗീകരിച്ച് വിഷാദം ത്യജിക്കാൻ ശ്രമിച്ച് ആ വഴിയോരത്തൊരൽപ്പം നിന്നു.

നര ചാലുകീറിയ താടിയും തലോടി ഒരു താപസൻ ആ വഴി വന്നു. നേരെ മുന്നിലെത്തി തലവെട്ടിച്ച് കണ്ണിൽത്തന്നെ നോക്കി. ക്ഷാത്രവീര്യം തപോധനനെ വണങ്ങി,

മഹർഷി കൈയുയർത്തി ഒന്നനുഗ്രഹിച്ചിട്ട് നടത്തം തുടരാനൊരുമ്പെട്ടെങ്കിലും രാജചിഹ്നങ്ങൾ കണ്ടിട്ടാവാം നിന്നു.

"മഹാത്മൻ! ആശ്രമകാര്യങ്ങൾക്ക് വിഘ്നമൊന്നുമില്ലല്ലോ?"

അദ്ദേഹം പുഞ്ചിരി തൂകി. "ഇല്ല രാജൻ കഴിഞ്ഞകൊല്ലം കാലവർഷം യഥാകാലം വന്നു. ക്ഷുദ്രപീഡകളുമുണ്ടായില്ല. അതിനാൽ കൃഷിപ്പിഴ ഭവിച്ചില്ല. എല്ലാ സസ്യാദികളും നിറയെ പൂത്തു. പൂവൊക്കെയും ഫലമായി. അതുതന്നെയല്ലേ ക്ഷേമനിദാനം. ഇക്കുറി ആശ്രമജനങ്ങളെ രോഗികളും വലച്ചില്ല. ഒക്കെയും ഭാഗ്യം"

"അങ്ങ്?"

"ശാർങ്ഗരവൻ. കുലപതിയുടെ അഭാവത്തിൽ പരിപാലനത്തിന്റെ ക്ലേശം ഈയുള്ളവനിലായി."

താപസോത്തംസം വീണ്ടും എന്തൊക്കെയോ വിവരിച്ചു കൊണ്ടിരുന്നു. ഒന്നും ശ്രദ്ധിക്കാനായില്ല.

പണ്ട് ശത്രുഭാവേന തൊടുത്ത വാക്ശരങ്ങൾ ഇന്ന് മിത്രഭാവത്തിലുരയ്ക്കുന്ന ഈ തണുത്ത വർത്തമാനത്തെക്കാൾ എത്ര മധുരം!

ചിന്ത നഷ്ടപ്പെട്ട് ഒരു ധൂമവലയത്തിനുള്ളിലെന്നോണം നടന്നു.

തോരാനിട്ട മരവുരിക്ക് കാവലിരിക്കും മട്ടിൽ, മരച്ചോട്ടിൽ മറ്റൊരു വൃദ്ധമുനി. കാൽപ്പെരുമാറ്റം അടുത്തെത്തിയിട്ടും, മുഖമുയർത്തായ്കയാൽ, വല്ലതുമൊന്നുരിയാടാൻ മടിച്ചു. ധ്യാനഭംഗം വന്നുപോയാലോ! മടങ്ങി.

രണ്ടുചുവടു നടന്നിട്ട് വെറുതേ തിരിഞ്ഞുനോക്കി. അപ്പോൾ ആ വലിയ കണ്ണുകൾ തന്നെ ഉഴിഞ്ഞ് അർഥം വച്ചു നോക്കി പരിഹാസദ്യുതി പ്രസരിപ്പിക്കുന്നു.

ഗുരു ശാരദ്വതൻ! കണ്ടില്ലെന്നു നടിച്ചാൽ വല്ലായ്മയാവില്ലേ എന്നു തോന്നി; മെല്ലെ വിളിച്ചു – "മഹാമുനേ, അനുഗ്രഹിച്ചാലും"

അദ്ദേഹം ഝടിതി ചീവരമെടുത്തണിഞ്ഞ്, കാൽ നീട്ടിവച്ചു നടന്നു. കഥയറിയാതെ തെല്ല് മിഴിച്ചുനിന്നു പോയി.

തമ്മിൽ കടിച്ചു കെട്ടിമറിയുന്ന രണ്ടു കാട്ടുപൂച്ചകളാണ് സ്ഥലകാലബോധമുണർത്തിയത്. നടത്തം തുടർന്നു.

തീരെ അപ്രതീക്ഷിതമായി, ആ പരിസരത്തിനിണങ്ങാത്ത മട്ടിൽ നിൽക്കുന്ന ഒരു കൃശാംഗി കണ്ണിൽപ്പട്ടു. വനജ്യോത്സ്ന. പ്രിയതമയുടെ ലതാഭഗിനി. ഇളം തളിരുകളുള്ള ചില്ല നീട്ടി സ്വാഗതമരുളുന്ന നിഷ്കളങ്കത.

ഇവൾക്കു മാത്രമെന്തേ പരിണാമം ഭവിച്ചില്ല.

തൊട്ടടുത്ത് തേന്മാവിനെ കണ്ടില്ല. വീണുപോയതാണോ? അതോ വീഴ്ത്തിയതോ?

സ്വയം വര വധുവായിച്ചമഞ്ഞ് സഖിക്കു മാതൃകയായി നിന്നത് ഇവളാണെന്നാണ് കേട്ടിട്ടുള്ളത്. അപ്പോൾ.

ഒരു വേള ആ പഴയ ലതയുടെ ഇളം തലയാകാം....

സൗമ്യശാന്തമായ കണ്വാശ്രമ വിശുദ്ധിയാകെ, ഉദാത്തതയാകെ ഇവളിൽ ഒതുങ്ങിക്കൂടി നിൽക്കുംപോലെ. "നീ തന്നെ ഈ വനജ്യോത്സ്നയെ നനച്ചു വളർത്തുക" എന്നു താതൻ നിർദേശിച്ചത് വെറുതെയല്ല. ഇപ്പോഴാണതിന്റെ പൊരുൾ മനസിലാകുന്നത്.

എങ്കിലും അന്ന് താൻ ഈ സ്നേഹവല്ലരിയെ കണ്ടറിഞ്ഞില്ലല്ലോ. ഓരോ മൺതരിയിലും പ്രിയയുടെ സാന്നിധ്യം തേടി ഈ ഉപവനമാകെ അലഞ്ഞിട്ടും ഇവൾ കണ്ണിൽപ്പെട്ടില്ല. മാംസള മാദകലഹരി നുരയുന്ന യുവനയനങ്ങൾക്ക് അപ്രാപ്യയല്ലേ ഈ വല്ലി. മൃഗസാധാരണമായ രാഗദ്വേഷങ്ങൾക്കപ്പുറം നിൽക്കുന്ന ഈ പുത്രിക്ക് ശകുന്തളയ്ക്കും മേലേയാണല്ലോ താതൻ സ്ഥാനം കൽപ്പിച്ചത്.

ഇളം കാറ്റിൽ തളിർചില്ലയിളകി. സൗമ്യമംഗളനൃത്തം. ഒരു നിമിഷം ആ പേലവാംഗുലികൾ ദേഹത്തുരുമ്മി. എന്തെന്നറിയാത്തൊരു ശീതള സ്പർശം. ശോകതാപഹരം. അമ്മയുടെ, ചേച്ചിയുടെ, കാമുകിയുടെ, ഭാര്യയുടെ , ഓമനകളുടെ വിലോലസ്പർശം. ഈ ഭാവങ്ങളൊന്നാകെ ഒരു ബിന്ദുവിലെത്തി, അദനമസനാതന സ്ത്രീത്വത്തിന്റെ ദിവ്യസ്പരശലഹരിയായതുപോലെ. രാജാവിന്റെ ശോകതപ്തമായ ആത്മാവ് താനിത്രയും നാൾ അന്വേഷിച്ചുകൊണ്ടിരുന്ന എന്തോ ഒന്നിനുവേണ്ടി കൈ നീട്ടി. ആ തളിരുകളിൽ, ലോല പഞ്ചദലങ്ങളിൽ വിരൽ ചേർത്ത്, പിന്നെ അതിനെ തഴുകി നിന്നു. ആ വാത്സല്യാർദ്രസ്പർശത്തിൽ നഷ്ടമായെന്നു തോന്നിയ കണ്വാശ്രമ വിശുദ്ധിയാകെ മന്ദ്ര സുഗന്ധമായി തന്റെ ഖിന്നതയുടെ ധൂമപടലത്തെ അകറ്റി വിസ്മൃതമാക്കുന്നത് ആ രാജാധിരാജനറിഞ്ഞു.

സ്ഥലകാലങ്ങൾ അലിഞ്ഞലിഞ്ഞില്ലാതായ ആത്മാലയം പേരില്ലാത്ത രാഗദ്യുതി. അത്യന്തലോലമായ ബന്ധം മുറിയുന്ന നിമിഷം താനില്ലാതായിപ്പോകുമെന്ന് ഭയം തോന്നി. ജന്മജന്മാന്തരങ്ങളിലേക്ക് ഈ സൗഹൃദത്തിന്റെ സൂക്ഷ്മധമനികൾ പടർന്നു കയറുന്നതയാൾ കണ്ടു.

മോചനമില്ലാത്ത വിധേയത്വത്തിൽ വീണ നിർവൃതിയുടെ ഓളങ്ങളിൽ ഒഴുകി നടന്നു മനസ്സ് തീരം ചൊല്ലി ക്ലേശിക്കാതെ ദൂരമറിയാതെ.

ദുഃസ്വപ്നം കണ്ടെന്നപോലെ അത്ര പൊടുന്നനെയാണ് യാഥാർഥ്യത്തിലേക്ക് തെറിച്ചു വീണത്. കൺമിഴിക്കുമ്പോൾ കുറ്റിച്ചെടിത്തലപ്പിനപ്പുറം രണ്ടു രൂക്ഷ നേത്രങ്ങൾ. ഏന്തിവലിഞ്ഞു നോക്കുകയാണൊരു അനസൂയ. വെറുപ്പുതോന്നി.

മനസിൽ പതിഞ്ഞ ആ തുളയുന്ന നോട്ടം ഓരോർമയായി തേങ്ങി–അനസൂയ

എന്തിനെയും ലൗകികതത്വത്തിന്റെ ഇങ്ങേത്തലയ്ക്കൽ കൊണ്ടു വച്ചളന്നു നോക്കാൻ തത്രപ്പെടുന്ന ചപല സ്ത്രീത്വത്തിന്റെ കണ്ണുകൾ...... എങ്കിലും അനസൂയ... വിശ്വസിക്കാനാവുന്നില്ല!

ക്രമേണ ആ ദുഃഖവും വാടി. പൂജയ്ക്കെടുക്കാത്ത പൂവാണല്ലോ, പാവം. സഫലമാകാത്ത ജന്മങ്ങളിൽ ഇത്തരം പരിണാമം സ്വാഭാവികം മാത്രം. സഹതാപപൂർവം വിഗണിക്കുക.

ഈ ഇത്തിരിനിമിഷങ്ങളുടെ അനവദ്യത ശാശ്വതമായി നിറുത്തി കടന്നുപോവുകയാണ് നന്ന്. പ്രിയംവദ വന്ന് അപ്രിയ വചനങ്ങളുടെ കലവറ തുറന്ന് കൃതകൃത്യയാകും മുമ്പ്.

ഒരു പെണ്ണെഴുത്ത്

രവീന്ദ്രാ എന്നൊന്നു ചുണ്ടനക്കിയാല് ഒടനേ എത്തും രാമചന്ദ്രൻ. മതിനിക്ക് അറയാമല്ല്– രണ്ടിനും കൈയും കാലും ഒറയ്ക്കും വരെ ഞാൻ പെട്ടപാട്. രാമചന്ദ്രൻ എടത്തെ കാലിലു കേറി ഇരുന്നാല് എള്ളോളം പിന്താതെ രവീന്ദ്രന് കേറണം വലത്തേ തൊടയില്. ഒരുത്തൻ വലത്തേ മൊല ചപ്പുമ്പൊ മറ്റവൻ മറ്റേതിന്റെ ഞെട്ടു കടിച്ചുപറിക്കും. വലിച്ചൂറ്റ ണതിനെടയില് അങ്ങോട്ടുമിങ്ങോട്ടും പിച്ചും തള്ളും നുള്ളും. എരട്ട പെറ്റതിന്റെ സൊകം ഞാൻ നന്നാ അറിഞ്ഞെന്റെ മതിനി.

നിങ്ങടെ അണ്ണന് എല്ലാമൊരു കളിതമാശ. എന്നെ എടത്തോട്ടും വലത്തോട്ടും കടിച്ചുവലിക്കുമ്പൊ അങ്ങേരിരുന്ന് 'കക്കക്കാ'ന്ന് ചിരിയോ ടുചിരി. ഇതു ഞാന് ഒറ്റയ്ക്ക് ഒണ്ടാക്കിവച്ച കുന്ത്രാണ്ടമാണെന്ന ചേലില്. എനിക്കോ സർവാങ്ഗം ചൊറിഞ്ഞുകേറും. പക്ഷേല് കള്ളക്കണ്ണിറുക്കി ചിരിക്ക്ണ ആ മൊകത്തു നോക്കി വല്ലോം പറവാൻ പറ്റുമോ? ഞാൻ ചെലപ്പൊ കൈയിലു കിട്ടിയതെടുത്ത് ഒരു എറിവച്ചുകൊടുക്കും. അല്ലേ, വെളുപ്പാൻകാലത്ത് തട്ടിക്കൊടഞ്ഞങ്ങ് എണീറ്റുപെയ്യാ, പിന്നെ തിരിഞ്ഞു നോക്കണെ ആമ്പറന്നോമ്മാര് എത്രയൊണ്ടെ? ഏറിവന്നൂട്ടാകൊച്ചിന് ഇരു പത്തെട്ടുകെട്ടുവരേം കാണും അലിവും അൻപും. പേറ്റുമുറീടെ അക്കം പക്കം വന്നുകറങ്ങി, ഒറങ്ങണ കൊച്ചിനെ നോക്കി ഒന്നു കൈഞൊടിച്ച്, 'മോനേ' എന്നൊന്നു വിളിച്ചിട്ട് അങ്ങുപോവും. എരട്ടയായിട്ടല്ലെങ്കിലും നിങ്ങളും പെറ്റില്യോ മൂന്ന്. എല്ലാം പെട്ടകളായത് ഒന്നു നോക്യാ പുണ്യം മതിനീ, പുണ്യം. പത്തുപന്ത്രണ്ടു വയസുവരെ തൊന്തരവില്ലാതെയങ്ങു വളർന്നോളും. പിന്നീട് തള്ളയ്ക്കൊരു ചെവിത്ത വേണം. മിറ്റത്തു കൂടി കാക്ക പറന്നാലും, അങ്ങേമാവില് കുരവി കരഞ്ഞാലും..... ഒരുത്തനു കൈപിടിച്ചുകൊടുക്കണവരെ.

ഈ കാട്ടുമാക്കാമ്മോർടെ കാര്യങ്ങള് അങ്ങനെ വല്ലോമാണോ? എന്റെ ഇന്ദ്രനേം ചന്ദ്രനേം തന്നെ നോക്കിൻ, പെണ്ണിന്റെ മണം പിടിച്ച് ഇരുവഴിക്കങ്ങു പോവൂട്ടില്ലിയോ! രണ്ടും പഠിച്ച്, ശമ്പളക്കാരായപ്പൊ ഞാൻ നിരുപിച്ചു–അല്ലേ ചെവിത്തകെട്ട എന്റെ ബുദ്ധിമോശം തന്നെ– രണ്ടിനേം നേരത്തേ കാലത്തേ പിടിച്ചു കെട്ടിച്ചുകളയാമെന്ന്, അങ്ങേരു പറഞ്ഞതാ, വരട്ടെടി. ചാടി കയറു പറിക്കാതേന്ന്. ഞാൻ മടുത്തു– പെഴയ്ക്കിണതിന് പെട്ടയൊന്നും കടുവനെന്നുമില്ല. പേരുദോഷം ആണിനും വരും. നമ്മടെ കടം ഒരു നാഴികയ്ക്കുമുമ്പേ തീർത്തുവയ്ക്കണതാ അതിന്റെ ചേലെന്നു. എടീ, തെന്തനം പാടാനൊള്ളവൻ സീതേ കെട്ടിയാലും ശീലാവതിക്കുപൊടവകൊടുത്താലും വേലി ചാടുമെന്ന് അങ്ങേര്. അതൊള്ളതാന്ന് ഞാനുമൊന്ന് ഇരുത്തിമൂളി. അത് നിങ്ങടെ അണ്ണനിട്ടൊരു കുത്തായിരുന്നു.

മതിനിക്ക് അറിഞ്ഞൂടിയോ. അപ്പുറത്തൊണ്ടായിരുന്ന ആ സുന്ദരിക്കോതെ. ആ മച്ചിപ്പെണ്ണേ... ങാ, അവളുതന്നെ. എന്റെ കണ്ണു തെറ്റിയോ, ആ ശിങ്കാരി ഇങ്ങേരെ നോക്കി തലയൊന്നു വെട്ടിച്ച്, ഇടുപ്പൊന്നു കുലുക്കി കണ്ണുപെരട്ടിയതുതന്നെ. നിങ്ങടെ അണ്ണനും മോശക്കാരനാണോന്നേ? അവളുടെ നായര് നാണുക്കുട്ടിയൊരു വെടല. ഓഞ്ഞ തടി. പണ്ടൊള്ളവര് പറഞ്ഞുകേട്ടിട്ടില്ലിയോ. മലടീടെ നായരെപ്പോലെ തേഞ്ഞു തേഞ്ഞെന്ന്. അവളെ ചോരയ്ക്കും നീരിനും ഇമ്മിണി വാട്ടമൊണ്ടോ? വച്ചടി വച്ചടി പൊളച്ചുകേറുവല്ലാരുന്നോ! ഞാൻ കുറെയൊക്കെ കടിച്ചു പിടിച്ചു. നടന്നു. ചാടിവീഴുന്നു പെണങ്ങാമോ? അയലല്ല്യോ. ഒടുവില് ഞാനാ ആട്ടാക്കരീടെ ചെവീല് നാലുമൊഴി വായ്ക്കു രുചിയായിറ്റ് ഓതി. അതോടെ ഈ കെഴക്കുവശത്തെ ജന്നല് – കതക് അടഞ്ഞു. രണ്ടു മൂന്നുമാസം കഴഞ്ഞപ്പൊ വീടും വിറ്റേച്ച് ദേശാന്തരം ചെയ്. ഞാൻ കണ്ണും ചത്ത് ഇരുന്നെങ്കില്, ചെലപ്പോ, അവളും പെറ്റേനെ, ശരിതന്നെ മതിനി; പാപമായി പെയ്. ങാ കുംഭിയില് വല്ലതും പൊടിപ്പൻ തലവരയൊണ്ടോ, ഏത് ആളില്ലാതൊറയില് കെടന്നാലും കിട്ടും.

ങാ, പറഞ്ഞുപറഞ്ഞ് ആടുമേയണപോലെയായല്ല്. തന്ത രവീന്ദ്രന് ചേലും ചൊവ്വും നോക്കി ഒന്നിനെ ഒതുക്കി എടുത്തപ്പൊ, രാമചന്ദ്രനും തൊടങ്ങി പ്നാറ്റ്. ഒടനെ മൂത്തവൻ പറയുവല്ലിയോ, അനിയനും, കൂടി ഒരെണ്ണം നോക്കമ്മാന്ന്. രണ്ടും ഒന്നിച്ചു നടക്കുവോന്ന് കണിയാന്റൂടി ചോദിപ്പാനെക്കൊണ്ട് തന്ത ജാതകോം മടീക്കെട്ടി എറങ്ങിയപ്പൊ ആ രാമചന്ദ്രൻ ചെറുക്കൻ ഉളുപ്പും വെക്കയുമില്ലാണ്ട്, എന്റെ മൊകത്ത് നോക്കി തട്ടിവിടുവല്ലിയോ; തലക്കുറീം രാശീം ഒന്നും നോക്കണ്ടാ അവന്റൂടി പൊറുപ്പാൻ ഒരു ഉർവശി പായും ചുരുട്ടി നിൽപ്പൊണ്ടെന്ന്. മതിനി ചിരിക്കുന്നു. അങ്ങേരും ഇച്ചിരിതന്നെ ചിരിച്ചത്. എനിക്ക് എങ്ങുമില്ലാത്ത മുതേടു വന്നു. പിള്ളേരു രണ്ടും ദൂരെ പെയ്യപ്പം എന്റെ കാതിലൊരു ചോദ്യം– എടീ, എന്റെ അമ്മാവൻ വന്ന് നെന്നെ കണ്ടപ്പൊ ഈ കവിളില് എന്റെ ചുണ്ടിന്റെ പാട് ഒണ്ടാരുന്നില്ല്യോന്ന്. ഇതൊക്കെ എന്നും കുന്നും അപ്പടിതന്നെന്നൊരു വേതാന്തോം.

ഓരേ ദെവസിം തന്നെ കൃഷ്ണസാമീടെ മുമ്പിലുവച്ച്, അരനാഴിക വെത്യാസത്തില് രണ്ടും താലികെട്ടണമെന്ന് ഓരേ വാശിയായിനിന്നതും അച്ഛനാരു തന്നെ. കണിയാൻ നന്നാ വെലക്കി–എടുപിടീന്ന് വേണ്ടാ; കാലം പെഴച്ചിട്ടാണെന്നൊക്കെ. മതിനിക്ക് അറിയാമല്ല്. അണ്ണന്റെ സൊഭവം. ഒന്നു നിരൂപിച്ചാല് ദേവേന്ദ്രന്റെ തന്ത മുത്തുപ്പട്ടരു പറഞ്ഞാലും എളവുമോ? രണ്ടിനേ അരത്തമുഴിഞ്ഞു കേറ്റീതിന്റെ നാൽപ്പത്തിയൊന്നിലേ്യാ, ഒരു തുമ്മലോ പനിയോ കൂടിയില്ലാതെ അങ്ങേരങ്ങു പോവൂട്ടത്. രണ്ടും ഏതുകാലു മുമ്പെവച്ചു കേറിവന്നോ? ആരേം പറഞ്ഞിറ്റ് കതയില്ല. നമ്മളെ താലിപാക്യം അതുവരേയൊള്ള്. തൊണ്ണൂറ് കഴിഞ്ഞപ്പൊ രാമചന്ദ്രൻ തലയണോ കക്ഷത്തുവച്ചോണ്ട് ഒരു പോക്ക്; അച്ചിവീട്ടിര് പൊറുതിക്ക്. മതിനിയാണെ, ഞാനീ മരുമക്കളെ 'ച്ഛീ' എന്നൊന്ന് ഉരിയാടീട്ടില്ല. "കൊച്ചീലും, കൊസ്രാക്കൊള്ളീലുമൊന്നുമല്ലല്ലോ. അമ്മ ഒന്നു തുമ്മിയാല് പറന്നിങ്ങു വന്നിട്ടേ ഒരുതുള്ളി വെള്ളം എറക്കൂ"ന്ന് അവളൊരു ഓശാരവും നീട്ടി. "അമ്മേടെ മൂക്കും കണ്ണും പെയ്യിറ്റ് തൊണ്ണൂറായെന്റ പൊന്നുമോളേ", എന്നു ഞാനും പറഞ്ഞു ചന്ദ്രൻ മൂച്ചില്ലാതെ കുറെനേരം നിന്നു വട്ടംകറങ്ങിയിറ്റ് തലവാതിലിറങ്ങി. അവള് കണ്ണാംഗ്യം കാണിച്ചിരിക്കും. എങ്കിലും ഞാൻ ഒന്നും കൊറച്ചില്ല. അവക്ക് മാസം അഞ്ചു തെകഞ്ഞപ്പം അഞ്ചുകൂട്ടം പലാരവും കെട്ടിച്ചുമന്നോണ്ടുപോയി. അന്തസായിറ്റ് പേറ്റുചെലവും കൊണ്ടു കൊടുത്തു. ഇരുപത്തിയെട്ടിനു ഒരു കൊറയും വച്ചില്ല.

രവീന്ദ്രൻ ആണ്ടൊന്നു തെകയും വരെ ഇവിടെ തങ്ങി. ദൈവദോഷം പറഞ്ഞൂടാ. ആ ശാരിക്കൊച്ച് ഇവിടെനിന്ന കാലമത്രീം എന്റുടി ഗുരുത്വമായിററുതന്നെ. അച്ഛന്റെ അസ്ഥി രാമേശരത്ത് കൊണ്ടിട്ടിട്ടുവന്നതിന്റെ പത്തിന്റെയന്ന്, ഞാൻ ദാ ഇവിടിങ്ങനെ ഇരിക്കുമ്പൊ, അവൻ വന്ന് ഈ തൂണുചാരി നിന്ന് എക്കും പൊക്കും നോക്കിയിറ്റ് തൊടങ്ങി. ദെവസവും ഇവിടീന്ന് ആപ്പീസില് പോണത് വലിയ കഷ്ടം. രണ്ടു വണ്ടി കേറണം. അളന്നു വച്ച ആയുസില് പാതി മോട്ടാറിലിരുന്നുപോക്കാ. ശാരീടെ വീട്ടിന്നാണെങ്കില് പത്തുനാഴികേയൊള്ളൂ. ശാരീടെ അച്ഛൻ അവിടെ ഒറ്റയ്ക്കല്ലേ്യാ. അങ്ങേര് അറ്റാക്ക് രണ്ടു കഴിഞ്ഞേച്ച് ഇരിപ്പും. അവളുടെ മൂന്നു ഉടപ്പിറന്നവന്മാരും അങ്ങ് സൗദീല്. തറവാട്ടുവീടി ശാരീടെ പേരില് എഴുതിക്കൊടുക്കാമെന്ന് തന്തപ്പടി പഞ്ഞിട്ടൊണ്ടെന്ന്– എന്നൊക്കെ അവൻ പുരാണം അഴിച്ചുനീട്ടി. ഞാൻ പറഞ്ഞു ഈ കെളവിയെക്കരുതി പുന്നാരമോൻ വണ്ടികേറിക്കേറി ഉടല് ഒലയ്ക്കണ്ട. നിന്റെ അമ്മാവൻ അറ്റാക്കുകാരനാണെങ്കില് നന്നാ സൂക്ഷിക്കണം. എന്റെ കരളിനും കൂമ്പിനുമൊന്നും ഒരു കൊഴപ്പവുമില്ല. ഇവിടെ വല്ല വിശേഷോം ഒണ്ടായാല് ആരെങ്കിലും വന്ന് വിവരം പറയും മോനേ. എനിക്കു കൂട്ടിനൊള്ള ആള് ഇവിടെത്തന്നെയുണ്ട്. ആ ഉയിര് ദാ, നേരെ മോളിലുതന്നെ നിക്ക്ണു മക്കളു പോ. തിരിഞ്ഞുനോക്കാതെ നടന്നോ?– മൊകം നോക്കാതെ ഞാൻ പത്തു പറഞ്ഞു; ചിരിച്ചോണ്ടുതന്നെ. അങ്ങനെ അവനും കെട്ടിയോള്ടെ വാലിത്താങ്ങിയങ്ങു പെയ്, ഒരേപോക്ക്.

അല്ലേ മതിനീ, നിരൂപിച്ചുനോക്കുമ്പൊ നമുക്ക് ചിണുങ്ങാനും പരിയായം പറവാനും ഒന്നുമില്ല. നമുക്ക് മക്കളെ മേലൊള്ള അവകാശങ്ങള് എങ്ങനെ വന്നു.? നൊന്തുപെറ്റു; മൊലകൊടുത്ത് ഒരു പരുവമാക്കിവിട്ടു. ആ രണ്ടു സങ്ഗതിലില്ല്യോ; അവരും നമ്മളുമായിട്ടൊള്ള ബന്ധസൊന്തങ്ങള് ഇരിക്ക്ണത്. കെട്ടിയോളെന്നും പറഞ്ഞുവന്നവള് അതു രണ്ടും കാണിച്ചും കൊടുത്തും അവന്മാരെ മയക്കിക്കൊണ്ട് പെയ്. അത്രേയൊള്ളൂ. ശാരിക്കും മാലിനിക്കും രണ്ട് ആൺകൊച്ചുങ്ങളാ. നാളൊരു കാലം അവളുമാരുടെ കെതിയും ഇതുതന്നെ. മതിനി നോക്കിക്കോ.

കഴിഞ്ഞ ഓണത്തിന് കൂടോടെ വന്നിരിക്ക്ണൂ രണ്ടു മോന്മാരും പിള്ളാരെ അച്ഛമ്മയെ കാണിപ്പാനും ഓണം കൊണ്ടാടുവാനും. കൂടിയ മുണ്ടും നേരിയതും ജമ്പറുതുണീം വാങ്ങിച്ചുകെട്ടിക്കൊണ്ടാണ് എഴുന്നള്ളീത്. ഞാന് ചോദിച്ച് –ഇനി ആരു കാൺമാനാണെടാ ഞാൻ ഉടുത്തൊരുങ്ങ്ണത്? നിങ്ങള് പട്ടും കച്ചയും വാങ്ങിച്ചോണ്ടു വരാത്തയെന്ത്? അതു കേട്ടതും രണ്ടു സന്തതികളും കരച്ചിലും മൂക്കു പിഴിച്ചിലുമായി. ഞാൻ വെറുമ്പനെ ചിരിച്ചോണ്ട് ഒറ്റ ഇരി ഇരുന്നു.

ഉച്ചയ്ക്ക്, തിരുവോണ ചാപ്പാടും കഴിഞ്ഞ് വട്ടംകൂടിയിരിന്നാപ്പഴാ അവമ്മാർടെ ഉള്ളിലിരിപ്പു തേട്ടിവന്നത്. രണ്ടെണ്ണത്തിനും മൂക്കറ്റം കടം പോലും. തലയില് മുണ്ടിട്ടാ നടക്കണെതെന്. ഒള്ളത് പങ്കുവച്ചുകിട്ടണം. കിട്ടിയാലൊടനെ അതിലു കൊറെ വിറ്റ് കാശുമാറണം. രവീന്ദ്രന് അങ്ങ് തിരവന്തരത്ത് ഒരു വീടുവേണം. ആ നെത്തോലി ചെറുക്കൻ അവിടെ പടിച്ചാലേ കണ്ണുതെളിയൂപോലും. രാമചന്ദ്രന് ശമ്പളം അമ്പിടും പിടിത്തും. കൈയില് കിട്ടണത് പലവെഞ്ജനത്തിനു തെകയ്ണില്ല.

ഞാൻ എല്ലാം മൂളിക്കേട്ടു. മതിനിക്കറിയാമല്ല്– നിങ്ങടെ അണ്ണൻ മഞ്ഞെന്നും മഴേന്നുമില്ലാണ്ട് വയറും ഇറുക്കിക്കെട്ടിക്കൊണ്ട് പെടാപാടുപെട്ട് ഒണ്ടാക്കിയ വകകളല്ല്യോ ഇതെല്ലാം. ഇവനൊക്കെ കുനിഞ്ഞതോ നൂന്നതോ. അതൊക്കെ പറഞ്ഞാലൊക്കൊണ്ട് മുലയിലു കേറണ പരുവത്തിലല്ലാ രണ്ടും. അതറിഞ്ഞോണ്ട് ഞാൻ പറഞ്ഞ് – നാളത്തന്നെ പങ്കുവയ്ക്കാം മക്കളേ, അതുകേട്ടപ്പം അവളുമാരുടെ മൊകത്തെ ഒരു തെളിച്ചം കാണ്ണം. ഒരുത്തി കൊച്ചിനെ അള്ളിയെടുത്ത് അദിന്റെ മൊന്തയില് തുരുതുരാ നാല് ഉമ്മവച്ചു.

പിറ്റേന്ന് ഉറക്കപ്പായിന്ന് എണീറ്റപ്പൊ കണ്ടത് ആ കനകപ്പനെ. മതിനി അറയൂല്ല്യോ ആ ആദാരമെഴുതണവൻ, ചെറുപ്പം, പക്ഷേങ്കി, നെറിയൊള്ളവൻ കേട്ടോ. എന്റെ മക്കള് പറയുവാണ് മൊത്തം രണ്ടു പങ്കായിറ്റ് എഴുതിയാ മതിയെന്ന്. കനകപ്പൻ പറഞ്ഞു– അദു തെറ്റ്, അദിന് വകുപ്പുമില്ല. അച്ഛന്റെ സമ്പാദ്യമാണേലും അമ്മയ്ക്കൊരുവീതം ചെല്ലും എന്ന്. ഉടനെ രവീന്ദ്രന്റെ ശോദ്യം–അമ്മടെ പേരില് തിരിച്ചുവയ്ക്കണെതെന്തരിന്? അവരെ ഞങ്ങള് അരുമയായിറ്റ് നോക്കൂലിയോ? രാമചന്ദ്രന്റെ ഞായം വെറെ, ഇപ്പൊ മൂന്നു പങ്കായിറ്റുവച്ചാല്, അമ്മ ചാകുമ്പൊ പിന്നേം ഒരു കരണം ഉണ്ടാക്കണം. അതൊരു തൊന്തരവല്ലിയോ?

കനകപ്പൻ ഒരേ നിർപ്പന്തം. ഒരേ പിടി, വീടും വീട്ടുപറമ്പുമെങ്കിലും അമ്മേടെ കാലശേഷം എന്നു വയ്ക്കണംന്ന്

അതു കേട്ടനേരം എന്റെ മരുമക്കള്ടെ മൊകം കാണണം. കടന്തല് കൂടുപോലയായില്യോ. അവളുമാര് ഭർത്താക്കന്മാരെ നോക്കി കണ്ണും മൂക്കും കാണിക്കണതും വപ്പുകടിക്ക്ണതും ഞാൻ ഏറുകണ്ണിട്ടു കണ്ടു. റോഡിനടുത്തു കെടക്കണതു വിറ്റാലേ നല്ല വെലകിട്ടൂ. കൈയോടെ കച്ചോടവും നടക്കൂ. അവര് വിറ്റോണ്ടു പോവാൻ കോളുനോക്കി വച്ചേക്കണത് ഈ വീടിരിപ്പുതന്നെ. ഒത്തുവന്നാല് വീടുമങ്ങുകാച്ചും.

ഞാൻ പറഞ്ഞു– "കനകപ്പാ, രണ്ടായിട്ടു പങ്കുവച്ചാമതി. ഇന്നേ ഞാൻ ചത്തു പെയ്യെന്നു വച്ചോ." അന്യ ഒരുത്തനെങ്കിലും അയാള് സങ്കടത്തോടെ ചോദിച്ചു. "ഇവരു വീട് വിറ്റാല് അമ്മ എവിടെപ്പോ"മെന്ന്. ഞാൻ ചിരിച്ചോണ്ടു പറഞ്ഞു "അദ്ദോശ്രമത്തിലോ, വള്ളിക്കാവിലമ്മേടവിടോ ചെന്ന് കെടക്കും.

ഒടനെ രണ്ടു മരുമക്കളും ചാടി വീണു പറയുവല്ലിയോ അവര് അമ്മായി അമ്മയെ ഉറയിലിരുത്തി ആട്ടാമെന്ന്.

ഞാൻ അരുമയായിറ്റ് പറഞ്ഞു. "പൊന്നു മക്കളേ. എന്റെ പരുവവും പതവും നോക്കിക്കണ്ട് നിങ്ങള് എല്ലാം ചെയ്യും. അത് എനിക്കറിയാം. പക്ഷേങ്കി. അച്ചിക്കോന്തമ്മാരായിട്ടൊള്ള ആൺമക്കളെ ചെലവില് കഴിയണതിനെക്കാട്ടി മാനം അന്നദാനപ്പെരയാണെടി" എന്ന് എന്റെ അമ്മ പണ്ടേ പറഞ്ഞുതന്നിട്ടൊണ്ട്. മാലിനിമോളേ, നെന്റ് കഴുത്തില് താലി കെട്ടി വാരം നാലുതെകഞ്ഞപ്പൊ രാമചന്ദ്രൻ ഒലിച്ചങ്ങു വന്നില്യോ നെന്റെ വീട്ടില് പൊറുക്കാനെക്കൊണ്ട്. നീ ഇളുത്തോണ്ടു പെയ്യതാണെന്ന് ഈ കെളവിക്ക് അറിയാം മോളേ. നെന്റെ പൊണ്ടാട്ടിചത്ത തന്തയ്ക്ക് വേറെ ആരും തൊണയില്ലെന്ന് നെനക്ക് പോതമൊണ്ട്. കെട്ടിയോനില്ലാത്ത പെറ്റ തള്ളയ്ക്ക് ഒരു താങ്ങുവേണംന്ന് എന്റെ മോന് തോന്നീല്ല. നീചെയ്തത് ഞായം.

"ശാരിക്കൊച്ചേ, നീ ഒരു വരിഷം ഇവിടെ നന്നപ്പൊഴല്യോ നെന്റ് അച്ഛന്റെ ഹൃദയം കൊഴഞ്ഞ് ആശുപത്രിലായത്. നെന്റെ അമ്മ വാതം വന്ന് മണ്ണും പിടിച്ച് നടപ്പും. നെനക്ക് നെന്റെ തന്തേം തള്ളേം വലുത്. നീ ശടേന്ന് അവനേ കൊത്തിക്കൊണ്ടൊരു പോക്ക്. ഇപ്പൊ, ഇദാ, എന്റെ പൊന്നിങ്കൊടം കുടുംബം വിറ്റ് പട്ടണത്തില് വീടൊണ്ടാക്കാൻ ദുരിശപ്പെട്ടുവന്നതെന്തരിന്. ഈ തള്ളയ്ക്ക് അതും അറിയാം മോളേ, നെന്റെ തന്തയ്ക്ക് വാരം വാരം ഡാക്കിട്ടറെ കാണണം. അടുത്ത് സ്തമ്പിതം ഏതു നേരത്താ വര്ണതെന്ന് പിടീം ഇല്ല. ആശുപത്രീടെ ഇാാവട്ടത്തെ വിടേങ്കിലും തന്നെ അവൻ വീടൊണ്ടാക്കും. അദും നല്ലത് മക്കളേ, നല്ലത്. നെന്റെ തള്ളയെ നല്ല വൈദ്യന്മാരെ കാണിപ്പാനും എതമൊണ്ട്. കിഴിയിടുവാനും, പിഴിച്ചിലിനുമൊക്കെ അവിടെ പരുവമൊണ്ട്. പണ്ടൊക്കെയാണ് പെണ്ണിനെ കെട്ടിക്കൊണ്ടു വര്ണത്. ഇപ്പൊ ആണിനെ കെട്ടിക്കൊടുപ്പാ". ഞാൻ മറയും കുച്ചലുമില്ലാണ്ട അങ്ങ് പറഞ്ഞു. നാലെണ്ണവും മൂച്ചുവിട്ടില്ല.

കാലശേഷം പറയാണ്ട് രണ്ടായിറ്റു പങ്കുവയ്പാൻ ഞാൻ കൂട്ടില്ലെന്ന് പറഞ്ഞേച്ച് ആ കനകപ്പൻ പടിയെറങ്ങി. 'നില്ലു പിള്ളേ' 'നില്ല് പിള്ളേ'ന്ന് ഞാൻ വിളിച്ചിട്ടും ങേഹേ, അയാള് തിരിഞ്ഞു നിന്നില്ല. തന്തയ്ക്ക് പെറന്നവൻ. പിറ്റേന്നുതന്നെ എന്റെ സന്തതികളും വണ്ടികേറി. ഒരു നെറവുമില്ലാണ്ട്. "എടാ, പങ്കുവച്ചിട്ടു പോയാമതീ"ന്ന് ഞാൻ പറഞ്ഞു. കമാന്ന് ഉരിയാടീല്ല് രണ്ടും. മരുമക്കളൊണ്ടല്ലോ, അവളുമാര് പോണെന്നൊരു മൊഴിയുമനങ്ങിയില്ല.

കഴിഞ്ഞമാസം രവീന്ദ്രൻ മൂന്നുവട്ടം വന്നുകറങ്ങിയിട്ടു പെയ്. രാമചന്ദ്രനും രണ്ടു തടവു വന്നു. അവര് ചെലരെയൊക്കെ കണ്ടെന്നും, പ്രമാണം ഒണ്ടാക്കണെ കാര്യം പേശിയെന്നും വിലക്കാരെ തേടിനടപ്പാണെന്നും ആരെല്ലാമോ വന്നു പറഞ്ഞു. ങാ, നടക്കട്ട് എന്നു ഞാൻ. ഇന്നാള് ഒരു കാറില് മൂന്നുപേരുവന്ന് ആ ഇടവഴീലുനിന്നോണ്ട് വീടിനെ തിരിച്ചും മറിച്ചും നോക്ക്ണതു കണ്ടു. ഞാൻ എറങ്ങിച്ചെന്നപ്പൊ ചട്പുട്ടെന്ന് കാറില് കേറി ഒറ്റപ്പോക്ക്. വല്ല പുതുപ്പണക്കാരുമായിരിക്കും. ഇന്നെങ്കി ഇന്ന് ഇറങ്ങിക്കൊടുപ്പാൻ ഉടുത്തൊരുങ്ങി ഇരുപ്പുതന്നെ ഞാനും.

രാമചന്ദ്രനും രവീന്ദ്രനും വന്നപ്പൊഴൊക്കെ ഉണ്ണിയപ്പവും അവലോസുണ്ടയും മറ്റും കൊണ്ടുവന്നുതന്നു. ഞാൻ വാങ്ങിച്ചുവച്ചിറ്റ് അവരുപോയേപ്പിന്നെ പട്ടിക്കും പൂച്ചയ്ക്കും ഇട്ടു കൊടുത്ത് കൊഴപ്പിമില്ലെന്നു കണ്ടേച്ചേ ഈ നാക്കിലു വച്ചൊള്ളു. മക്കളായാലും ഉയിരല്യ്യോ മതിനീ, വലുത്.

കേട്ടോ, ഇനി നാളെ മക്കള് അനുപവിച്ചോളുമെന്ന് എണ്ണിക്കൊണ്ട് വസ്തുവും വകയും ഒണ്ടാക്കി ഇടണത് ചുമ്മാ. ഒള്ളത് കാശായിട്ടു വച്ചിരുന്നാല് തൊല്ല ഇല്ല. പ്രമാണോം കച്ചേരീം ഇല്ലാണ്ട് എണ്ണി വീതിച്ചു കൊടുത്തുവിടാം. നമ്മള് പെണ്ണുങ്ങള് താലിയോടെ ചത്താല് പാക്യവതികള്. അയ്യപ്പസ്വാമിയാണെ, നേര്.

വസുമതിയുടെ പങ്കാളികൾ

ദേവീദാസൻ ഒരു എൻ ജി ഒ കാഴ്ചയിൽ ഒരസാധാരണത്വവും തോന്നാത്ത രൂപം. ദേവീദാസന് ചില ദിവ്യസിദ്ധികളുണ്ടെന്നും ലോക നന്മയ്ക്കായി അവ പ്രയോഗിച്ച് ജീവിക്കുകയാണെന്നും അയാളെ പരിചയപ്പെടുത്തിയ എന്റെ സുഹൃത്ത് പറഞ്ഞു.

ദേവീദാസൻ എന്റെ മുപ്പതു സെന്റു പുരയിടമാകെയൊന്നു ചുറ്റിക്കറങ്ങി. വീടിനു പിറകിൽ തെക്കേ അതിരിനോടു ചേർന്ന് ഒരു നിക്ഷേപമുണ്ടെന്ന് അയാൾ തീർത്തു പറഞ്ഞു. ഒരു നാഗരാജവിഗ്രഹവും കുറേ സ്വർണാഭരണങ്ങളും വെള്ളിയും. നാഗര് കമിഴ്ന്നു കിടപ്പാണ്. അതു വലിയ ദോഷം ചെയ്യും. സർപ്പേന്ദ്രനെ പുറത്തെടുക്കണം. ആഭരണങ്ങൾ ഒരു ചെമ്പുപാത്രത്തിലാണിരിക്കുന്നത്.

സംഗതി രഹസ്യമായി സൂക്ഷിക്കണമെന്നും അടുത്ത വെളുത്ത വാവിൻ നാൾ അയാൾ വന്ന് നിധികുംഭം കുഴിച്ചെടുത്തു തരാമെന്നും പറഞ്ഞു. പ്രതിഫലമായി ഒന്നും സ്വീകരിക്കാത്ത ആളാണ് ദേവീദാസൻ. അതുകൊണ്ട് ഈ വെളിപാടിൽ കബളിക്കലിന്റെ അംശം പോലും കാണുകയില്ലെന്ന് തീർച്ചയാണ്. അയാളുടെ ഓരോ വാക്കും ഞാൻ തലകുനിച്ചു സ്വീകരിച്ചു.

നിധിയെടുക്കുന്നത് നാലുപേരറിഞ്ഞാൽ പിന്നെ നശിച്ച സർക്കാരിനെക്കൊണ്ട് കിടക്കപ്പൊറുതിയുണ്ടാവില്ല. നിലം കുഴിക്കാനുള്ള പണിക്കാരനേയും അയാൾ കൊണ്ടുവരാമെന്നേറ്റത് വലിയ ആശ്വാസമായി.

ദേവീദാസനും സുഹൃത്തും പൗർണമിക്ക് എത്തിക്കൊള്ളാമെന്ന് വാക്കുതന്നിട്ട് പോയി.

ആ മാസം പൗർണമി ഒരു ഞായറാഴ്ചയാണ്. അതു നന്നായി. ഭാര്യയെയും കുട്ടികളെയും തൽക്കാലം ഒന്നു മാറ്റിനിറുത്താൻ ബുദ്ധിമുട്ടു

ണ്ടാവില്ല. ഈ രഹസ്യം തൽക്കാലം അവർ പോലും അറിയണ്ട, എന്നാണല്ലോ നിർദേശം.

ദശമിയായപ്പോൾ ഞാൻ ഭാര്യയോടു പറഞ്ഞു "നീ കുറേ നാളായി പറയുന്നില്ലേ, നിന്റെ വീട്ടിലൊന്നു പോണമെന്ന്. ഈ ശനിയാഴ്ച രാവിലെ പോകാം. ഞായറാഴ്ച രാത്രി തിരികെ വന്നാൽ മതി"

അവൾ സാത്ഭുതം നോക്കി: "ഞാൻ ആറുമാസമായി പറയുന്നില്ലേ... ഇപ്പൊ എന്തുപറ്റി?"

ഞാൻ ഹൃദ്യമായി ചിരിച്ചു. "പ്രത്യേകിച്ചൊന്നും പറ്റിയില്ല. വല്യമ്മ വയസ്സായിരിക്കുകയല്ലേ..."

"മോൾക്ക് ശനിയാഴ്ച സ്പെഷ്യൽ ക്ലാസുണ്ട്".

"പിന്നെ! ഒരു ക്ലാസ് നഷ്ടപ്പെട്ടാൽ ജന്മം പാഴായിപ്പോകും!"

മൂത്തമകൻ പറഞ്ഞു: "ഞാൻ പോണില്ല. എനിക്ക് തിങ്കളാഴ്ച ടെസ്റ്റ് പേപ്പറുണ്ട്".

"പുസ്തകങ്ങൾ കൂടെ കൊണ്ടുപോയാലെന്താ".

"എന്തായാലും ഞാനങ്ങോട്ടില്ല."

"നീ എന്റെ വീട്ടിൽ പൊയ്ക്കോ. അച്ഛൻ കുറച്ചു ദിവസമായി നിന്നെ വിളിക്കുന്നില്ലേ?"

ആ ഓഫറിൽ അവൻ ഒതുങ്ങുമെന്ന് എനിക്കറിയാം. ഒതുങ്ങുകയും ചെയ്തു.

ഞാൻ ധർമദാരത്തോട് അർധശൃംഗാരത്തിൽ പറഞ്ഞു. "നീ കുട്ടികളുമൊന്നിച്ച് പൊയ്ക്കോളൂ. ടാസ്കി ഏർപ്പാടാക്കാം."

"വരുന്നില്ലേ?"

"ഇല്ല, എനിക്കു കുറച്ചു പണിയുണ്ട്"

"ഓ! പണി! അതൊക്കെ വന്നിട്ടുമതി"

"അർജന്റ് വർക്കാണ്"

"എനിക്കറിയാം. എന്റെ വീടെന്നു പറയുന്നതേ അലർജിയാണെന്ന്".

അവൾ കലമ്പാനുള്ള പുറപ്പാടാണ്.

"പൊന്നേ, പറയുന്നതൊന്നു മനസിലാക്ക്, ആ പത്രാധിപരുടെ കത്ത് നീ കണ്ടതല്ലേ. അദ്ദേഹത്തെ പിണക്കാമോ? നിങ്ങൾ തിരിച്ചെത്തും മുമ്പ് ഞാൻ ഒരു കഥയെഴുതി തീർക്കും"

"എഴുത്തിന് ഞങ്ങളെന്താ ശല്യമാണോ? ഇതുവരെ ഇല്ലാത്തപൂരം".

"ഞാൻ വല്ലതും എഴുതിയിട്ട് എത്രനാളായി! പണ്ടത്തെപ്പോലെ ഏകാഗ്രത കിട്ടുന്നില്ല. ഞാൻ പറയുന്നതൊന്നനുസരിക്കു മോളേ. പത്രാധിപരുടെ പിണക്കം തീർക്കാം. നിന്റെ ആഗ്രഹവും നടക്കും.. ഈ കഥയുടെ പൈസ കിട്ടിയാൽ ഒരു സാരി...."

പെണ്ണല്ലേ, സാധു ആ അന്ത്യവചനത്തിൽ വീണു.

"അപ്പോൾ രണ്ടുദിവസത്തെ ആഹാരം!"

"അതു സാരമില്ല. ഞാൻ ഹോട്ടലിൽ പോയി കഴിച്ചോളാം."

"വേറെന്തോ പരിപാടിയാണ്" അവൾ എന്റെ കരൾ അളക്കും മട്ടിലൊന്നു നോക്കി.

ഞാൻ ഉറക്കെ ചിരിച്ചു. “നിനക്കിപ്പോൾ എന്നെ വിശ്വാസിമില്ല. ഭേഷ് പെണ്ണേ സാക്ഷാൽ സരസ്വതിയെയല്ലാതെ മറ്റൊരു പെണ്ണിനെ ഞാനീ രണ്ടുദിവസവും വീട്ടിൽ കയറ്റുകയില്ല.”

അവൾ അന്നേരം തെല്ലു പരിഭവം ഭാവിച്ചെണീറ്റുപോയെങ്കിലും ത്രയോദശിയായപ്പോഴേക്കും വംശവദയായ് വന്നു. ശനിയാഴ്ച വെളുപ്പിനേ തന്നെ ഞാൻ അവരെ യാത്രയാക്കി.

അന് ആ ചതുർദശി നിലാവിൽ ഞാൻ ദേവീദാസൻ സ്വപ്നം കിളിർപ്പിച്ച ആ ഭൂവിഭാഗത്തിൽ ചെന്നുനിന്നു. ഇതാ വസുന്ധര രത്നഗർഭ. ഞാനാ ഇത്തിരി മണ്ണിൽ അടിവച്ചടിവച്ച് വട്ടം ചുറ്റി.

എവിടെയെങ്കിലും കാലു താഴുന്നുണ്ടോ? അടിയിൽ നിന്നൊരു ഹുംകാരമുയരുന്നുണ്ടോ?

നിധിതേടി ഒരായുസു മുഴുവൻ നടന്ന ചന്ത്രക്കാരനെ ഓർത്തു. ഒടുവിലൊരു രാത്രി ആ മണ്ണിൽ ചവിട്ടിയപ്പോൾ കാല് ഒരു വിലത്തിൽ ചാടി. അയാൾ ഉന്മാദനൃത്തം ചവിട്ടി.

ഇവിടെ ചിതൽപ്പുറ്റുകളുണ്ട്. തട്ടി അടർത്താം. പക്ഷേ കാലിട്ടുനോക്കുന്നത്. അപകടം നിധിയില്ലെങ്കിലും സർപ്പങ്ങളുണ്ടാകാം.

ഈ നിക്ഷേപം അപമൃത്യുവായ ഏതോ ബ്രാഹ്മണന്റെ വകയാണത്രെ. പക്ഷേ എനിക്ക് എടുക്കാൻ വിലക്കില്ലപോലും ബ്രഹ്മസ്വം അപഹരിച്ചാൽ മുടിയുമെന്ന് ആപ്തവാക്യം. ശരി, എങ്കിൽ ഒരു മഞ്ചാടി പോലും സ്വന്തമാക്കാതെ ദാനം ചെയ്തേക്കാം. പുരനിറഞ്ഞു നിൽക്കുന്ന സാധു പെൺകിടാങ്ങൾക്കോ അനാഥാലയത്തിനോ – വെറുതേ കിട്ടിയ തേങ്ങ. ഗണേശന്റെ നട. എനിക്ക് ദാനധർമത്തിന്റെ പുണ്യം. ആ സുകൃതത്തിന് സുഖമരണം.

പഴയ ആഭരണങ്ങളുടെ മുഖഛായ മാറ്റിയേ വെളിച്ചം കാണിക്കാവൂ. അതിനെന്തുവഴി? മാർഗങ്ങൾ പലതും മനസിൽ തെളിഞ്ഞു.

നാഗവിഗ്രഹത്തെ പുനഃപ്രതിഷ്ഠിക്കാം. പക്ഷേ വലിയ ചെലവുള്ള കാര്യമാണ്. ഏതെങ്കിലും അമ്പലത്തിലെ ആൽത്തറയിൽ കുടിയിരുത്തിയാലും മതിയെന്നാണ് ദേവീദാസൻ പറഞ്ഞത്.

നിലാവു വരച്ചിട്ട കളത്തിൽ, തെങ്ങോലകളുട മേളമൊപ്പിച്ച് ഞാൻ ചിന്തകളിൽ താളം ചവിട്ടി.

ഞായറാഴ്ച പുലർച്ചയ്ക്കു തന്നെ അവർ വന്നു.

ദേവീദാസൻ ചില പൂജകൾ ചെയ്തു ധ്യാനനിമഗ്നനായി കുറേ നേരം ഇരുന്നു. പൊതിയിൽ നിന്ന് ഒരു നുള്ളു ഭസ്മമെടുത്തു ഘ്രാണിച്ചുകൊണ്ട് ഇത്തിരിവട്ടത്തിൽ ചുറ്റിക്കറങ്ങി. ഒടുവിൽ ഒരു പ്രത്യേക ബിന്ദുവിൽ കുറ്റിയടിച്ചുമുട്ടിനിന്നു. സഹായിയായി വന്നയാൾ അവിടെ മൺവെട്ടി താഴ്ത്തി. ഞാനും സുഹൃത്തും ഭക്ത്യാദരങ്ങളോടെ നോക്കി നിന്നു.

സഹായി നിധിമാന്തുന്നതിൽ പ്രത്യേക പരിശീലനം ലഭിച്ചിട്ടുള്ളവനാണെന്നു തോന്നി. അയാൾ നിശബ്ദം പണിതുടർന്നു.

''വലിയ ആഴത്തിലൊന്നുമല്ല. സൂക്ഷിച്ചു കിളയ്ക്കണം.'' ദേവീദാസൻ നിർദേശിച്ചു.

അടുത്ത വെട്ടിന് നിധി പുറത്തുവരുമെന്ന് മട്ടിൽ അയാൾ ഉറ്റുനോക്കി നിന്നും.

വെയിലിനു ചൂടേറിക്കൊണ്ടിരുന്നു. സഹായി തളർന്നപ്പോൾ ദേവീദാസനു സന്ദേഹമായി. അയാൾ വീണ്ടും ഭസ്മമെടുത്തു ഗന്ധം പിടിച്ച് സ്ഥാനനിർണയം നടത്തി.

മൺവെട്ടി ഇത്തിരി മാറി പ്രവൃത്തി തുടർന്നു.

ദേവീദാസന് രണ്ടുവട്ടം കൂടി ഗന്ധപരിശോധന നടത്തേണ്ടിവന്നു. പക്ഷേ മൺവെട്ടിയിൽ ഒരു ലോഹവും തടഞ്ഞില്ല. പാവം ദൈവജ്ഞൻ വിയർത്തുവെളുത്തു.

"ശ്ശെ അങ്ങനെ വരില്ലല്ലോ." എന്ന് സുഹൃത്ത് പല്ലവി പാടിക്കൊണ്ടിരുന്നു.

നട്ടുച്ചയായി. സഹായി അതിരാകെ ഇളക്കിമറിച്ചു കഴിഞ്ഞു.

ദേവീദാസൻ പണി നിറുത്തിവയ്ക്കാനാജ്ഞാപിച്ചിട്ട് വീണ്ടും! "ചെറിയൊരബദ്ധം പറ്റി. ആദ്യം ഭൂതത്താനെ നിലയ്ക്കുനിർത്തേണ്ടതായിരുന്നു. അദ്ദേഹം സാധനം വലിച്ചു മാറ്റിക്കൊണ്ടു പോവുകയാണ്. ഇപ്പോൾ വേലിക്കുനേരെ കീഴിലേക്കു മാറ്റിയിരിക്കുന്നു. വേലി പൊളിക്കാമോ?"

"അത് കുഴപ്പമാവുല്ലേ" സുഹൃത്തിന്റെ സംശയം.

"നമ്മൾ അവിടം കുഴിക്കുമ്പോൾ സാധനം അങ്ങേ പറമ്പിലേക്കു നീങ്ങിയാലോ" – ഞാൻ ചോദിച്ചു.

"അതിന് പണിയുണ്ട്. ഇനി വെട്ടും മുമ്പ് ഭൂതത്താനെ നിലയ്ക്കു നിറുത്താം. മതിലുകെട്ടാനൊരുങ്ങിക്കോളൂ. വാനം തോണ്ടുകാണെന്ന മട്ടിൽ കാര്യം നടത്താം"– ദേവീദാസൻ പറഞ്ഞു "അപ്പുറത്തെ ഭൂമി വിലയ്ക്കു കൊടുക്കാനൊരാലോചനയുണ്ടെന്ന് കേട്ടു. പത്തുസെന്റ് വിലയ്ക്ക് വാങ്ങിച്ചേക്കാം"

"ദാറ്റ് ഈസ് ഗുഡ്" സുഹൃത്ത് ചിരിച്ചു.

"നിർബന്ധമില്ല." ദൈവജ്ഞൻ മൊഴിഞ്ഞു. "കിട്ടുമെങ്കിൽ വിടണ്ടാ. പ്രമാണം കഴിഞ്ഞ് വിവരം അറിയിക്കൂ. ഇനി അമളി പറ്റൂല."

സഹായി മൺവെട്ടി ശുദ്ധമാക്കി. ഞങ്ങൾ ഭക്ഷണം കഴിച്ചു പിരിഞ്ഞു.

അയൽവാസിയായ വൃദ്ധൻ ചോദിച്ച വില ലേശം കൂടുതലാണ് എങ്കിലും ഞാൻ സമ്മതിച്ചു. മറഞ്ഞിരിക്കുന്ന ലാഭത്തിനുമുമ്പിൽ ഈ നഷ്ടം എത്ര നിസാരം!

പണമെണ്ണിവാങ്ങുമ്പോൾ വൃദ്ധൻ പറഞ്ഞു "സാറേ അവിടെ ഒരു മൺതിട്ട കാണുന്നില്ലേ, അത് എന്റെ അച്ഛന്റെ ശവക്കുഴിയാണ്. തെങ്ങ് വച്ചത് പണ്ടേ പട്ടുപോയി. ഞാൻ ചേട്ടന്മാരോട് വലിയ വഴക്കിട്ടാണ് അച്ഛന്റെ ജഡം ഈ മണ്ണിലേക്ക് കൊണ്ടുപോന്നത്. കാലം വളരെയായി. എങ്കിലും അതു മാന്തിയെറിയാതെ അവിടെ ഒരു തെങ്ങു വച്ചാൽ ഉപകാരമായി".

'കിഴവന്റെ തന്തയും തെങ്ങും' എന്ന് മനസാ പരിഹസിച്ചെങ്കിലും എല്ലാം സമ്മതിച്ചെന്ന ഭാവത്തിൽ മന്ദഹസിച്ചതേയുള്ളൂ.

പിറ്റേന്ന് തന്നെ വേലി മാറ്റിക്കെട്ടി. പ്രമാണം പതിഞ്ഞ കാര്യം സുഹൃത്തിനെ അറിയിച്ചു. ദേവീദാസന്റെ മറുപടി കാത്ത് ദിനങ്ങൾ തള്ളി നീക്കി.

എന്റെ ചിന്തയിൽ സ്വർണാഭരണങ്ങൾ നിറഞ്ഞ ചെമ്പുപാത്രവും, അതിനരികെ കമിഴ്ന്നു കിടക്കുന്ന നാഗരാജനും സദാ സീൽക്കാരത്തോടെ വട്ടം കറങ്ങിക്കൊണ്ടിരുന്നു.

വീണ്ടുമൊരു പൗർണമി. ഞാൻ മട്ടുപ്പാവിൽ നിന്ന് ആ സൗവർണ ഭൂമിയെ നിരീക്ഷിച്ച് സ്വപ്നങ്ങളിലാണ്ടു. ആ മൺകൂന ഒരു ദുഃശകുനം പോലെ അലോസരമുണ്ടാക്കി. ദേവീദാസൻ വന്നാൽ ആദ്യം മാന്തിപ്പൊളിക്കേണ്ടത് കുഴിമാടമാണ്. ആ തന്തക്കിളവനായിരിക്കും, ദേവീദാസനെ കബളിപ്പിച്ച ഭൂതപാർഷദൻ. ചത്തിട്ടും മാറാത്ത ലോഭം.

നിലാവ് തെല്ലൊന്ന് മങ്ങിയിട്ട് പൂർവാധികം തെളിഞ്ഞു. ആ വെളിച്ചത്തിൽ കണ്ടു. ആ മണൽക്കൂനയിൽ ഒരാൾ നിൽക്കുന്നു. ഞാൻ സാകൂതം നോക്കി. നരച്ചുവെളുത്ത ഒരർധനഗ്നൻ. അഞ്ചരയടി പൊക്കം, ഒരു തൂണുപോലെ നിശ്ചലം നിൽപ്പാണ്.

ആരാണിത്? എവിടന്നു വന്നു?

അടുത്ത നിമിഷം അതിനപ്പുറത്തൊരു രൂപം. സ്ത്രീയാണ്. യുവതി. പിന്നെ ഒരു ബാലിക പൊങ്ങിവന്നു. പൊടുന്നനെ ഒരു പശു പ്രത്യക്ഷപ്പെട്ടു. അതോ കാളയോ.

നിമിഷംപ്രതി രൂപങ്ങൾ ഉയർന്നുപൊങ്ങുകയാണ്. എന്തൊരു കാഴ്ച!

ഞാനമ്പരന്ന് പടികൾ ചാടിയിറങ്ങി. എന്റെ വീട്ടിനുള്ളിലാകെ പല തരം കോലങ്ങൾ. ആണു പെണ്ണും കുട്ടികളും ജന്തുക്കളും. സർവം തിങ്ങി ഞെരുങ്ങിനിൽക്കുകയാണ്. മുരളുന്നവർ, വിളറിയ ചിരി തൂകുന്നവർ വിഷാദമുഖികൾ.

എന്റെ ഭാര്യ എവിടെ? കുട്ടികളെവിടെ?

ഉള്ളിലേക്കു കടന്നുനോക്കാൻ ഇടം തരാതെ ഈ ജീവികൾ തോളുരുമ്മി നിൽക്കുകയാണ്. നിങ്ങളാരാണ്? ഇവിടെന്തുകാര്യം? ഞാൻ ശക്തിയാകെ സംഭരിച്ചു ചോദിച്ചു. പക്ഷേ ഒച്ച പൊന്തിയില്ല. എനിക്കു ശ്വാസം വിങ്ങി. ഞാൻ ഞെങ്ങിഞെരുങ്ങി ഇടിയും തൊഴിയുമേറ്റ് പുറത്തുചാടി.

മുറ്റമാകെ കാടുപിടിച്ച പോലെ എണ്ണമറ്റ മനുഷ്യരൂപങ്ങൾ, അവർക്കിടയിൽ മറ്റു ജന്തുക്കൾ, കുരങ്ങും മാനും, നായും, നരിയും, പാമ്പും, പഴുതാരയും.

എനിക്കു പേരറിഞ്ഞുകൂടാത്ത മുമ്പെങ്ങും കണ്ടിട്ടില്ലാത്ത ചില മൃഗങ്ങൾ, പക്ഷികൾ.....

എന്റെ വീട്, എന്റെ മുറ്റം, എന്റെ നാൽപ്പതുസെന്റ് അന്യാധീനമെന്നോ.

"കടന്നുപോകൂ"–ഞാൻ അലറി.

ആര് കേൾക്കാൻ? ആരു മിണ്ടാൻ?

ഞാൻ ഓരോ ഇഞ്ചും സമരം ചെയ്തു തെന്നിത്തെന്നി നിരത്തിലിറങ്ങി.

അവിടെയും ഈ ഉത്സവമേളം തന്നെ. ഒരടി നീങ്ങാൻ ഒരഞ്ചുപേരെങ്കിലും ഉന്തിമാറ്റണം. ദേഹം വളച്ചൊടിക്കണം. ഇഴജന്തുക്കളെ ചവിട്ടാതെ നോക്കണം. പക്ഷികൾ മുഖത്തടിക്കാതെ ഒഴിയണം.

പ്രപഞ്ചങ്ങളുടെ സ്രഷ്ടാവേ, ഇതെന്തു മായ?

ചോരക്കുഞ്ഞുങ്ങൾ മുതൽ ഇഴഞ്ഞു നടക്കുന്ന കിളവന്മാർ വരെ. രോഗികൾ, ഗർഭിണികൾ, ചില മദാലസകളും.

ഇവരെന്തു തിന്നും? ഇവർക്കെല്ലാം തല ചായ്ക്കാനിടമെവിടെ?

ഞാൻ ആരോടെന്നില്ലാതെ പലതും ചോദിച്ചു. അവയെല്ലാം ഉത്തരം കിട്ടാത്ത പുലമ്പലുകളായി.

ഇത്തിരി ശ്വാസത്തിന് ആഞ്ഞാഞ്ഞ് വലിച്ച്, അരിച്ചരിച്ചു ഞാൻ നീങ്ങുമ്പോൾ സ്നേഹാർദ്രമായ ഒരു വിളി.

“മോനേ”

ഞൻ അമ്പരന്നുനോക്കി.

അമ്മ. എന്റെ അമ്മ. ഞാൻ കണ്ടു ആ രൂപം വ്യക്തമായി കണ്ടു

ഇത്തിരിയകലെയാണ്. ഞാൻ നിഷ്കരുണം തിക്കിത്തള്ളി അവിടെയെത്തി.

“അമ്മ! അമ്മ ഇവിടെ? ഇതാരുടെ മണ്ണ്?

അമ്മ ചിരിച്ചു. “ആരുടെ മണ്ണ് ആർക്കറിയാം. കിട്ടിയത് ഇവിടെമാണ്.”

“നമ്മുടെ വക എത്രയോ ഏക്കർ കിടക്കുന്നു....”

“അതെ. എത്രയോ ഏക്കർ! പക്ഷേ അതിനൊക്കെ വേറെ അവകാശമാക്കിയവർ നമ്മൾ അറിയാത്ത മുൻപട്ടയക്കാർ, ഒടുവിൽ ഞാൻ ചെന്നപ്പോൾ എനിക്കവിടെ ഇടമില്ല. ഈ പുറമ്പോക്കിലെങ്കിലും നിൽക്കാനിത്തിരി ഇടം കിട്ടിയത് ഭാഗ്യം”

“ഞാനീ കാണുന്നത്. എന്താണമ്മേ. തളർന്നുപോകുന്നു. ഒന്നും മനസിലാക്കുന്നില്ല”.

“നീ കണ്ടില്ലേ. പരിഷ്കാരികളും അറു പ്രാകൃതരും. നാനാതരം പക്ഷികൾ, മൃഗങ്ങൾ, ഇഴജന്തുക്കൾ. ജീവിച്ചിരുന്നപ്പോൾ ഇവയിൽ പലതിനേയും ഞാൻ കണ്ടിട്ടില്ല. ആദികാലം മുതൽ ഈ ഭൂമിയെ അവകാശമാക്കി വസിച്ചവരെല്ലാമുണ്ടീക്കൂട്ടത്തിൽ. ജീവിച്ചിരിക്കുന്നവർക്കും. പിറക്കാനിരിക്കുന്നവർക്കും വേണ്ടി മണ്ണിൽ മറഞ്ഞു കഴിയുന്ന സാധുക്കൾ. എന്നെപ്പോലെ. മൺമറയുംമുമ്പേ ഇതൊന്നു കാണാൻ കഴിഞ്ഞ നീ ഭാഗ്യവാനാണു കുഞ്ഞേ.”

“ഭാഗ്യം” ഞാൻ കരഞ്ഞുപോയി.

"ഞാൻ ഈയിടെ അമ്മയെപ്പറ്റി കേട്ടു. നിന്റെ അമ്മൂമ്മയെപ്പറ്റി. ഇത്തിരിയകലെ ഒരു വയൽവരമ്പിലുണ്ടത്രേ. കാണണമെന്നുണ്ട്. ഇവരെയൊക്കെ തള്ളിമാറ്റി എങ്ങനെ പോകും!"

എന്റെ അമ്മൂമ്മ. ഒരു വെറ്റില രണ്ടു നാൾ മുറുക്കി. മാസത്തിൽ രണ്ടു സർവേ നമ്പരെങ്കിലും ജന്മം വാങ്ങി. നൂറ്റിപ്പത്ത് സിവിൽകേസ് പറഞ്ഞ് അനന്തരാവകാശികളെ ഭൂവുടമകളാക്കിയ അധ്വാനശീല. "എടാ, ഒടുവിലെനിക്ക് ആറടി മണ്ണുമതി. ബാക്കിയെല്ലാം നിങ്ങൾക്കാ" എന്ന് വിശ്രമവേളകളിൽ തത്വജ്ഞാനം പറഞ്ഞിരുന്നവർ. അവർക്കും ഒരു ചുവട് സ്വന്തം മണ്ണ് കിട്ടിയില്ലെന്നോ!

"മരിച്ചുവന്നാൽ എനിക്കും പുറമ്പോക്കാണോ അമ്മേ ശരണം" ഞാൻ ചോദിച്ചു.

"നീ വാങ്ങിയ സ്ഥലത്ത് ഒഴിവുണ്ടോന്ന് നോക്കിയോ"

"കണ്ടു. ഒരിഞ്ചു സ്ഥലം ബാക്കിയില്ല."

"അന്നേരം ഏതെങ്കിലും ഒരു പുറമ്പോക്കു ബാക്കിയുണ്ടെങ്കിൽ അവിടെച്ചെന്നു പറ്റാം"

"അമ്മയെന്താ കാല് നിലത്തൂന്നാത്തെ?"

"നിങ്ങൾ ചുട്ടുപറത്തിയില്ലേ?

ചാമ്പലായി മാറിയവർക്ക് ഇതാണു നില. മുഴുവനേ മണ്ണിനടിയിലെത്തിയവർക്ക് നിലം തൊടാം.

"ഈ ലോകമല്ല മായ. പരലോകമാണ്" ഞാൻ വിതുമ്പി.

"ഇതു തന്നെയാണു മോനേ സത്യം. സ്വർഗം, കുറേക്കഴിയുമ്പോൾ ശൂന്യാകാശം വീതിച്ചുകിട്ടും. മേൽക്കൂരമേൽ പലതട്ടുകളായി ജീവികളെങ്ങനെ നിൽക്കും. നല്ല രസമായിരിക്കും"

അമ്മയുടെ നിർവികാരത കണ്ട് ഞാൻ സ്തബ്ധനായി.

"ആട്ടെ നീ എന്ത് അതിക്രമം കാണിച്ചിട്ടാണ് ഇപ്പൊഴിതൊക്കെ കാണേണ്ടിവന്നത്? "

"ഞാനൊന്നും കാണിച്ചില്ല പിന്നെ ഒരു കിഴവന്റെ പുരാതന കുഴിമാടം വെട്ടിനിരപ്പാക്കാനാലോചിച്ചു."

ഞാനാ നിധി രഹസ്യം അമ്മയോടു പറഞ്ഞു. അതുകേട്ട് അമ്മ നിറുത്താതെ ചിരിച്ചു. ഒടുവിൽ ഇത്രമാത്രം പറഞ്ഞു. "നീ ഇപ്പോഴും പഴയ വങ്കൻ തന്നെ".

അപ്പോൾ എവിടെ നിന്നെന്നറിയില്ല, മന്ദ്രമധുരമായ ഒരശരീരി പൊങ്ങി അന്ന് അധ്വാനിച്ചുണ്ടാക്കിയ പൊന്നും വെള്ളിയും കുഴിച്ചിട്ടു കുറെ വിഡ്ഢികൾ. ഇപ്പോഴിതാ, മെയ് വിയർക്കാതെ അത് കുഴിച്ചെടുത്ത് മാളിക പണിയാൻ തക്കം നോക്കുന്ന കുറെ ശുംഭന്മാർ. എന്റെ ഗർഭത്തിലെ രത്നം കൈകളിലെടുത്ത് അമ്മാനമാടാൻ കരുത്തുള്ളവരെത്രയുണ്ട്. ആ ചുണക്കുട്ടികൾ വരട്ടെ. ഞാനന്നേ സന്നദ്ധ"

ഓട്ടുമണികൾ മുഴക്കുന്ന ചിരിയൊന്നടങ്ങി. പിന്നെയും കിളിമൊഴി "ഒന്നനങ്ങാൻ, ലേശമൊന്നിളകാൻ തോന്നിപ്പോണൊണ്ടെനിക്ക്.

അപ്പൊ, കാണാം എല്ലാ അഹങ്കാരവും കൊതിയും..."

വീണ്ടും ചിരി. അകന്നകന്നു പോകുന്നു കളഗാനം.

കൈകൂപ്പി, ഏതോ നിർവൃതിയിലാണ്ടു നിൽക്കുന്ന അമ്മയോട് വിറയാർന്നു ഞാൻ ചോദിച്ചു.

"അമ്മേ ഇത്...."

"മനസിലായില്ലേ..... വന്ദിക്കു."

ഞാൻ കൈകൂപ്പി. കണ്ണടച്ചു.

അവന്റെ കൈത്തെറ്റ്

(കഥ ഇതുവരെ.

ഏദൻ ഗാർഡനിൽ വച്ച് സാത്താൻ എന്നവർ ശ്രീമതി ഹവ്വായെ കബളിപ്പിച്ചു. അതിൻപടി സ്ത്രീ ആദമിനെ ചതിച്ചു. ഇതിനാൽ കോപം വന്ന കർത്താവ്, ആ ദമ്പതികളെ ശപിച്ചു.

– ഇനി വായിക്കുക)

ദൈവം കാൽ നീട്ടിവച്ച് തിരികെ പുറപ്പെട്ടാറെ, ആദം മനം നീട്ടി പുറകേ ചെന്നു. മാനം അവർക്കുമേലെ നിന്നും.

"കർത്താവേ! പൊറുക്കേണമേ! ഞാനൊരു പാവം– പുരുഷൻ. മേൽക്കൊണ്ട് ദൈവഭയത്തോടും സർവജയത്തോടും ജീവിച്ചു കൊള്ളാം. അതിനായി ഈ പെണ്ണിൽ നിന്നും മോചിപ്പാനൊരുപായം തരിക"

ആദം കാലിൽ വീണു. ദൈവം ചിന്തയിൽ വീണു. ഇരുവരും പൊങ്ങിയ നേരം കർത്താവ് അവർക്കൊരു മന്ത്രം ഓതിക്കൊടുത്തു.

–ഇഷ്ടരൂപം പ്രാപിച്ച് മറഞ്ഞു കൊൾവിനൊരുമന്ത്രം.

ആദം സന്തുഷ്ടിച്ചു. കർത്താവിന് സ്തോത്രം ചൊല്ലി.

ഏദനിൽ മടങ്ങിയ ആദം ഹവ്വായോട്–

'സ്ത്രീയേ എനിക്കും നിനക്കും തമ്മിലെന്ത്?'

അവൾ മിഴിച്ചു നിന്നു. അവൻ നടന്ന് ഏദനു പുറത്തുവന്ന് മന്ത്രം ഉരുവിട്ടു. അപ്പോഴവൻ ഒരു വെൺമേഘമായി. മാലാഖയെപ്പോൽ ആകാശത്തിൽ പറന്നു.

ഏദനിൽ പുരുഷനെ കാത്തിരുന്ന് കൺകുഴഞ്ഞ സ്ത്രീ ആകാശത്തേക്ക് മിഴി ഉയർത്തി. ആദം മേഘമായി പറക്കുന്നതുകണ്ട് അത്ഭുതപ്പെട്ടു. എന്നാറെ, അവൾ നീരാവിയായി ഉയർന്നു. ആ മേഘത്തിൽ പറ്റിച്ചേർന്നു.

മേഘത്തിന്റെ നിറംമാറി. കനം വന്നു. ഗതിമുട്ടി. ഇരുവരും ഇപ്രകാരം സംയോഗം ചെയ്കയാൽ മഴയായി ഭൂമിയിൽ വീണു.

ആദം വിഷാദിച്ചു.

ഒരു പുലർകാലത്തിൽ അവൻ കാറ്റായ് പാറിപ്പോയി. അവോ, സുഗന്ധമായ് പിൻതുടർന്ന് അവനിൽ പടർന്നു.

ഇനിയെന്തുവഴി? ആദം തേങ്ങി.

പിന്നെ അവനൊരു ശാന്തസമുദ്രമായി സമാധികിടന്നു. അവൾ കാറ്റായി അതിൽ നൂഴ്ന്നുകടന്ന് തിരകളായ് പുളഞ്ഞു. അവൻ കോപവും താപവും സഹിയാതെ അവളെ കരയിലേക്കെറിഞ്ഞു. പ്രാണനാഥന്റെ ഈ തമാശയിൽ അവൾ പുളകംകൊണ്ട് നുരകളാൽ ചിരിച്ചുകുണുങ്ങി. ഓരോ വട്ടവും അവനുപുറകേ ഓടിഓടിച്ചെന്നു.

പാവം, ആദം തളർന്നുപോയി.

അവൾ മയങ്ങിയ തക്കംപാർത്ത് അവനൊരു മാമലയായി ശിരസുയർത്തി നിന്നും. എന്തു പറവാനാണ്! – ഹവ്വാ നേരംകളയാതെ. തുഷാരകണങ്ങളായി പൊഴിഞ്ഞുവീണ് അവനെ പ്പൊതിഞ്ഞു.

ആദം ആദിയന്തമില്ലാതെ ഖിന്നിച്ചു.

ഝടിതി അവനൊരു മാമരമായ് മാറി. അവൾ പൂങ്കുലകളായ് ആ മരച്ചില്ലകളിൽ ഊഞ്ഞാലാടി.

ആദം വ്യസനിക്കാതെ എന്തുചെയ്വാൻ!

അടുത്ത കുറി അവനൊരു ഭയങ്കര രാജവെമ്പാലയായി ദൂരേക്കും ദൂരെ ഇഴഞ്ഞുപോയി. ഇഴഞ്ഞിഴഞ്ഞുചെല്ലുമ്പോൾ ഒരു മാളമുണ്ട് അവനെ വരവേൽക്കാൻ തലവണങ്ങി നിൽക്കുന്നു. “സ്വയമേവാഗതാ വരാ”– എന്നു നിനച്ച് അവൻ അതിനുള്ളിൽ ഒളിച്ചു. സസുഖം മയങ്ങി. താൻ ഹവ്വായുടെ ആലിംഗനത്തിനുള്ളിലാണ് ഒതുങ്ങിക്കിടക്കുന്നതെന്നുള്ള സത്യ പാവം മനസിലാക്കിയത് വർഷങ്ങൾക്കും വർഷങ്ങൾക്കും ശേഷമാണ്.

അവൻ നിലവിളിച്ചുപോയി.

പിന്നെ വൈകാതെ ആ മാളം വെടിഞ്ഞ് മലമുകളേറി ഘോരകാനനം പുക്ക് ഒരു കൊമ്പനായി ചിന്നംവിളിച്ചു. ആ പെണ്ണ് മദമായി അവന്റെ കവിളിൽ ചേക്കേറി.

ആദം പൊട്ടിത്തകർന്നു.

ഒടുവിൽ അവനൊരു അജപാലബാലനായി ഓടക്കുഴലൂതി നടന്നു. അവൾ പതിനാറായിരത്തെട്ടായി അവനെ ചൂഴ്ന്നുനിന്നാടി.

തനിക്കു മോചനമില്ലാ എന്ന സത്യം ബോധിച്ച് അവൻ വിങ്ങി വിങ്ങിക്കരഞ്ഞു. കർത്താവിനോട് മുട്ടിപ്പായി പ്രാർഥിച്ചു.

ആ കരുണാമയൻ പമ്മിപതുങ്ങി വന്നു.

‘കർത്താവേ! അങ്ങ് അവൾക്കുമീ മന്ത്രം ചൊല്ലിക്കൊടുത്തുവോ? സാധുവായ ഇവനോടീ ചതിചെയ്തത് എന്ത്?

കർത്താവ് വല്ലായ്മപ്പെട്ടു പറഞ്ഞു–

"ആദമേ നീ ക്ഷമിക്ക, ആദിയിൽ നീ ഉറങ്ങിക്കിടക്കുന്നതായ സമയം നിന്റെ വാരിയെല്ല് എടുത്ത് സ്ത്രീയെ സൃഷ്ടിചെയ്തവാനായി ക്കൊണ്ടാണ് കർത്താവായ ഞാൻ ഭൂമിയിൽ വന്നത്. ആ നേരത്തിങ്കൽ ആ സാത്താൻ എന്തോ ചതിചയ്തുകളഞ്ഞുവല്ലോ! അതിൻമീതെ ഞാൻ മയങ്ങിപ്പോകയും, കൈപ്പിഴ പിണഞ്ഞ് സ്വന്തം വാരിയെല്ലെടുത്ത് സ്ത്രീയെ മെനഞ്ഞു കിടത്തുകയും ചെയ്തു പോയിതു. നട്ടെല്ലില്ലാത്തവനായിരിക്കുന്ന എനിക്കും അവളുടെ ചെയ്തിയൊക്കെയും നോക്കി നിൽപ്പാനേ ത്രാണിയുള്ളൂ.

നീ ക്ഷമിക്ക്"

പിന്നെ ചെറിയ അവനും വലിയ അവനും മുട്ടിന്മേൽ നിൽക്കയും അവൾക്കായി ഒരു ഓശാന പാടുകയും ചെയ്തു.

അശുഭദൃഷ്ടി

ശ്യാമസുന്ദരൻ രൂപ വാങ്ങി നന്ദി പറഞ്ഞ് പടിയിറങ്ങിയയുടനെ മനു ഡയറിയെടുത്ത്, വ്യക്തമായി എഴുതി.

"ഹെഡ്ക്ലാർക്ക് ശ്യാമസന്ദരൻ നൂറുരൂപ കടം വാങ്ങി. നാളെ വൈകിട്ട് തരികെത്തരാമെന്നു പറഞ്ഞിട്ടുണ്ട്."

ചായയുമായി വന്ന ഭാര്യ ഒറ്റനോട്ടത്തിലതു വായിച്ചു ചിരി തുടങ്ങി. മനു ഈർഷ്യയോടെ അവളെ നോക്കി.

"നീ എന്തിനാ ചിരിക്കണ്"?

"നാളെ തിരികെ കിട്ടുന്നതിന്റെ കണക്കും എവുതിവെക്കണോ"

"ഒരു മണിക്കൂറിനപ്പുറമുള്ളതായാലും എഴുതണം. ബോധമുണ്ടെങ്കിലല്ലേ അതു മനസിലാവൂ."

അവൾ അതു മറ്റൊരു തമാശയെന്ന മട്ടിൽ വീണ്ടും ചിരിച്ചു.

മനു ഗൗരവപൂർവം പറഞ്ഞു: "നോക്ക്, ഓഫീസിലെ അക്കൗണ്ടുകളെക്കാൾ കൃത്യമാണ്. എന്റെ പേഴ്സണൽ ആക്കൗണ്ട്സ്– ഇതെല്ലാം നമുക്ക് കിട്ടാനുള്ളതിന്റെ വിവരങ്ങൾ. നീല ബുക്കിലുള്ളത് നമ്മുടെ കട ബാധ്യതകൾ. ആര് എപ്പോ നോക്കിയാലും ഒരു കൺഫ്യൂഷനും തോന്നാത്തവിധം എല്ലാം എഴുതിവെച്ചിട്ടുമുണ്ട്. ങാ........ നിക്ഷേപങ്ങളുണ്ടല്ലോ... സേവിങ് സർട്ടിഫിക്കറ്റുകൾ, പോളിസികൾ, ബെനിഫിറ്റ് സ്കീമുകൾ അതെല്ലാം ഈ പച്ച ഫയലിലുണ്ട്."

ഭാര്യ തലയിലറഞ്ഞു– "ഹൊ...മതി...മതി. ദിവസവും ഒരു വട്ടമെങ്കിലും ഞാനിതൊക്കെ കേൾക്ക്ണില്ലേ."

"നീ മരക്കഴുതയാണ്. സമയത്തൊന്നും ഓർത്തില്ലെന്നും വരും, കുട്ടികൾക്കും ഇതൊക്കെ പറഞ്ഞുകൊടുക്കുന്നത് നന്നായിരിക്കും."

"എനിക്ക് വേറെ ജോലിയുണ്ട്" അവൾ ചാടിക്കടന്നുപോയി.

അച്ഛമ്മ പലർക്കും രഹസ്യമായി പണം വായ്പകൊടുത്തിരുന്നു. എഴുത്തറിയാത്തതുകൊണ്ട് കുറിച്ചുവെച്ചിരുന്നില്ല. മരണസന്ധിയിലാണ് അതൊക്കെ മക്കളോടു പറയണമെന്നു തോന്നിയത്. പക്ഷേ നാവു താണു പോയി. കൈയാംഗ്യം കാണിച്ചു. കൈകാലിട്ടടിച്ചു കരഞ്ഞു. ആർക്കു മൊന്നും തിരിഞ്ഞില്ല. ദുഷ്ടന്മാർ പലരും നേട്ടമുണ്ടാക്കി. അത്രതന്നെ.

ഫോൺ ചലിച്ചു. മനു ഞെട്ടി. ഒന്നുറച്ചിട്ട് റിസീവറെടുത്തു

"അതെ. ഡൽഹീന്നോ?... അമ്മായിക്ക് എന്താണ്-പാർഡൻ.. കേട്ടു കൂടാ. കഴിഞ്ഞെന്നോ... എപ്പൊ ങേ! ഓഹോ.. ഹാവൂ!... ഞാൻ വിചാരിച്ചു...ങാ... എപ്പൊ എത്തും.. നാലിനെത്തുന്ന ഫ്ളൈറ്റിലോ... തനിച്ചാണോ ശരി..ശരി..."

മനു റസീവർ താഴെ വച്ച് ആത്മനിന്ദയോടെ നാണം പൂണ്ടു തെല്ലിരുന്നു. എന്തൊരു കഷ്ടമാണ്. ഫോണിൽ വരുന്നതൊക്കെ ചാക്കാല അറിയിപ്പായിരിക്കുമെന്നൊരു ദൃഢവിശ്വാസം-ടെലിഗ്രാം കിട്ടിയാൽ നിലവിളിക്കണമെന്നു പഠിച്ചിരുന്ന നാടൻ പെണ്ണിന്റെ മനസ്സ്... നാണക്കേടുതന്നെ.

എത്രപേരോടീ വങ്കത്തം ചോദിച്ചിട്ടുണ്ട്. അങ്ങേത്തലയ്ക്കൽ നിന്ന അളിയനെന്തു വിചാരിച്ചു കാണും.... ചികിത്സയ്ക്കുപോയ മദർ ഇൻലാ സസുഖം മടങ്ങിവരുന്നു... അത്രേയേയുള്ളൂ.

ഭാര്യയെ വിളിച്ചു മാതാവ് നാലിന്റെ ഫ്ളൈറ്റിലെത്തുന്ന വിവരം പറഞ്ഞു.

പിന്നെയും ചിന്ത പാഞ്ഞു...

മൺസൂൺ തകർത്തു നിൽക്കുകയാണ്. മിക്ക പ്ലെയിൻ അപകടങ്ങളും ഉണ്ടായത് ഈ മാസങ്ങളിലാണ്... നാലു മണിക്ക് അവരെ റിസീവ് ചെയ്യാൻ പോണോ. വേണ്ട രമണി മകനെയും കൂട്ടി പോട്ടെ. പ്ലയിൻ ലാൻഡു ചെയ്യുംവരെയുള്ള ടെൻഷൻ താങ്ങാനാവില്ല. മുൻപൊരിക്കൽ മോൻ മദ്രാസീന്നു വന്ന ട്രെയിൽ രണ്ടു മണിക്കൂർ വൈകിയപ്പോ അനുഭവിച്ച പ്രാണവേദന. ആയുസില്ലാത്ത പാലങ്ങൾ, തുരങ്കങ്ങൾ, അട്ടിമറി, ബോംബ്, കൊള്ളക്കാർ എല്ലാം മനസിൽ ഘോഷയാത്ര നടത്തി.... എന്തിന് തകരുന്ന ബോഗിക്കുള്ളിൽ നിന്ന് സ്വന്തം ചോരയുടെ നിലവിളി പോലും കേട്ടു. പിന്നെ രണ്ടുദിവസം ആശുപത്രിയിൽ കിടന്നിട്ടാണ് പ്രഷർ നോർമലായത്.

മോനെ വിളിച്ചു പറഞ്ഞു... "എടാ, വൈകിട്ട് നീയും അമ്മയും കൂടി എയ്റോഡ്രോമിൽ പോയി അമ്മമ്മയെ കൂട്ടിക്കൊണ്ടു വരണം."

"അച്ഛൻ.."

മനു കണ്ണുരുട്ടി... "പറയുന്നതനുസരിച്ചാൽ മതി".

ഡൽഹിയിലെ ഫ്ളാറ്റിൽ നിന്ന് അവർ തെന്നിത്തെന്നി പടിയിറങ്ങുന്നതു മുതൽ മനസിൽ കാണുകയായി ഇനി കിഴവി വീട്ടിൽ വന്നെത്തും വരെ ഒന്നിലും മനസുറയ്ക്കില്ല....

റോഡിൽ ഒരു കാർ പാഞ്ഞുവന്ന് സഡൺ ബ്രേക്കിട്ടു. 'ടഫേ'ന്ന്

ഡോർ തുറന്നടഞ്ഞു. എന്തുമാരണമാണ് എഴുന്നള്ളുന്നത്! ആരെങ്കിലും അത്യാസന്ന നിലയിലാവും. അതോ...കോളിങ് ബെല്ലിന്റെ ശബ്ദം, മനു എണീറ്റില്ലേ. അങ്ങോട്ട് ചെന്ന് അശുഭവാർത്തയെ എതിരേൽക്കണ്ട.... കതക് ആരെങ്കിലും തുറക്കട്ടെ. വീണ്ടും ബെൽ. എണീറ്റു ചെന്നാലോ... വേണ്ടാ... ആയം പിടിച്ച് അമർന്നിരുന്നു.

മോനായിരിക്കണം. കതകു തുറക്കുന്നു- അവൻ വിളിച്ചുകൂവി.

"അമ്മേ ശിവനങ്കിൾ-ആന്റിയുമുണ്ട്"

ഓ! ബന്ധുക്കളാണ്. ചിറ്റപ്പന്റെ മകനും ഭാര്യയും... അവന് ചെറുപ്പം പോയിട്ടും മര്യാദയ്ക്ക് കാറോടിക്കാനറിയില്ല. എത്രവട്ടം ഉപദേശിച്ചിട്ടു ള്ളതാണ്. ഇരുപതു മൈൽ സ്പീഡിലോടിച്ചാലും മറ്റുള്ളവർ നമ്മളെ ഇടിച്ചെറിഞ്ഞിട്ടു പോകുന്ന കാലം... ടാക്സടയ്ക്കുന്നത് അപകടങ്ങളു ണ്ടാക്കാനുള്ള അവകാശത്തിനാണ്. കഴിഞ്ഞയാഴ്ച മൊബൈൽ കോടതി വാൻ ഒരു സ്കൂട്ടറുകാരനെ ഇടിച്ചു തെറിപ്പിക്കുന്നത് ഈ കണ്ണാലെ കണ്ടതാണ്.

ഏതായാലും ഇന്ന് ശിവൻ അവതരിച്ചതു നന്നായി. കുറെ നേര ത്തേക്കെങ്കിലും ആ പ്ലെയിൻ യാത്രയുടെ ടെൻഷൻ മറക്കാം.

മനു മറുപടി വിട്ടിറങ്ങിച്ചെന്നു.

അവൻ കല്യാണം വിളിച്ചുവന്നതാണ്. ശിവന്റെ കൊച്ചനിയത്തിയുടെ വിവാഹം, താൻ കുടുംബസമേതം ചെന്നു നിന്നു നടത്തേണ്ട കർമം. ശിവൻ വലിയ തിടുക്കത്തിലാണ്. ഈ ഒറ്റ ദിവസം കൊണ്ട് അമ്പത് വീടെങ്കിലും കയറിയിറങ്ങണം. കല്യാണച്ചെലവു സാരമില്ല. ഈ ക്ഷണി ക്കലാണ് ഏറ്റവും വലിയ സൊല്ല എന്നുപന്യസിച്ചുകൊണ്ട് അവർ വിട വാങ്ങി.

"എടാ എത്ര ധൃതിയുണ്ടായാലും വണ്ടി മെല്ലെ ഓടിക്ക്" എന്നു വിളിച്ചു പറയണമെന്നു തോന്നിയെങ്കിലും മനുമിണ്ടിയില്ല. അശുഭവർത്ത മാനം വേണ്ട, നാവിൽ ഗുളികൻ നിൽക്കുന്നതെപ്പോഴെന്നാർക്കറിയാം.

ഇൻവിറ്റേഷൻ കാർഡുമായി തിരികെവന്നിരുന്നു. 28-ാം തീയതി പത്തുനാൽപ്പതിന് മുഹൂർത്തം. ഇനി രണ്ടാഴ്ച. എഴുപത്തഞ്ചു കഴിഞ്ഞി രിക്കുന്ന ബന്ധുജനങ്ങൾ അയാളുടെ മനസിലൊരു ജാഥയായി കടന്നു വന്നു. ഞെരങ്ങിയും വേച്ചുവലിഞ്ഞും.

ശിവന്റെ അമ്മതന്നെ രണ്ടുവർഷമായി കിടപ്പിലാണ്. വൃദ്ധ ഇരുപ ത്താറിനോ ഇരുപത്തേഴിനോ പരലോകം പോകാൻ ശുഭമുഹൂർത്തം കണ്ടെത്തിയാൽ എന്തുചെയ്യും? അവന്റെ ഭാര്യയുടെ അച്ഛന് സ്ട്രോക്ക് രണ്ടു കഴിഞ്ഞതാണ്. മൂന്നാം സ്ട്രോക്ക് അവസാനത്തേതാണെന്നല്ലേ ആപ്തവാക്യം-

മനു ദേവൻമേനോനെ ഓർത്തു കല്യാണം മുടക്കുന്നത് ഒരു ഹോബി യായിരുന്നു അയാൾക്ക്. ലേശം ഇഷ്ടക്കേടുള്ളവരുടെ വീട്ടിലെ വിവാ ഹത്തിനു പോവുകയില്ലേ. പോകരുതെന്ന് തനിക്ക് സ്വാധീനമുള്ളവരെ യൊക്കെ വിലക്കുകയും ചെയ്യും. കുറിക്കുകൊള്ളുന്ന നുണക്കഥകളു

ണ്ടാക്കി വീടുവീടാന്തരം കയറി വിലക്കും. അതിനുവേണ്ടി എത്ര മൈൽ വേണമെങ്കിലും സഞ്ചരിക്കും . വിജയകരമായി ആ കലാപരിപാടി അവതരിപ്പിച്ചു വരവേ മേനോന്റെ ഏക പുത്രിയുടെ വിവാഹം നിശ്ചയിച്ചു. നാടാകെ നടന്നു ക്ഷണിച്ചു. ഏഴുനില പന്തലിട്ടു ഒരു ദേശീയോത്സവാഘോഷം, തലേന്ന് രാത്രി പിടാകക്കാർ ഉത്സാഹത്തോടെ കറിക്കു നുറുക്കാനിരുന്നു, ഗണപതിയെ വന്ദിച്ചു തിരിഞ്ഞപ്പോൾ മേനോനൊരു നെഞ്ചുവേദന, തളർച്ച, ഒട്ടും അമാന്തിച്ചില്ല, മേനോനങ്ങുപോയി, സ്വന്തം മകളുടെ കല്യാണം മുടക്കിക്കൊണ്ട്-

ശിവന്റെ പെങ്ങളുടെ കല്യാണം മംഗളമായി കഴിഞ്ഞെങ്കിൽ... വല്ലാത്തൊരുൽക്കണ്ഠതന്നെ. ഏതെങ്കിലും വയോധികൻ.. അല്ലെങ്കിൽ അങ്ങനെ കണക്കുകൂട്ടുന്നതു മറയത്തം തന്നെ. ജീവിതം സിവിൽ സർവീസാണോ, പ്രായക്രമത്തിൽ റിട്ടയർ ചെയ്യാൻ! ശുഷ്കപത്രങ്ങളങ്ങു നിൽക്കേ തളിരുകൾ മുറിഞ്ഞു വീഴാം. ഒരു ചോരക്കുഞ്ഞ് ചത്താലും മതിയല്ലോ. അങ്ങനെ സൗജന്യചിന്തയെന്തിന്.. വധുവോ വരനോ തന്നെ.. .. കതിർമണ്ഡപത്തിൽ വച്ച് കല്യാണപ്പുടവയ്ക്കു തീപിടിച്ചിട്ടല്ലേ ദേവകീ വാര്യരുടെ മോൾ.. ഒന്നും ആലോചിക്കരുത്.. ഭ്രാന്തുപിടിക്കും.

വിണ്ടും കോളിങ് ബെൽ.

"സാറില്ലേ"എന്ന ചോദ്യവും

നിവൃത്തിയില്ലാതെ മനു ഇറങ്ങിച്ചെന്നു. മുഖപരിചയമുള്ള രണ്ടു ചെറുപ്പക്കാരാണ്.

"ഉം"

അവർ ലഘുലേഖ നൽകി. നാളെ വൈകിട്ട് ആ കോളനി വാസികളുടെ യോഗം. കോളനിയുടെ പൊതു ആവശ്യങ്ങൾ ചർച്ച ചെയ്യാനാണ്. മനു ആ കടലാസിൽ കണ്ണോടിച്ചു. ഒന്നാമത്തെ ആവശ്യം- ഒരു പൊതു ശ്മശാനം. നല്ലതുതന്നെ, മനു തലയാട്ടി. "ശരി"

"നാളെ സാർ ഉണ്ടാവില്ലേ?"

'നാളെ' -ആ പദത്തിന്റെ ഫലിതമോർത്ത് അയാൾ ചിരിച്ചു. ചെറുപ്പക്കാർ സന്തുഷ്ടരായി ഇറങ്ങിപ്പോയി, ഓഫീസിലായാലും ഈ വാക്ക് കേൾക്കുമ്പോൾ ചിരിവരും. ഒരിക്കൽ മേലധികാരി പറഞ്ഞു "മീറ്റ് മി ടുമാറോ"

ഝടിതി ചോദിച്ചു പോയി - "നാളെ സാറുണ്ടാവോ"

അവധിയെടുക്കുമോ എന്നാണ് ചോദ്യമെന്നു ധരിച്ച ആ മൂഢൻ ജൽപ്പിച്ചു

"ഷുവർ"

അപ്പോൾ ഉറക്കെ ചിരിച്ചുപോയി. ഓഫീസർക്കു ദേഷ്യം വന്നു. ഇന്നുമാ ഈർഷ്യമാറിയിട്ടില്ല.

'നാളെ'-നാശം പിടിച്ച വാക്കാണത്. 'സീയു' എന്ന യാത്രാമൊഴി കേൾക്കുമ്പോൾ ചിരിച്ചുപോകും.

കുട്ടികളോട് ശട്ടം കെട്ടിയിട്ടുണ്ട്. ആരും കതകു ബോൾട്ടിട്ടുറങ്ങണ്ടാ.

രാത്രി കിടക്കും മുമ്പ് ഓരോ മുറിയിലായിച്ചെന്നു നോക്കും. അവർ സ്വസ്ഥരായി ഉറങ്ങുന്നുണ്ടോ? ഒരു നിമിഷം നോക്കിനിൽക്കും. അടുത്ത പകൽവെട്ടത്തിലവരെ കാണാൻ കഴിയുമെന്ന് എന്തുറപ്പാണ്?

രാവിലെ ഉണരാത്തവരെ വിളിച്ചുണർത്തും.

രാത്രി വായിച്ചുകൊണ്ടിരിക്കുമ്പോഴായിരിക്കും രമണിയോട് എന്തെങ്കിലും പറയാൻ ഓർക്കുക. ചിലപ്പോൾ പുസ്തകത്തിലെ വല്ല തമാശയുമായിരിക്കും. അവൾ വല്യഉറക്കക്കാരി. രണ്ടോ മൂന്നോ വിളിക്ക് ഉണരില്ല. അപ്പോൾ ശ്രദ്ധിക്കുക നെഞ്ചുയർന്നു താഴുന്നുണ്ടോ എന്നാണ്. അതു കണ്ടാൽ സമാധാനം. മിനിഞ്ഞാന്ന് അവൾ കമിഴ്ന്ന് തല മറുവശത്തോട്ടു ചെരിച്ചുവച്ചു കിടന്നതുകൊണ്ട് ഒന്നും വ്യക്തമായില്ല. മെല്ലെഎണീറ്റു വന്ന് മൂക്കിനു നേരെ കൈവിടർത്തിപ്പിടിച്ചു. ശ്വാസം ഇളം കൈയിൽ തട്ടിയപ്പോൾ ചിരിച്ചുപോയി. ലജ്ജകൊണ്ടും സന്തോഷത്താലും.

വീണ്ടും ഫോൺ ചിലച്ചു.

“ആരാ”?

“ഓഫീസീന്നാണ്.”

ങേ! ഇന്ന് അവധിയല്ലേ?

“അതെ. ഇതു നടരാജനാണു സാർ. എൽ ഡി സി”

“എന്താ ഇപ്പൊ?”

ജെ ഡി...

ആ കശ്മലൻ തീർന്നിരിക്കും ഡയബറ്റിക്.

സങ്കടം വരുത്തി ചോദിച്ചു– “പെട്ടന്നായിരുന്നോ?”

അങ്ങേത്തലയ്ക്കൽ ചിരി.

“സാറിന്റെ ഒരു തമാശ. ജെഡി ഓഫീസിലുണ്ട്. ആ പ്രോജക്ട് റിപ്പോർട്ട് അയച്ചോന്ന് ചോദിക്കുകയാണ്.”

”സെവൻതിന് അയച്ചെന്നു പറ”

വശക്കേടായ ഒരു ചോദ്യമാണു ചോദിച്ചു പോയത്. അവർ അയോളോടു പറയുമോ? ആകെ നാണക്കേടായി. എത്ര നിയന്ത്രിച്ചാലും ഈ നാക്കുപിഴവരും. ഇതൊരു കിറുക്കാണെന്ന് അറിയാഞ്ഞിട്ടല്ലാ. കിറുക്കാണെങ്കിലും യുക്തിക്കു നിരക്കാത്തതല്ല; തീർച്ച.

ആയമാർ പാർക്കിൽ കുട്ടികളെയും കൂട്ടിവരും. അവരെ കളിക്കാൻ വിട്ടിട്ട് ദൂരെ മാറിനോക്കിയിരിക്കും. ആ പിഞ്ചോമനകൾ വിളിച്ചു തിമിർത്തു രസം പിടിച്ചുവരുമ്പോൾ ആ മൂശേട്ടകൾ എണീറ്റു ചെന്ന് അവരെ ബലാൽക്കാരമായി പിടിച്ചു വലിച്ചുകൊണ്ടു മടങ്ങിപ്പോകും. ആ കുട്ടികളുടെ വല്ലായ്മയോ വിസമ്മതമോ ഗൗനിക്കാതെ. നമ്മളൊക്കെ ആ പിഞ്ചുകുട്ടികളാണ്. മരണം രംഗബോധമില്ലാത്ത കോമാളികളല്ലാ: നാടക നന്ത്രമറിയുന്ന നിർദയനായ സംവിധായകനാണ്.

സങ്കൽപ്പ വായുവിമാനത്തിലേറിയാൽ കാണുന്നതൊക്കെ ഭീകരമായ കാഴ്ചകളാണ്. ഒരു വൈകുന്നേരം കോളേജ് ബസിൽ വൈകിയാൽ

ശകടം മറിഞ്ഞെന്നു തന്നെ തീർച്ചയാക്കും; പ്രായഭേദമെന്യേ വേണ്ടപ്പെട്ട എല്ലാ പേരുടെയും മരണം പലകുറി സങ്കൽപ്പത്തിൽ കണ്ടിട്ടുണ്ട്. അന്നേരമുണ്ടാവുന്ന ഘോഷങ്ങൾ, അലമുറകൾ, ശേഷക്രിയകൾ...

അങ്ങനെ സങ്കൽപ്പിച്ചു സങ്കൽപ്പിച്ചു മനസിനൊരു പതം വരുത്തുന്നതും നല്ലതുതന്നെ, സ്ഥിരം കാണുന്ന പരസ്യചിത്രം പോലെ വികാരവേശമില്ലാതെ ഏതു മരണവും...

അമ്മ മരിച്ചത് ഓർക്കാപ്പുറത്താണ്. അന്തസുള്ള എല്ലാ അസുഖങ്ങളും ഉണ്ടായിരുന്ന. പ്രഷർ, പ്രമേഹം, ഹൃദ്രോഗം... രണ്ടുതവണ ഇന്റൻസീവ് കെയറിലും കിടന്നു. പണ്ടൊരുവട്ടം മോർച്ചറിവരെ ചെന്നിട്ടു തിരികെ പോന്നതുമാണ്. പക്ഷേ അന്നൊന്നും ആയുസിനറുതിയെത്തിയില്ല. വളരെ സ്വാസ്ഥ്യത്തോടെയായിരുന്ന കാലത്തായിരുന്നു സംഭവം. ഒരു സ്വർഗവാതിലേകാദേശിക്ക് ഉച്ചതിരിഞ്ഞപ്പോൾ, ഇതു തന്നെ മരിക്കാൻ നല്ല നേരമെന്നു ചിന്തിച്ചിട്ടെന്നപോലെ പൊടുന്നനെ എണീറ്റങ്ങു നടന്നു.– മരണത്തിലേക്ക്, സ്വച്ഛന്ദമൃത്യു കണക്കെ.

ഏറ്റവും പ്രിയപ്പെട്ട ഒരമ്മായിയുണ്ടായിരുന്നു. പാവം, അഹോരാത്രം പണിയെടുത്തു. എല്ലാ രാത്രിയും അത്താഴം വിളമ്പി, അടുക്കള ഒതുക്കി, ഉമ്മറത്തു വന്നിരുന്നു സാവകാശം വെറ്റില മുറുക്കും.നൂറുതേക്കുമ്പോൾ പറയും "എന്റീശ്വരാ ഈ പിള്ളേരൊക്കെ വളർന്നൊരു കരപറ്റിയിട്ട് എന്നാണ് സുഖമായൊന്നിരിക്കുക!"

പിള്ളേർ വളർന്നു. അമ്മായി സങ്കൽപ്പിച്ചിരിക്കാവുന്നതിനേക്കാൾ വളരെ ഉയർന്ന നിലകളിലെത്തി. പക്ഷേ അതു കാണുവാൻ കൊതിച്ചപടി ഒരുനാൾ സുഖമായിരിക്കുവാൻ, ആ സാധുവിനു സാധിച്ചില്ല, പ്രാരാബ്ധങ്ങളൊടുങ്ങും മുമ്പ് അർബുദം വന്ന്, പല ഓപ്പറേഷനുകൾക്കും റേഡിയേഷനും അടിപ്പെട്ട് ദാരുണമായി മരിച്ചു.

ആരൊക്കെ പോയി! എത്രയോ സുഹൃത്തുക്കൾ. ഏറ്റവും ഇഷ്ടപ്പെട്ട ഒരു നിമിഷത്തിലീ കാലത്തെ മരവിപ്പിച്ചു നിറുത്താൻ കഴിഞ്ഞെങ്കിൽ! പിന്നെ ജനിമൃതികളില്ല. ഇപ്പോൾ നിലവിലുള്ളവരൊക്കെ ഇതേപടി ത്രിദശകളിലേക്കു സംക്രമിക്കാതെ. ഭയമോ ഉൽക്കണ്ഠയോ വ്യസനമോ ഇല്ലാത്ത ലോകം...

മണി മൂന്നര., ഭാര്യയും മകനും അണിഞ്ഞൊരുങ്ങി വന്നു. ഫ്ളൈറ്റ് നാലിനെത്തുമല്ലോ.

രമണി പറഞ്ഞു "ഞങ്ങൾ പോയിട്ടുവരാം"

അവർ മുറ്റത്തെത്തിയപ്പോൾ മനു ഓർമിപ്പിച്ചു. "പ്രത്യേകിച്ച് വല്ലതുമുണ്ടെങ്കിൽ വിളിക്കണം."

അവൾ ചിരിച്ചു ഇതൊരു സ്ഥിരം പല്ലവിയാണെന്നോർത്തിട്ടാവാം

കാർ നീങ്ങിയതു മുതൽ മനു വീണ്ടും സൂചിമുനയിലായി. കാർ കടന്നുപോകുന്ന വളവുകൾ, അപകടമേഖല എന്ന് കൂറ്റൻ ബോർഡ്, എല്ലാം മനസിലങ്ങനെ തെളിഞ്ഞുതെളിഞ്ഞുവന്നു.

കഴിഞ്ഞയാഴ്ചത്തെ സംഭവമോർത്തു. തൊട്ടങ്ങേതിലെ ഗോപിച്ചേ

ട്ടൻ മകന് ബാംഗ്ലൂരിലൊരു ഇന്റർവ്യൂ എം എസ് സിക്കാരനാണെങ്കിലും പയ്യന് എട്ടും പൊട്ടും തിരിയില്ലെന്നാണ് ചേട്ടന്റെ വിശ്വാസം. അവൻ വല്ല അപകടത്തിലും ചാടിയാലോ. മകന് തുണയായി പുറപ്പെട്ടു. ബാംഗ്ലൂരിലെത്തും മുമ്പ്, ഒരു തലകറക്കം, ഛർദ്ദിച്ചപ്പൊ രക്തം– കണ്ടക്ടർ ബെല്ലുകൊടുത്തു. ബസ് നിൽക്കും മുമ്പേ ചേട്ടന്റെ പൾസ് നിന്നു. ഇന്റർവ്യൂ ദിവസം പയ്യൻ തലമുണ്ഡനം ചെയ്ത കർമം ചെയ്യുകയായിരുന്നു.

പ്ലെയിനിൽ നിന്ന് വൃദ്ധ താനേ ഇറങ്ങിവരുമോ? ഇത്രയും പ്രായമായ ഒരമ്മയെ തനിച്ചയച്ച മോനെ സമ്മതിക്കണം . പ്ലെയിൻ യാത്രയാകുമ്പോൾ യാത്രക്കാരൻ രേഖകളില്ലാത്തവനാവുകയില്ല.. സനാഥപ്രേതം

എവിടെപ്പോയാലും മേൽവിലാസമെഴുതിയ ഒരു കടലാസെങ്കിലും താൻ പോക്കറ്റിലിടാൻ മറന്നിട്ടില്ലെന്ന് മനു അഭിമാനത്തോടെ ഓർത്തു.

അയാൾ കണക്കുകൂട്ടി. ഇപ്പോൾ പ്ലെയിൻ എത്തിയിരിക്കും. രമണിയും മോനും പുറത്തു കാത്തുനിൽപ്പുണ്ടാവും. വൃദ്ധ നടന്നടുക്കുന്നു...

പെട്ടെന്ന് ഫോൺ ചിലച്ചു.

മനു ഞെട്ടി. കുഴച്ചിലായോ–

അറച്ചറച്ച് ശബ്ദം വന്നു. – "മനുസാറിന്റെ വീടല്ലേ..."

"അതെ"

"മൈ കൺഡൊളൻസസ്... ഞാൻ.. ഇപ്പഴാ അറിഞ്ഞത്...."

മനുവിന് ഒന്നും പിടികിട്ടിയില്ല. തൊണ്ട വിറച്ചു. നിങ്ങൾ....?"

"സാറിന്റെ മകനല്ലേ... സാരമില്ല കുട്ടീ.... സഹിക്കയല്ലാതെ... സാർ എന്തൊരു നല്ല മനുഷ്യനായിരുന്നു... കഴിഞ്ഞയാഴ്ച കണ്ടപ്പൊ ഈശ്വരാ ഇത്ര പെട്ടെന്ന്"

ഒരു തേങ്ങൽ....

മനു ഫോൺ താഴയിട്ടു.

എതോ നശിച്ച സ്ത്രീ!

ജനകീയ കവി

അമ്പലപ്പുഴ കൃഷ്ണ ഭഗവാന്റെ തൃക്കൺവട്ടമാണ് രംഗം.

ചാക്യാർ അരിശം മറച്ച്. കുഞ്ചനെ രമായാണകഥയിലോട്ട് കേറ്റി നന്നായൊന്നു വാരിക്കുടഞ്ഞ് നിലത്തിട്ടു.

എന്നാറെ, ചമ്പടതാളത്തിൽ മിഴാവു കൊട്ടിക്കൊണ്ടിരുന്ന നമ്പ്യാരുടെ ശിരസു പിടഞ്ഞു. കണ്ണുമിഴിച്ചു പകച്ചുനോക്കി.

ജനം ആർത്താർത്തു ചിരിച്ചു. രംഗബോധം വന്ന പാവം കുഞ്ചൻ വിളറി, ആസന്നമൃത്യുവായി പിടഞ്ഞു.

വെന്ത തൊലിക്കുള്ളിൽ വാശി ഇരമ്പിക്കയറി, വളർന്നു.

പിന്നെ രാത്രി മുഴുവൻ ജാഗരക്ലിഷ്ടനായി ഉലാത്തി.

അവന്റെ നരച്ച കഥയും പുളിച്ച ഫലിതവും കേട്ടിട്ടും കേട്ടിട്ടും മടുക്കാത്ത ചെമ്പകശേരിക്കാരും...!

ഇരുപത്തിമൂന്നിന്റെ വാശി തിളച്ചു.

പിറ്റേന്ന് കൂത്തമ്പലം ഉണർന്നാറെ, മറ്റൊരു ബഹളം എതിരെ. അവിടെ മറ്റൊരു വേദി. കുഞ്ചന്റെ ശീതങ്കൻ. പുതിയ ശബ്ദം, നൃത്തം, വേഷം ചുടാറാത്ത കഥ. ഉശിരൻ നൃത്തം.

ഇരുപത്തിമൂന്നുകാരൻ നമ്പ്യാർ തന്നെ കല്യാണസൗഗന്ധികം തേടിയിറങ്ങിയ ഭീമനായി....

ആത്മാവിൽ നിന്നങ്ങനെ തുള്ളിയലച്ചൊഴുകീ വികാരവാഹിനി....

ജനം അന്തം വിട്ടു. ചാക്യാർ പുറന്തിരിഞ്ഞു നിന്നും. തുള്ളൽക്കാരനു നിർവൃതി. ആത്മാവിഷ്കാരത്തിന്റെ രോമാഞ്ചം.

ചാക്യരുടെ മിഴാവുകാരൻ പോലുമിങ്ങൊലിച്ചു പോന്നു,

നമ്പ്യാർ ഒളികണ്ണിട്ടു നോക്കി, ങേ! ഹേ, ചാക്യാർക്കു കുലുക്ക

മില്ല. ശാന്തനായി അത്യന്തശാന്തനായി കൂത്തമ്പലത്തിന്റെ തൂണും ചാരിയിരുന്ന് വെറ്റിലച്ചെല്ലം തുറക്കുന്നു.

വികാരത്തിന്റെ പച്ചക്കദളിക്കുലകൾക്കിടയിലൂടെ സൗഗന്ധികം തേടി, ആത്മവിസ്മൃതനായി നടന്നുനടന്നു കയറവേ, ജനം ഒന്നൊന്നായി പിരിഞ്ഞുപോയി.

കൽഹാരപുഷ്പത്തിനു നേരെ നീട്ടിയ കൈയുമായി ഭീമൻ മരവിച്ചു നിന്നു.

പിന്നെ തളർന്നു തകർന്നിരുന്നു.

തന്റെ കൃതിയിലൂടെ മനസ്സ് പലവുരു ഓടിച്ചു, എങ്ങും ഒരു സ്ഖലിതവും കണ്ടില്ലാ, അത്യുക്തിയില്ല. ന്യൂനോക്തിയില്ല. സർവം ഭാവഭദ്രം.

പ്രിയതമയുടെ ഒരു കടാക്ഷത്തിന്നായി അജ്ഞാത ഗന്ധത്തിനു പുറകേയലഞ്ഞ ഭീമകായനായ ലോലഹൃദയന്റെ സാഹസികതയുടെ ഉദാത്തമായ കഥനം. പിന്നെന്തേ ജനത്തിനു രുചിച്ചില്ല

ഉത്തരം കാണാതെ നമ്പ്യാർ ദിനരാത്രങ്ങളുഴന്നു.

ഒടുവിലൊരു വാരാന്തത്തിൽ ചാക്യാരുടെ മുന്നിലെത്തി സാഷ്ടാംഗം വീണു. "വിഭോ സമസ്താപരാധം പൊറുക്കണം"

ചാക്യാർ ചിരിച്ചുചിരിച്ചു കുലുങ്ങി. ചിരി മതിയായപ്പോൾ കുഞ്ചനെ എണീപ്പിച്ചു.

"നീയ്യേ... തുള്ളി തീർന്നോ?"

"ഗുരോ, അറിവുകേടിനാൽ... മാപ്പ്"

"ഈ അവസരത്തിങ്കൽ നീ എന്താ പുറപ്പാട്."

"ഞാ....ൻ...ഴാവ്"

"ഹേയ്...ഹേയ..... ട്ടോ... വേണ്ടാ......"

നമ്പ്യാർ രണ്ടുകാലും പിടിച്ചു കേണു നിന്നതുകണ്ട് ചാക്യാരുടെ മനസുരുകി. 'എങ്കിലോ... നീയ്, നമ്മുടെ ഭവനത്തുംകൽ ജലാദികളെ കോരിയെടുത്ത് ഉപജീവനം കഴിക്കാാ...... അങ്ങനെയങ്ങ് പാപപരിഹാരം ചെയ്യ് ആ ആ.....'

"റാൻ" ഗതികേടിന്റെ അനുസരണ

ചാക്യരുടെ പഴംകഥയും പാൽപ്പായസവും നിറഞ്ഞമാസങ്ങൾ ചെമ്പകശേരിയിലൂടെ നാലുപോയി. അപ്പോഴൊരു നിശാന്ത ശശാങ്കവെട്ടത്തിൽ ചാക്യരും നമ്പ്യാരും തമ്മിൽ ഇങ്ങനെയൊരു സംവാദമുണ്ടായി. അന്ന് ചാക്യാർക്ക് കഞ്ചാവ് ലേശം 'ക്ഷ' പിടിച്ചിരുന്നു.

"ടേയ്, നീയ്യ് പേമാരികണക്കേ അറഞ്ഞങ്ങനെ തുള്ളാനായിക്കൊണ്ട് വന്നതായ അവസരത്തിങ്കൽ ബ്രാഹ്മണ പരിഷകൾ വരെ എന്നെക്കൈവിട്ട് നെന്റെ കൂത്തുകാണാൻ ഓടിയതായി അവസരത്തുംകൽ, അങ്ങനെയെല്ലാമിരുന്നായ സമയത്തുംകൽ, ഞാനെന്തു ചെയ്തെടേടേ... നീ കൺടോടേ........."

"കണ്ടേ"

"ഞാനേ, തരിമ്പ് കുഴങ്ങ്യോ.."

"ഇല്ലേഠേ"

"പിന്നെ ഠൊ?"

'വെറ്റിലച്ചെല്ലം തൊറന്നേ'

ചാക്യാർ ചിരിച്ചു,

"അതെന്താ... ഒന്നു പറയ്യാാാ..."

ഉത്തരം കാണാതെ നമ്പ്യാർക്ക് സങ്കടമായി.

"ഏയ്ഭ്യൻ " ചാക്യാരട്ടഹസിച്ചു

"ടേയ്, നിയ്യേ... തുള്ളീത് ആരാലുണ്ടാക്കപ്പെട്ട പ്രബന്ധാാ..."

"ഞാൻ തന്നെ ചമച്ചതാന്നേ..."

"നീയ്യേ ഠേ?"

"ആകുന്നേ..."

"നീീ???...... കൊരങ്ങ്ൻ...ൻ"

ചാക്യാർ നിറുത്താൻ മറന്നു. ചിരിച്ചു.

അട്ടഹാസം ഭയന്നു നമ്പ്യാർ വിറച്ചു കണ്ണടച്ചു.

"നീ ചമയ്യ്ച്ചത് കേൾക്കട്ടെ...ഉം"

നമ്പ്യാർ പരുങ്ങിപ്പരുങ്ങി ചൊന്നു— കഥ സൗഗന്ധികം .എന്റെ ഹൃദ് രക്തം കൊണ്ട് സൗഗന്ധികജേതാവിന്റെ..'

"മണ്ണാങ്കട്ടാ...!!! കൊരങ്ങൻ...."

നമ്പ്യാർ വാമൂടി. ചാക്യാർ ഏറെ നേരം തുറിച്ചു നോക്കി.

"ടേയ്..അതില് ഉണ്ടാർന്ന ഫലിതം എത്ര്യാാാ......."

"ഫലിതമോ"

"ഉം?"

"ശൃംഗാരപ്രധാനമായ..."

"പുളിംകുരു!! ഡാ...ാ ഫലിതേ... ഒരു ശതം അങ്ങട് കാച്ച്യോ..."

"ഇല്ലാ അതിന്റെ പ്രസക്തി"

"മണ്ണാങ്ക്ടാാ അങ്ങിങ്ങ് കരുണം ഒഴുക്കീന്നോ.. ഠേ"

"ഇല്ലാ..."

"പിന്നെന്തു ചേനയാടാ നീ ചമച്ചു നേദിച്ചെ..? ഠേ... ഒരു രണ്ടിട ത്തെങ്കിലും ബീഭത്സം കേറ്റീന്നോ..."

"സൗഗന്ധികത്തിലോ..." നമ്പ്യാർ അന്തംവിട്ടു.

"ഠേ... എന്താാ"

"ഇല്ലാാാ..."

"കൊരങ്ങ്... മുതുകൊരങ്ങ്... പിന്നെങ്ങനാടാ മനുഷ്യജീവിക്കള്... ഓടാണ്ടിരിക്കാാാ...ഠേ..ടാ.... ഇങ്ങ്....നോക്ക്....ഞാനെന്തുവച്ചാ ഈ കൂത്തു ചെല്ല്ണ്...."

നാളികേരം! ടേ കൂത്തിലെശ്ലോകം ഒണ്ടല്ലോ അത് പ്രബന്ധത്തിലേ

താന്നു വയ്ക്കാ ആ ആ... എന്നാലോ ശേഷം കഥയില്ലേ... വിസ്തരിക്കുന്നതായ ആ കഥ. ആ ആദിനെ ശ്ലോകോമായി ബന്ധോണ്ടോ.. ഇല്ലല്ലോ എന്നാലോചിക്കയായി നമ്പ്യാർ.

അതേ.... മുഴുവൻ എന്റെ സ്വന്താാാ.. കഥേ സീതേടെ അഗ്നിപരീക്ഷാണ് വയ്ക്കാാാ ..... എന്നാലും കാണില്ലോ ഒരു അയ്മ്പതുകണ്ടു ഫലിതോം ഒരാരുകണ്ട് ജുഗുപ്സേം ഇരുപതില് കൊറയാതെ കണ്ട് കരുണോം.. പിന്നെ വീരാധവീരം ഓരേഴും... അങ്ങനാപാകം. അത് കേട്ടിരിക്ക്ണതാ ജനമില്ലേ ജനം നീയല്ലാാാ സാക്ഷാല് ഗണേശഭവാനില്ലേ... അദ്ദേം തന്നെ വന്നു തുള്ള്യാ... പോവില്ലാാാ.

ചാക്യാർ സ്വയം രസിച്ചിത്തിരിയിരുന്നിട്ട് "ടേയ് ..ഇപ്പൊ ഞാൻ രാമസുഗ്രീവസഖ്യം മ്.. കഥ പറയ് യ്ണു എന്നു വയ്ക്കാ...അപ്പൊ ഞാനെന്താ വർണിക്കാ ആ കൊരങ്ങനില്ലേ സുഗ്രീവൻ.. അവന്റെ മോന്താാ കണ്ണിലങ്ങ്ട് നെറഞ്ഞിരിക്ണതായ പീീള......" അവന്റെ വാലില് പറ്റിയിങ്ങണാതായ ഒരീച്ച... ഈ ച്ചേ.. അദിനെ വാലുപൊക്കി യവനടിച്ചപ്പോ ശ്രീരാമസ്വാമിടെ ഉടലിലി രോമാഗ്രമൊന്ന് താമ്ഡിച്ചതും മ് മ്... പോരെങ്കിലോ സുഗ്രീവ പത്നിയേ ആ കൊരങ്ങി രാമകുമാരനെ ഒന്നു കടാക്ഷിച്ചതും മ്... മ്... ഇതാടാ കൊരങ്ങാ ആ... ജനത്തിന് വേണ്ട തായിരിക്കണ്ത്..

പൊടുന്നനെ, നമ്പ്യാരുടെ മുന്നിൽ വെളിച്ചം വീണു. ചാക്യാരെ, സൽഗുരുവിനെ, കുഞ്ചൻ സാഷ്ടാഗം പ്രണമിച്ചു പിന്നെ സ്ഥലവും വിട്ടു.

മൂന്നാം പക്കം സന്ധ്യ കൂത്തിനെതിരേ തുള്ളലുയർന്നു കഥ പഴയതുതന്നെ പക്ഷേ

"നേക്കടാ നമ്മുടെ മാർഗേ കിടക്കുന്നു...."

തുള്ളൽക്കാരൻ ചാക്യാരെ ചൂണ്ടി അലറിത്തുള്ളി.

വഴിയടച്ചു കിടക്കുന്നു ഹനുമാനെ കാണാൻ ജനമങ്ങോട്ടോടി.

നമ്പ്യാർ വച്ചുകാച്ചി ജനത്തിന് ഉപര്യുപരിരസ്നിഷ്പത്തി.

അവർ ഭീമനെക്കണ്ടല്ലെങ്കിലെന്ത്, ഹനുമാനെ കണ്ടു രസിച്ചുവല്ലോ. കൽഹാരാദി കണ്ടില്ലെങ്കിലെന്ത് കദളീവനം കണ്ട് കൊതിച്ചു മിഴിച്ചിരുന്നില്ലേ?

ഒടുവിൽ ചാക്യാർ പോലും വന്ന് പതുങ്ങിനിന്നു തുള്ളൽ കാണാൻ പാവത്തിന്റെ തലയും രസിച്ചാടിത്തുടങ്ങി.

"കട്ട" നൂറുപടം നിർമിച്ച, മുതലാളിയലറി.

സംവിധാനത്തിൽ ഡിഗ്രിയുള്ള അസിസ്റ്റന്റ് ഒന്നു പകച്ചു.

"ഇവ്വളവും ഒരു ഡോക്കുമെന്ററിയാകെയിരിക്കട്ടും നമതു പ്രൊഡക്ഷൻ നമ്പർ 99 ഇല്ലവാ. അതുക്കു മുന്നാലേ കാണിപ്പോം അന്ത എളവുക്ക് പേരെന്നാ"

"പിലാത്തോസ്"

"കറക്ട്, പിലാത്തോസോടെ ശർത്ത് ഇന്ത ഡോക്കുമെന്ററിയും

പാർക്കലാമെന്റെ അഡ്വർട്ടയ്സെമെന്റ് കൊടുപ്പാം"

"സാർ പിലാത്തോസ് അവാർഡുകിട്ടിയ....."

"എന്ന, അവാർഡയ്യാ. അന്ത ഇരുപത്തഞ്ചായിരം കെടച്ചാലെന്നാ ഓടിയിരിക്കാ? നീർ നാൻ ശൊന്നപാടി വിളമ്പരം കൊടുങ്കോ.. അപ്പടി യാവത് ഓടട്ടും, ഇന്ന ഡോക്കുമെന്റിക്ക് 'മക്കൾ-കവിഞ്ഞ്ഞർ' എന്റ് ടൈറ്റിൽ പോകുങ്കോ..."

"മൊതലാളീ ഇത് നമ്മുടെ സെന്റിനറി പടം കുഞ്ചൻനമ്പ്യാരിലെ..."

"എന്നയ്യാ ചൊന്നാ പുരിയാതാ, ഇദിലെ ഇന്നും ബോക്സാഫീസ് ഹിറ്റ് നെറയ്യേ ഇരുക്കേ...'

വീടിന്റെ നാനാർഥം

വീട്. വീട് ഒരു സ്വപ്നമാകുന്നു. സ്വപ്നത്തിലെ വചനമാകുന്നു. ഇളം നീലവചനം. പിന്നെപിന്നെ, അങ്ങനെയങ്ങനെ ആ നീലവചനം വെറും നിലത്തൊരു രൂപമാളുന്നു.

കണ്ടകശ്ശനി, കണ്ടകനിൽ കാടുപുക്കു വസിക്കണം. എന്ന് ആപ്ത വാക്യം. അതെ, ആ ശനിപ്പിഴയുടെ ആദ്യാപാദത്തിലാണ്, സ്വന്തം കൂര എന്ന ആശയം. ഏതോ ഉച്ചമയക്കത്തിലെ ഇത്തിരിക്കിനാവിലാണ് അശരീരീയോ ഉൽക്കയോ ആയി എന്റെ പ്രജ്ഞയിൽ വീണത് . ഉണർന്നെണീറ്റ് ഞാൻ മനസിൽ ഇതൾ വിടന്ന നീലച്ചിത്രത്തിൽ വരച്ചും മായ്ച്ചും പുനരപി വരച്ചും ഒററയിരിപ്പ്. പണ്ടേ ചിന്താസമാപനം ക്രിയാരംഭം എനിക്ക്. ചിന്തയുടെ തുമ്പികൾ പറന്നുപറന്ന് കല്ലിൽ, മണലിൽ, മരത്തിൽ, സിമന്റിൽ, ചേക്കേറുകയായി. അന്തരംഗത്തിൽ പലതരം ആശാരിമാരുടെ തിരനോട്ടം.

വാടകവീട്ടിന്റെ കോലായിലിരുന്ന് വിശുദ്ധ സ്വപ്നത്തിന്റെ താളുകൾ മറിക്കുമ്പോൾ ധർമപത്നി കുളുകുളെ ചിരിക്കുന്നു. പരിഹാസത്തിന്റെ വറമണം.

"നിന്റെ ചിരി! എന്നിൽ കോപം പൊട്ടുന്നു.

"പണം! ഈ മാസത്തെ വാടക കൊടുത്തിട്ടില്ല."

"പണമുണ്ട്. പൂത്തുലഞ്ഞ പണം."

"ങ്ഹാ! എവിടെ?"

"ട്രഷറിയിൽ. ബാങ്കിൽ."

"നന്നായി. ബാഗുമായിട്ടങ്ങു ചെന്നാൽ മതി."

"അതേടീ അത് എനിക്കും നിനക്കും അവകാശപ്പെട്ടതാകുന്നു."

അവൾ വീണ്ടും ചിറകടിച്ചു ചിരിക്കുന്നു. ചിരിച്ചോട്ടെ അത് പാവമൊരു ഭർത്താവിന്റെ ചെലവിങ്കിൽ ദോഷഹീനം.

ചിരിച്ചുകുലുങ്ങി അവൾക്കു ശ്വാസം വിങ്ങി. കണ്ണുകലങ്ങി.

ആഴ്ച ഒന്നു കഴിയും മുൻപ് നീലച്ചിത്രത്തിന്റെ നാലുകോപ്പികൾ മുന്നിൽ നിരത്തിവച്ച് വെല്ലുവിളിച്ചു നിന്നു.

അവൾ നിസാരമൊന്നു മൂളി തന്റെ പാട്ടിനുപോയി.

ആ കോപ്പികൾ ലോണിന്റെ പാതകളിൽ നീങ്ങി. ഉദാരമതികളായ ബാങ്കുകൾക്കൊക്കെയും നന്മ വരട്ടെ. ഓഫീസറന്മാർക്കു മുൻപിൽ നിരന്തരം യഥോചിതം പുഞ്ചിരിതൂകി. ഭാവി ജീവിതം ലോക്കറിലാക്കി പണം വാങ്ങി.

ഇനി? തറക്കല്ലിടണം. എന്നിട്ട് ഭാര്യയുടെ മുന്നിലൊന്നു നിവർന്നു നിൽക്കണം.

പഞ്ചാംഗം നാലുപരതി ഒരു സമയം കണ്ടെത്തി.

അച്ഛനോടു പറഞ്ഞു: "വീടിനു കുറ്റിവെക്കണം. പത്താം തീയതി ഇടവം രാശി."

ജ്യോതിഷം അറിയുന്ന അച്ഛൻ പറയുന്നു: "ഇടവത്തിന്റെ നാലിൽ ശനി നിൽപ്പാണ്. ഒന്നാലോചിക്കണം."

"പഞ്ചാംഗദിവസമാണ്. പതിരുണ്ടാവില്ല."

"ശരിയാണ്. എങ്കിലും പാവൂരിനോടൊന്നു ചോദിക്ക്." പാവൂർ മാധവൻപിള്ള. മഹാപണ്ഡിതൻ. ജ്യോതിഷ പാരംഗതൻ. ഉറ്റ ബന്ധു.

അന്തിചായും നേരം കയറിച്ചെന്നു. അദ്ദേഹം ഒറ്റമുണ്ടുടുത്തു കോലായിൽ ഉലാത്തുന്നു. ഏതോ സംസ്കൃതശ്ലോകം ചുണ്ടിൽ.

കണ്ടു. ചിരിച്ചു. കുശലാന്വേഷണം. വീട്ടുകാര്യം. നാട്ടുകാര്യം.

"വിശേഷിച്ച്."

"വീടുവെക്കണമെന്ന് ഒരാലോചന"

"നന്നായി"

"കണ്ടകശ്ശനിക്കാലമാണ്."

"ഏറെ നന്ന്. അതാണു സമയം."

സാക്ഷാൽ ദൈവജ്ഞൻ ഉള്ളുതുറന്നു ചിരിക്കുന്നു. ആ ചിരിയിൽ കുസൃതിയുടെ തരികളുണ്ടോ? തെല്ലൊരു ശങ്ക. ഉറ്റുനോക്കുന്നു.

അദ്ദേഹം ജ്യോതിഷപ്പുരയിലേക്ക് നടന്നു. ഒപ്പം ചെന്നു. തന്റെ ഭദ്രാസനത്തിലിരുന്ന് ഒരുവട്ടം കൂടി ചിരിച്ചിട്ട് പാവൂർ കഥ തുടങ്ങുന്നു.

പണ്ട് അളകയിലെ കുബേരന് അഹമ്മതികൊണ്ട് ഒരസ്കിത. ഇരിക്കപ്പൊറുതിയില്ലാണ്ടായി. ധനപ്രമത്തതതന്നെ. കാരണം വ്യക്തമായപ്പോൾ തിരക്കിട്ടു ബ്രഹ്മാവിന്റെ മുന്നിൽ ചെന്നു.

സൃഷ്ടിയുടെ ഇടവേളയിൽ നാന്മുഖൻ ഒന്നു നോക്കി. കുബേരൻ സങ്കടം നിവേദിച്ചു.

"ഈ ഗർവിനൊരറുതി വരാതെ ഈയുള്ളവന് ഗതിയില്ല."

"വഴിയുണ്ട്. ഒരു കൊച്ചുവീട് നിർമിച്ചുകൊള്ളുക. ഗർവ് അറുപത്തിനാലും ഒടുങ്ങും".

കുബേരൻ തലവണങ്ങി മടങ്ങി.

ഏതൊരുവനും ഒരു വീടിനെക്കുറിച്ചു സങ്കൽപ്പിക്കാനൊരുമ്പെട്ടാൽ തന്റെ കോശസ്ഥിതിക്ക് അപ്പുറം ചെന്നേ നിൽക്കൂ. കുചേലനും കുബേരനും ഒരേ കണക്കുതന്നെ. പണികഴിഞ്ഞ് നടുനിവർക്കുമ്പോൾ തല പൊങ്ങുകയില്ല. ഗർവഭംഗം മാത്രമല്ല, ലേശം മാനനഷ്ടവും കൈവരും.

കണ്ടകശ്ശനിയിൽ സാക്ഷാൽ പരമശിവനും അലയും. ഒന്നും ചെയ്തില്ലെങ്കിലും വലയും. അന്നേരം വീടുവെക്കുന്നത് ബുദ്ധി. എല്ലാ പങ്കപ്പാടും അതിലൊതുങ്ങും. കൈവിട്ടുപോകുന്ന ധനം അവിടെത്തങ്ങും. കണ്ടകൻ വിട്ടൊഴിയുമ്പോൾ പുതിയ വീട്ടിൽ മലർന്നുകിടന്ന് ക്ഷീണം അകറ്റാം.

പാവൂർ വീണ്ടും മന്ദഹസിച്ചു. "തറക്കല്ലിടാനൊരു സമയം നോക്കിയിട്ട് ഇടവം രാശിയേ കിട്ടിയുള്ളൂ."

"സ്ഥിരരാശിയല്ലേ. ദോഷമില്ല."

"മുഹൂർത്തരാശിയുടെ നാലിൽ ശനി."

"അതിനെന്താ? ആവാം."

"അച്ഛന് ഒരു സന്ദേഹം."

അദ്ദേഹം ഒരുനിമിഷം എന്തോ ചിന്തിച്ചിട്ട് പലകയിൽ കവടി നിരത്തി. കൂട്ടിയും കിഴിച്ചും പ്രമാണങ്ങൾ പരതിയും ഇരിക്കുമ്പോൾ, പുറത്തു രണ്ടുപേർ പൊട്ടിച്ചൂട്ടുമായി

"ആരാ?"

അവർ വെളിച്ചം കെടുത്തി വരാന്തയിൽ കയറി.

"ഞങ്ങളാണ് ഇത്തിരി ദൂരത്തൂന്നാ."

"അകത്തുവരൂ."

ഒരേ മുഖശ്രീയിൽ രണ്ടുപേർ. അവർ ഉള്ളിൽക്കടന്ന് വണങ്ങി നിന്നു.

"ഉം"

"ഞങ്ങൾക്ക് ഒരു കാര്യം അറിവാനുണ്ടാരുന്നു."

"കാര്യം രാത്രിയോ? എവിടെ നിന്നാണ്?"

അവർ സ്ഥലം പറഞ്ഞു. മലയും തോടും പാടവും താണ്ടി എത്തിയിരിക്കയാണ്. ചൂട്ട് നാലെങ്കിലും എരിഞ്ഞിട്ടുണ്ടാവണം. പാവൂരിന് പാവം തോന്നിക്കാണണം.

"പിറന്ന നാള് അറിയാമോ?"

"ഞങ്ങൾ ഇരട്ടകളാണ്."

"ആയിക്കോട്ടെ, നക്ഷത്രം നിശ്ചയമുണ്ടോ?"

"രോഹിണി"– ഒന്നാമൻ

പാവൂർ എന്നെ നോക്കി പുഞ്ചിരിച്ചു. "ഇടവം രാശി, ചാരവശാൽ നാലിൽ ശനി."

"തൊഴിലെന്താണ്"?

"കാളവണ്ടിയുണ്ട്."

"സൂക്ഷിക്കണം. കാള ചാകും."

അവർ പരസ്പരം നോക്കി. രണ്ടാമൻ പറഞ്ഞു: "ഒരു കാള ചത്തു."

"ഇനി കാള വാങ്ങുന്നത് ആറുമാസം കഴിഞ്ഞുമതി. വണ്ടി ഒതുക്കി നിറുത്തുക. പിന്നെ, വീടുവെക്കാൻ ഉദ്ദേശ്യമുണ്ടെങ്കിൽ അതാവാം."

വീണ്ടും അവർ അന്യോന്യം പകച്ചു നോക്കി.

ഒന്നാമൻ – "കൂര പൊളിച്ചിട്ടിരിക്കുന്നു. അതേസ്ഥലത്ത് പഴയ കണക്കിലൊന്നുവെച്ചാൽ മതിയെന്നു ഞാൻ. ഇത്തിരി നീക്കി പുതിയ ചേലിലൊന്നു പണിയണമെന്ന് അവൻ. തർക്കം തീരാഞ്ഞിട്ട് വന്നതാണ്."

"ഇപ്പോ പഴയ സ്ഥലത്തു മതി."

"അവിടെ വിളിശാപമുണ്ടെന്ന് പറയ്ണ്."

പാവൂർ ചിരിച്ചു. "തടിമിടുക്കുള്ളൊരു ആശാരിയെ വിളിക്കുക. ഉത്തരം കയറ്റുമ്പോ ഊക്കായിട്ട് നാല് അടി അടിക്കാൻ അവനോട് പറയുക. എല്ലാ ശാപവും വിളിച്ചോണ്ട് ഓടും."

അവർ ജ്യോത്സ്യനെ തൊഴുത് പുറത്തിറങ്ങി. വെട്ടം വരമ്പിറങ്ങി അകന്നുപോയി.

പാവൂർ എന്നോടു ചോദിച്ചു. "ഈ പാവങ്ങൾ മലയും തോടും താണ്ടി ഈ രാത്രി വന്നതെന്തിന്?"

"അത്യാസന്ന നിലയൊന്നുമില്ലല്ലോ. നാളെ രാവിലെ വന്നാൽ പോരേ? ഇതാണ്, ബുതലക്ഷണം. നാലിൽ ശനി നിൽക്കെ ഗൃഹാരംഭം ശുഭമാകുമോ എന്നതായിരുന്നല്ലോ നാം ചിന്തിച്ചുകൊണ്ടിരുന്നത്. അപ്പോഴിതാ നാലിൽ ശനി നിൽക്കുന്ന രണ്ടുപേർ പുരയും പൊളിച്ചിട്ടു വന്നിരിക്കുന്നു. ഇതാണ് നമ്മുടെ പ്രശ്നത്തിന്റെ ഉത്തരം. ഇനി സംശയിക്കണ്ടാ. ഒരു പ്രമാണവും നോക്കണ്ട. പണി തുടങ്ങാം. ഒരു വർഷം തികയുമ്പോൾ ഗൃഹപ്രവേശം."

ഉറ്റവരും ഉടയവരും സാക്ഷിയായി തറക്കല്ലിട്ടു. മൂത്താശാരിക്കു ദക്ഷിണകൊടുത്ത് കണ്ണുയർത്തുമ്പോൾ കോളേജിൽ നിന്നൊരു ദൂതൻ കാത്തുനിൽക്കുന്നു. അവന്റെ മുഖത്തൊരു ലക്ഷണപ്പിഴ. അടുത്തുചെന്നു സ്വകാര്യമായി തിരക്കി.

"എന്താണ്"?

അവൻ ഒരു കവർ നീട്ടി: "സാറിന് സ്ഥലം മാറ്റമാണ്. തെക്കെ മലബാറിലേക്ക്."

ഒന്നു ഞടുങ്ങി. അടുത്ത നിമിഷം ചിരിവന്നു. എന്റെ പൊന്നു തമ്പുരാൻ മാർത്താണ്ഡവർമയ്ക്ക് ആയുസ്സു നീളാത്തതുകൊണ്ട് വെട്ടിപ്പിടിക്കാത്തലോകം.

മന്ദഹാസം നടിച്ചു പറഞ്ഞു: "നന്നായി പ്രതീക്ഷിക്കാത്തതല്ല."

എങ്കിലും ചെറിയൊരു ഗ്ലാനി. നാലിൽ ശനി. വെറും മന്ദനല്ലവൻ, ദേശാന്തര പ്രിയൻ.

പക്ഷേ, ഹോരയുടെ മറ്റേത്തല മടങ്ങിയില്ല. കൃത്യം ഒരു വർഷം. വീടു പണിതീർന്നു.

നിലവിളക്കുമായി ശ്രീമതി പടികയറുമ്പോൾ ചുമരിലൊരു ഗൗളി ചിലച്ചു. ഏതു ഭവനത്തിലും ആദ്യം പാർപ്പു തുടങ്ങുന്ന പ്രവാചകനല്ലോ ഇവൻ.

സന്ദർശകരെ ഹർഷോന്മാദത്തോടെ വീടാകെ ചുറ്റി നടത്തി. "ബെഡ്റൂം മൂന്ന്. എല്ലാം ബാത്ത് അറ്റാച്ച്ഡ്... പോർട്ടിക്കോയുടെ ശിൽപ്പി ഞാൻ തന്നെ. മൊത്തം ആയിരത്തഞ്ഞൂറ് സ്ക്വയർ ഫീറ്റ്."

ഭാര്യയോടു ചോദിച്ചു: "അന്ന് നീ ചിരിച്ചല്ലോ ഇപ്പോഴെന്തായി? കുട്ടികൾ വലുതായാലും വേണ്ട സ്ഥലമുണ്ട്. നിന്റെ രാജ്യമുണ്ടല്ലോ— അടുക്കള. നോക്ക്. ഭർത്താവിന്റെ സ്നേഹം അറിയേണ്ടത് അടുക്കളുടെ സൗകര്യം അളന്നാണ്. എല്ലാം വെൽപ്ലാൻഡ്. ആ സിറ്റൗട്ടിലിരുന്നാൽ കണ്ണ് താനേ അടയും. എന്തു നല്ല കാറ്റ്."

"അതേയതെ, ലോണിന്റെ കാര്യം ചിന്തിച്ച് ഉള്ളുകിടുങ്ങുന്നു."

"നിന്നോടു പറഞ്ഞിട്ടു കാര്യമില്ല." ഞാൻ പിൻവാങ്ങി.

പിന്നെയും പല സ്ഥലമാറ്റങ്ങൾ. ആരോ തട്ടിക്കളിക്കുന്ന പന്തു പോലെ. സ്വന്തം കിടപ്പറയിലും വാടകമുറികളിലും മാറി മാറി അന്തി യുറങ്ങി. രണ്ടും തമ്മിൽ ഭേദാഭേദ ചിന്തയൊഴിഞ്ഞു.

ഒന്നരവ്യാഴവട്ടം പിന്നിട്ട്, ഇതാ ഇവിടെ ഈ മലമുകളിൽ ഔദ്യോഗിക വസതിയിൽ മഴ പെയ്താൽ കുടം കണക്കിന് ചോരുന്ന വെൺമാ ളികയിൽ...

രണ്ടാം നിലയുടെ വരാന്തയിൽ നിന്നുനോക്കിയാൽ അങ്ങ് താഴേക്കും കീഴെ, സന്ധ്യയെത്തുമ്പോൾ ഒന്നൊന്നായ് ചിമ്മിത്തുറക്കു കയും പാതിരാക്കാറ്റുവീശുമ്പോൾ ഓരോന്നായ് സാവകാശം അടയു കയും ചെയ്യുന്ന ആയിരമായിരം കണ്ണുകളുള്ള പട്ടണം. ഏറനാടൻ പ്രകൃ തിയുടെ വർണ വിസ്മയങ്ങൾ നുകർന്ന് ഇവിടിങ്ങനെ നിൽക്കുമ്പോൾ ഈറൻ മേഘനാരുകൾ എന്റെ മുഖം തഴുകി കടന്നുപോകുന്നു. തെക്കോട്ട് പാറിപ്പോകുന്ന നീരദത്തുണ്ടുകൾ. ഒരു സന്ദേശം ചൊല്ലി വിടാൻ ചാൻസുണ്ട്.

താഴെ നഗരത്തിൽ നിന്ന് ആകാശത്തേക്ക് മിഴി ഉയർത്തുന്ന ജനം മേഘമാലകൾക്കിടയിൽ ഒരു മുഖം കണ്ട് അമ്പരക്കുന്നുണ്ടാവാം.

വിട്ടൊഴിയേണ്ടത് ഏതുനേരം എന്നറിയാത്ത ആലയം. സ്വന്തമല്ലെ ങ്കിലും ഇതിനോടുപ്രിയം തോന്നുന്നു. കൃഷ്ണമണിക്കു തൊട്ടപ്പുറം നിന്നുയർന്നുവരുന്ന സൂര്യനെന്തൊരു ഓജസ്സ്! ഘടികാരം നോക്കി തിരക്കിട്ടു പൊങ്ങുന്ന സവിതാവിനെ സഹതാപത്തോടെ നോക്കി നിൽക്കുമ്പോൾ താഴ്വാരങ്ങളിൽ നിന്നൊരു പുക ഉയരുന്നു. നിമിഷം കൊണ്ട് എല്ലാ കാഴ്ചകളും കൺമുന്നിൽ നിന്നു മാഞ്ഞുപോകുന്നു. ഇരുന്നൂറുവാര അകലെയുള്ള കാന്റീനും അതിനും നൂറുവാര അപ്പുറം

പള്ളികൊള്ളുന്ന കോളേജും വിളിപ്പാടകലത്തെ ചായപ്പീടികയും മൂക്കിനു താഴെയുള്ള നിരത്തും എല്ലാമെല്ലാം അദൃശ്യസത്യങ്ങളായിത്തീരുന്നു.

ഇവിടെ, ഈ മട്ടുപ്പാവിൽ, ഈ ദുനിയാവിൽ, ഞാൻ, ഞാൻ മാത്രം. ഞാനെന്ന സത്യം മാത്രം. ദുനിയാവോ ഒരു ദീർഘചതുരം മാത്രം. അതല്ലോ ജ്ഞാനോദയം.

കേശവൻനായർ പറയുന്നു: "ഇത് കോട, കോട മഞ്ഞ്."

കോടമഞ്ഞിൽ സൂര്യകിരണങ്ങൾ കോടിക്കസവു നെയ്യുന്നു.

കാണെക്കാണെ, കടന്നുകയറി പടർന്ന അതേ ചേലിൽ കോടപൊലിഞ്ഞു മായുന്നു. ഒന്നൊളിച്ചു കളിച്ചതിന്റെ കന്നത്തവുമായി പ്രപഞ്ചം കൺമുന്നിൽ വന്നു ചിരിക്കുന്നു.

ഉള്ളിലൊന്നു കയറിയിട്ട് പുറത്തുവരുമ്പോഴേക്കും പിന്നെയും ചരാചരപ്രപഞ്ചം അസ്തമിച്ചിരിക്കുന്നു. പുക വെളുത്ത പുകമാത്രം.

ഈ കണ്ണുപൊത്തിക്കളിയിൽ രമിച്ച് എന്റെ നാൽപ്പത്തൊന്ന് പ്രഭാതങ്ങൾ ഊർന്നുപോകുന്നു. നാൽപ്പത്തി രണ്ടാം ഉഷസിൽ അടുത്ത സ്ഥലം മാറ്റ കൽപ്പന എത്തുന്നു.

രണ്ടാം നിലയിലെ ഓഫീസിനു പുറത്ത് ബീമിന്റെ ഓരത്ത് അള്ളിപ്പിടിച്ച മട്ടിൽ നാരായണക്കിളിക്കൂട്. സ്വന്തം തൂവലുകൾ പറിച്ച് സ്വന്തം ഗ്രന്ഥികളിലൂറുന്ന ദ്രാവകം പുരട്ടി ചെറുകിളികൾ പണിഞ്ഞ കൂട്. കറുപ്പും വെളുപ്പും നിറമുള്ള കുഞ്ഞിത്തൂവലുകൾ. രാത്രി മുഴുവൻ അവ കൂടുണ്ടാക്കുന്നു. കാണെക്കാണെ കൂട് തിടംവെച്ച് പടരുന്നു.

ഈ കൂട് നശിപ്പിച്ചാൽ ഒട്ടും വൈകാതെ എന്തെങ്കിലും വിപത്തു വന്നു ഭവിക്കുമത്രെ.

രാത്രികളിൽ പൂവിടരുന്നത്ര അദൃശ്യമായി വളരുന്ന കൂടുനോക്കി അതിനുള്ളിൽ നിന്നുയരുന്ന ചിണുങ്ങലുകൾ കാതോർത്തു നിൽക്കുമ്പോൾ തോന്നി–

നമ്മളും വീടു പണിയുന്നത് ഇങ്ങനെ തന്നെയല്ലേ? സ്വന്തം തൂവലുകൾ വേദനയോടെ പറിച്ചെടുത്ത് സ്വശരീരഗ്രന്ഥികളുറുന്ന ദ്രാവകം പുരട്ടി...

ഉലകിന്റെ സീമന്തമെന്നു വിശ്വസിച്ചിരുന്ന ബിന്ദുവിൽ നിന്ന് പടികളിറങ്ങി. ഇത്രനാൾ ഏകാന്തതയുടെ സാന്ദ്രതയിൽ അന്തിയുറങ്ങിയ വെൺമേടയെ ഒരുവട്ടം കൂടി നോക്കി, വീണ്ടും സന്ധിക്കും വരെ അതിനോടു വിടയോതി. ഇടവപ്പാതി ഈമ്പിത്തുപ്പിയ പാത അളക്കുന്നു.

അടുത്ത കുടിയേറ്റത്തിനു വണ്ടി കാത്ത് വെളിച്ചം ജീർണിച്ച സ്റ്റേഷനിലിരിക്കുമ്പോൾ രണ്ടാം പ്ലാറ്റ്ഫാറത്തിനപ്പുറം പൊന്തക്കാട്ടുകളിൽ ഒരു ചെരാതിന്റെ വെട്ടം. പടുകൂറ്റൻ സിമന്റ് പൈപ്പിനുള്ളിൽ നാല് ജീവാത്മാക്കൾ – അമ്മ, അച്ഛൻ, രണ്ടു കിടാങ്ങൾ, ജനാധിപത്യമൊരുക്കിയ മുനിമടയിൽ ഒരു സംതൃപ്ത കുടുംബം. ഗൃഹനാഥൻ ഏതോ തമിഴ് സിനിമാക്കഥ ഈണത്തിൽ ചൊല്ലുന്നു. രസച്ചരടിൽ കോർത്തു പൊന്തിയ ചെവിയുമായി കുടുംബിനിയും മകനും. അവളുടെ മടിയിൽ പെൺകുഞ്ഞ്.

ഏതു പഞ്ചാംഗം നോക്കിയാണ് ഇവരിവിടെ പ്രവേശിച്ചത്? കാലിതൊഴുത്തിനും നമ്പർ പതിക്കുന്ന പഞ്ചായത്ത് ഇതിനും നമ്പറിട്ടിരിക്കാം. ഏതെങ്കിലും മേളയിൽ ഇവർക്കും പട്ടയം കിട്ടിയിട്ടുണ്ടാവാം. മൊത്തം എത്ര സ്ക്വയർ ഫീറ്റ്? കുഴൽ അളക്കുന്നത് ചതുരം കൊണ്ടല്ലല്ലോ.

പതിവുപോലെ തീവണ്ടി മിനിട്ടുകളിലൂടെ അനന്തമായി വൈകിയോടുന്നു.

ഒതുക്കിയിട്ട് തുരുമ്പിച്ച ബോഗിക്കു കീഴെ രണ്ടുപേർ. ഒരാണും പെണ്ണും. ഒരു ഭിക്ഷക്കാരനും അവന്റെ സൽപാതിയും. ആ ചരൽ ശയ്യയിൽ കിടന്നുകണ്ട് ഏതോ പൊൻകിനാവിന്റെ ലഹരിയിൽ അവൻ കൈനീട്ടി അവളെ പുണരുന്നു.

തൊട്ടടുത്ത ബഞ്ചിൽ കിടന്ന വൃദ്ധൻ ഉറക്കത്തിലൊന്ന് ശരണം വിളിച്ച് തിരിഞ്ഞു കിടന്നപ്പോൾ ദിഗംബരസ്വാമിയായി. ഗൂർഖ കാവലില്ലാതെ കൂർക്കം വലിക്കുന്നവർ. കർത്താവിന്റെ പേരേടിൽ മാത്രം മേൽവിലാസമുള്ളവർ, ഭയമറിയാത്ത ഭാഗ്യശാലികൾ.

പിറ്റേന്ന് രാഹുകാലത്തിനു മുൻപ് അടുത്ത ഗൃഹപ്രവേശം. അകത്താളിരുന്നാൽ കാണാത്ത മതിൽ. നട്ടുച്ചയ്ക്കും ഇരുളിന്റെ ഈർപ്പം ഒഴിയാത്ത മുറികൾ. കറന്റു പോയാൽ ശ്വാസം വിങ്ങുന്ന സ്വകാര്യത. എങ്കിലുമുണ്ടൊരു ഔദ്യോഗിക വസതിയുടെ മട്ടും ചേലും.

ദുന്ദുഭി കൊട്ടി മലർക്കുന്ന ഗേറ്റുകടന്ന് വരാന്തയിലെത്തിയപ്പോൾ അവിടെ കാവൽ കിടന്ന രാജവെമ്പാല, ഉൾ നിവർത്തി, കണ്ണിമ ചിമ്മി, ഫണമൊന്നിളക്കി സ്വാഗതമോതിയിട്ട് 'ങാ, ഇനി നീയായി നിന്റെ പാടായി' എന്ന ഭാവത്തിൽ പുറത്തേക്കൂർന്ന് അലസമായി ഇഴഞ്ഞു മാളത്തിലേക്ക്.

വീടിനുള്ളിൽ കടന്ന് ഭാണ്ഡങ്ങളിറക്കി, കാണാനെത്തിയ സുഹൃത്തുക്കളോട് കുശലം പറഞ്ഞിരിക്കുമ്പോൾ, ഒരു അണ്ണാറക്കണ്ണൻ അകത്തളത്തിൽ നിന്നോടിക്കിതച്ച് ഡ്രോയിങ് റൂമിന്റെ വാതിൽക്കലെത്തി പിൻകാലിലൂന്നി ഉരസും തലയും ലംബമാക്കി കൈകൾ കൂട്ടിയുരുമ്മിക്കൊണ്ട് വന്ദനം ചൊല്ലുംമട്ടിൽ ഒന്നു ചിലച്ചു. മറ്റൊരണ്ണാൻ തിരക്കിട്ടോടി വന്ന അവനിടതുവശം നിലകൊണ്ടു. അത് ഒന്നാമന്റെ പ്രേയസിയാണെന്ന് വ്യക്തം. പണ്ടേ കുടുംബസമേതം പാർക്കുന്ന ഭാഗ്യശാലിയെ ഞാൻ സാകൂതം നോക്കി.

പെട്ടെന്നുദിച്ച നാണം കൊണ്ടാവണം ആദ്യം അവളും പുറകേ അവനും ഡോർ കർട്ടനു പിന്നിലേക്കു ചാടി. പിന്നെ അടുക്കളയിൽ അവ തമ്മിലെന്തൊ പറയുന്നതിന്റെ കളകളാരവം. എന്നെ ഉപചരിക്കേണ്ടത് എവ്വിധമെന്ന ചർച്ചയാവണം.

സന്ധ്യക്ക് ടിവി വാർത്ത കണ്ടും കേട്ടും ലജ്ജയിൽ കുളിച്ചിരിക്കെ, കാലിൽ ഒരു നുള്ള് തണുപ്പ്. കുനിഞ്ഞുനോക്കി. തരക്കേടില്ലാത്ത തടിയുള്ള ഒരു എലി. താനുമുണ്ടിവിടെ എന്ന് ബോധിപ്പിച്ചതാണവൻ.

പുത്തൻ, കേരളീയാനുഷ്ഠാനമായ കറണ്ടുകട്ടാരംഭിച്ചപ്പോൾ ഒരു

നരിച്ചീർ പാറിവന്നു. ചുവരോടു ചുവര് മുട്ടിത്തടഞ്ഞ് എന്റെ ശിരസിൽ പലവുരു ചുംബിച്ച് അതു വട്ടം ചുറ്റിക്കൊണ്ടേയിരുന്നു. ഇരുളിൽ ഞാൻ തനിച്ചാവില്ലല്ലോ എന്നൊരാശ്വാസം.

ലൈറ്റണച്ച് മെത്തയിൽ ചായുമ്പോൾ മച്ചിനുമീതെ ബഹുതരികിട ഘോഷം. ഇങ്ങോട്ടു യാത്രയാകുമ്പോൾ ഒരു സുഹൃത്ത് നൽകിയ മുന്നറിയിപ്പ് ഓർത്തു. ‘‘അവിടെ ഒരു ശല്യമേയുള്ളു. മരപ്പട്ടികൾ. ചിലപ്പോൾ നെറുകയിൽ തന്നെ മൂത്രമൊഴിക്കും. എരിയുന്ന ഗന്ധമുള്ള മൂത്രം. സൂക്ഷിക്കണം.”

എന്തു സൂക്ഷിക്കാൻ. യൂറിൻ പ്രൂഫ് ഷർട്ട് കിട്ടുമോ?

എന്നെ ഒരു നോക്കു കാണാൻ കൂട്ടാക്കാത്ത ആ അന്തേവാസികൾ ഒരു ഡസനെങ്കിലുമുണ്ടാവും. സീലിങ്ങിനു മേലെ കെട്ടിമറിഞ്ഞും പന്തയംവെച്ചോടിയും ചാടിത്തുള്ളിയും എന്റെ വരവ് ആഘോഷിക്കുകയാണ് ആ ആദിവാസികൾ. വീടായാൽ ഒരൊച്ചയും അനക്കവും വേണ്ടേ? നന്നായി.

ഞാൻ ഉറക്കെ പറഞ്ഞു: “ചങ്ങാതികളേ എനിക്ക് രാത്രി കുളിക്കാൻ വയ്യ കേട്ടോ. ശീലമില്ല. നാം ഭാരതീയർ. സമാധാനപരമായ സഹവർത്തിത്വം. അതു മറന്നാൽ ഞാൻ നിങ്ങളുടെ ജന്മഭൂമി പൊളിക്കും.”

എന്റെ ഇത്തിരി ആകാശത്തിൽ നിന്ന് ഇടതടവില്ലാതെ പുറപ്പെടുന്ന ഈ ഘോഷകലവികൾ എന്റെ ഉറക്കത്തിനു താരാട്ടായിക്കഴിഞ്ഞിരിക്കുന്നു.

പുലർച്ചയ്ക്കുണരുന്നത് മോന്തായത്തിൽ നിന്നു പൊഴിയുന്ന നന്തുണി കേട്ടാണ്. മാടപ്രാവുകൾ അവിടെ.

പറമ്പിലെ കരിയിലകൾ ഇളക്കുന്ന പാമ്പുകളും തലങ്ങും വിലങ്ങും വാലിളക്കിച്ചാടുന്ന അണ്ണാൻ ഇണകളും. “കരളാനൊന്നുമില്ലല്ലോ” എന്നു മുരണ്ടു നടക്കുന്ന എലിയും പരിഭവം കുറുകുന്ന പറവയും. ‘എങ്ങനെ പിടിക്കുന്ന ഗഗനചാരിയാം എന്നൊ, എന്ന് ആടിത്തിമർക്കുന്ന ശ്വാനസമൂഹവും അറിയിച്ചുകൊണ്ടേയിരിക്കുന്നു— “നിനക്കീ ഭവനത്തിൽ ഔദ്യോഗികാവകാശം മാത്രം. ഏറിയാൽ അരനാഴിക നേരത്തെ അധികാരം. വള്ളുവനാട്ടിൽ പിറന്നു വളർന്ന ഞങ്ങൾക്കോ ഇത് ജന്മാവകാശം.”

ഞാനൊരു തർക്കത്തിനില്ല കൂട്ടരേ, പൊതുവായിട്ടൊന്നുമില്ലെങ്കിലും നമുക്ക് ഒരു ഭരണമുന്നണിയായി ഇവിടെ വാണ് കിട്ടുന്നത് തരാതരം സ്വന്തമാക്കാം.

ഈ പാർപ്പിടം ആചന്ദ്രതാരമോ സന്തതി പ്രവേശമേ കൈയടക്കിയിരിക്കുന്ന ഈ ജന്തുവർഗത്തെപ്പറ്റി ഓർത്തപ്പോഴാണ്, ഇന്നും മരത്തിനുമുകളിലുറങ്ങുന്ന ഒരു നാട്ടുകാരനെ ഓർത്തത്. സുമുഖനായ യുവാവ്. പട്ടണത്തിലെ റെയിൽവേ സ്റ്റേഷന്റെ പുറമ്പോക്കിൽ ഒരു മരത്തിനു മുകളിൽ വീടുകെട്ടി അയാൾ സസുഖം ഉറങ്ങുന്നു. രാവിലെ നൂലേണി വഴി നിലത്തിറങ്ങി കൂലിവേലയ്ക്കു പോകുന്നു. അന്തി മയങ്ങുമ്പോൾ വീണ്ടും പച്ചത്തഴപ്പിലെ കൂരയിലേക്ക്. ഇരുട്ടുവീണാൽ അയാൾക്ക്

മണ്ണിനെ വിശ്വാസമില്ല. ആദ്യം റെയിൽ പാളത്തിനു തെക്ക് ഒരു മരത്തി ലാണ് കുടിവെച്ചത്. മരം ചതിക്കില്ലെന്നാണ് പഴമൊഴി. പക്ഷേ ഈ വൃക്ഷം ചതിച്ചു. (സാമൂഹ്യ വനവൽക്കരണത്തിൽ പൊങ്ങിയ ഫോറിൻ മരമായിരുന്നു), നിന്ന നിൽപ്പിനങ്ങ് ഉണങ്ങിക്കളഞ്ഞു. ഇലപൊഴിഞ്ഞ യുടൻ അയാൾ വീടുപൊളിച്ചു. തച്ചുശാസ്ത്രമോ അതോ മുഹൂർത്തമോ പിഴച്ചു കാണും. വീട് തോളിലേറ്റി റെയിൽപ്പാളം മറികടന്ന് വടക്കൊരു മരത്തിൽ അത് പുനഃപ്രതിഷ്ഠിച്ചു. അയാൾക്ക് നിശാശലഭങ്ങളും രാപ്പാടികളും കൂട്ടുണ്ടാവണം.

സംഹാരരുദ്രനായി വാളോങ്ങി നിൽക്കുന്ന ടിപ്പുസുൽത്താനു മുന്നിൽ കുനിയാത്ത ശിരസുമായി നിന്ന് മാണിക്യഗൗണ്ഡൻ മൊഴി യുന്നു.. "കാളി ഉടയാൻ ചന്ത്രക്കാറൻ വെച്ച വീടും നേടിയ പൊരുളും ആൺപേരാളും. അതുകണ്ടു കണ്ണു നിറഞ്ഞേ നിറഞ്ഞു. ഇനി ഇരിപ്പെന്ത് മരിപ്പെന്ത്?"

വീടുകൾ സന്തതി പരമ്പരകൾക്കുവേണ്ടിയാണല്ലോ. മുദ്രപത്ര ത്തിൽ അതു ചാർത്തി കൈമാറുമ്പോൾ പിതാക്കൾക്ക് അഭിമാനത്തിന്റെ രോമാഞ്ചം.

സിവിൽ എഞ്ചിനീയറിങ് പഠിച്ചുവന്ന എന്റെ മകൻ അമ്മയോടു പറയുന്നു–

"ഇതെന്തൊരു സ്ട്രെക്ച്ചർ? ഇത്രയും പണത്തിന് ഇതിന്റെ ഇരട്ടി സൗകര്യങ്ങളുള്ളൊരു വീടുവെക്കാമായിരുന്നു. മുന്നൂറു സ്ക്വയർ ഫീറ്റെങ്കിലും വേസ്റ്റായി."

ജനാലയ്ക്കപ്പുറം അതുകേട്ടു നിന്ന ഞാൻ ഞെട്ടിയില്ല. ലേശം വിയർത്തു.

വീട്. ആർക്കാണ് വീടിനോട് സ്ഥായി?

എന്റെ ഒരനുജൻ സകുടുംബം നഗരത്തിൽ താമസിച്ചു. ഒരു കൊച്ചു വാടകവീട്ടിൽ, അവന്റെ ഭാര്യ ലൗബേഡ്സിനെ വളർത്തി. പെൺപക്ഷി രണ്ടു മുട്ടകളിട്ടു. കൊച്ചുമോൾ ആ മുട്ടകൾ കൈകളിലെടുത്തു. ഭംഗി നോക്കും. അതുകൊണ്ടാണോ എന്നറിയില്ല. മുട്ട വിരിഞ്ഞില്ല. ആൺപക്ഷി അത് കൊത്തിയുടച്ചു. വീണ്ടും അവൾ മുട്ടയിടുംമുൻപ് ആൺപറവ ചത്തു.

ഒരു മെയ്മാസ രാത്രി സ്റ്റൗവിൽ തീ ആളിപ്പടർന്നു. ഭാര്യക്കും അവളെ രക്ഷിക്കാനെത്തിയ ഭർത്താവിനും പൊള്ളലേറ്റു. നാലാംപക്കം ഭാര്യമരിച്ചു. മുപ്പതുനാൾ കഴിഞ്ഞ് ഭർത്താവ് ആശുപത്രിവിട്ടു.

ഇത്രയും നാൾ ആ വീട് പൂട്ടിക്കിടന്നു. അപകടത്തിന്റെ പരിഭ്രാന്തിയിൽ വീടു പൂട്ടിയ അയൽക്കാർ വിധുരയായ പക്ഷിയെ ഓർത്തില്ല. മുപ്പതുനാൾ തുറക്കാത്ത വീടിനുള്ളിൽ ജലപാനമില്ലാതെ അവൾ കഴിഞ്ഞു.

ജംഗമങ്ങളൊക്കെ മാറ്റി വീടൊഴിയണം. ഞാൻ ചെന്നു. മുൻവാതിൽ തുറന്നു കയറുമ്പോൾ എങ്ങോ നിന്ന് സ്നേഹപ്പക്ഷിയുടെ കരച്ചിൽ.

കൂടുതുറന്നു കിടപ്പാണ്. ഞാൻ നോക്കി. കരഞ്ഞുകരഞ്ഞ് വീടാകെ നടക്കുകയാണ് പാവം. എന്നെ കണ്ടയുടൻ നിന്നു. എന്റെ മുഖത്തേക്ക് തലയുയർത്തി. കുഞ്ഞുമിഴികൾ എന്റെ കണ്ണിലൂന്നി മൂന്നുവട്ടം കരഞ്ഞു. ഒരു ദുരന്തത്തിന്റെ ഒപ്പാര്. പിന്നെ പഴയപടി നടക്കുകയാണ്.

പാവം! ഇതിനെ എന്തുചെയ്യണം? ഞങ്ങൾ ഇത്തിരി ആലോചിച്ചു. ഒപ്പം കൊണ്ടുപോവുകതന്നെ.

ചുമട്ടുതൊഴിലാളികൾ എല്ലാം വണ്ടിയിൽ കയറ്റിക്കൊണ്ടിരുന്നു. ആ തിരക്കിൽ പക്ഷിയെ ഗൗനിച്ചില്ല.

എല്ലാം ഒതുങ്ങിയപ്പോൾ ഞാൻ തിരഞ്ഞു. പക്ഷി എവിടെ? കരച്ചിൽ കേൾക്കുന്നില്ല. ഓരോ മുറിയും മൂലയും പരതി. ഇല്ല. എങ്ങുമില്ല.

അനാഥയായി പറന്നുപോയിരിക്കുമെന്നു കരുതി. വാതിൽ പൂട്ടി തിരിയുമ്പോൾ ചവിട്ടുപടിയിൽ അതു ചത്തു കിടക്കുന്നു. വാതിലിനുനേരെ തലചായ്ച്ച്. അടയാത്ത കണ്ണുകൾ.

ഒരു മരച്ചുവട്ടിൽ അതിന്റെ ജഡം കുഴിച്ചുമൂടിയിട്ട് വണ്ടിയിൽ കയറുമ്പോൾ–

മുപ്പതുനാൾ ജലപാനമില്ലാതെ എങ്ങനെ അതു ജീവിച്ചു? എന്തിന്? ഞങ്ങൾ ചെല്ലുവോളം; വീട് ഒഴിയുവോളം.

ഇത് സ്നേഹദൗത്യം എന്നു ചിന്തിച്ചിട്ടോ?

എന്തിനത് ആ നിമിഷം പ്രാണൻ വെടിഞ്ഞു?

"ഇതെനിക്കു വാടകവീടല്ല. വീടുമാത്രം. ഞാൻ വരുന്നില്ല." എന്നായിരുന്നോ അറിയിച്ചത്?

വീട് വീടുമാത്രം. വാടകവീടും വിടുതിവീടുമില്ല. അല്ലെങ്കിൽ ഏതും ആർക്കും തൽക്കാല വസതിയാണല്ലോ. അസ്ഥിരമായ അസ്തിത്വത്തിന്റെ ബ്ലൂപ്രിന്റ്.

(1998)

പ്രസ്തുത മംഗള കർമത്തിൽ

മുഹൂർത്തം പതിനൊന്ന് പത്തിന്. ബ്രഹ്മാനന്ദൻ വാച്ചിലൊന്നു നോക്കി. ഇനിയും അരമണിക്കൂർ.

ഓഫീസിലെ വനിതാവിഭാഗത്തിന്റെ വരവായി. അവരെ സവിനയം തൊഴുത്, ഹൃദ്യമായി ചിരിച്ച് എതിരേറ്റ്, ഭാര്യയുടെ അടുത്തേക്ക് ആനയിച്ചിട്ട് ബ്രഹ്മാനന്ദൻ തിരികെ വന്നു.

ഓഡിറ്റോറിയത്തിൽ ഓർക്കെസ്ട്ര തകർക്കുകയാണ്.

രണ്ടായിരം പേർക്ക് ഇരിക്കാവുന്ന ഹാൾ നിറഞ്ഞുകവിഞ്ഞു. അതിഥികൾ അലസഗമനം ചെയ്തുവരുന്നതേയുള്ളു.

മുൻനിരയിൽ ഏതാനും സീറ്റ് ഒഴിച്ചിട്ടുണ്ട്. റവന്യൂ മന്ത്രി തീർച്ചയായും വരും. എന്തു പ്രോഗ്രാമുണ്ടെങ്കിലും എത്തുമെന്നാണ് പ്രസ്താവിച്ചത്. മുഖ്യനും വരാതിരിക്കില്ല.

സ്പെഷ്യൽ സെക്രട്ടറി പത്തരയ്ക്കു മുമ്പേ വന്നുകഴിഞ്ഞു. അദ്ദേഹം ഏതിനും അങ്ങനെയാണ്. താമസിച്ചെത്തുക ശീലമാക്കുന്നവൻ ജീവിക്കാൻ വൈകിപ്പോകുമെന്നാണല്ലോ അദ്ദേഹം പറയാറ്.

ഈ ആൾക്കൂട്ടത്തിൽ തന്റെ ഉറ്റബന്ധുക്കൾ അപരിഷ്കൃതരായ ആദിവാസികളെപ്പോലെ വേറിട്ടു നിൽക്കുന്നു. തീപിടിച്ച പുരകാണുന്ന പരിഭ്രാന്തി തന്നെയാണവരുടെ മുഖത്ത്. പാവങ്ങൾ! ബദ്ധപ്പെട്ട്, വണ്ടിക്കൂലി കടംവാങ്ങിവന്നവർ.

ഒരളിയൻ ഭാര്യാസമേതം വന്ന് ഓച്ഛാനിച്ച് ഒതുങ്ങിവാങ്ങി അകത്തേക്ക് പോയി. തിരക്കിനിടയിലും അയാളോടൊരു ലോഹ്യം കാട്ടാൻ ബ്രഹ്മാനന്ദൻ മറന്നില്ല. അല്ലെങ്കിലാ സാധു എന്തുകരുതും.

നഗരത്തിലെ ഏറ്റവും വലിയ കല്യാണമണ്ഡപമാണ്. അതിഥികൾ അകത്ത് ഇടം കിട്ടാതെ വരാന്തകളിൽ കറങ്ങിത്തിരിഞ്ഞു നിൽക്കുന്നു.

കാമ്പൗണ്ടിൽ നൂറ്റി ഇരുപത്തഞ്ചു കാറുകളേ പാർക്കുചെയ്യാൻ പറ്റൂ. റോഡിനിരുവശവും വാഹനങ്ങൾ നിരന്നു കഴിഞ്ഞു.

ബ്രഹ്മാനന്ദൻ ഒരു ചെറുപ്പക്കാരനെ അടുത്തുവിളിച്ചു. "നീ പോയി കുറച്ചു സ്ഥലം ഒഴിച്ചിടണം. നമ്മുടെ മിനിസ്റ്ററും ചീഫ് മിനിസ്റ്ററുമൊക്കെ വരും. സ്റ്റേറ്റ് കാറ് നിത്തിലിടുന്നത് ശരിയല്ല."

"ഈച്ചയ്ക്കു പറക്കാൻ ഇടമില്ലാതെ അടുക്കിയിരിക്കയല്ലേ. ആരോടാ മാറ്റിയിടാൻ പറയുക"

"അതൊന്നും പറഞ്ഞാൽ പറ്റില്ല. നീ ചെല്ല്. ഒരു മൂന്നു കാറിനെ ങ്കിലും..."

സിറ്റിയിലെ രണ്ടു പ്രമുഖ ബിസിനസുകാരുടെ വരവായി. ബ്രഹ്മാ നന്ദൻ പറഞ്ഞതു മുഴുമുപ്പിക്കാതെ അങ്ങോട്ടും തിരിഞ്ഞു.

വധുവിനെക്കാൾ കേമമായി അണിഞ്ഞൊരുങ്ങിയെ പെണ്ണുങ്ങൽ ഒരു സംഘഗാനത്തിലെ ഒരുമയിൽ പുഞ്ചിരിതൂകി കടന്നുപോയി.

ഇവിടെ ആരും അപരിചിതരായിക്കൂടാ. ബ്രഹ്മാനന്ദൻ എല്ലാവരോടും ആവോളം ചിരിച്ചു. നാവിൽത്തടഞ്ഞ തമാശ പറഞ്ഞു.

പോർട്ടിക്കോവിൽ പൂമാലയണിയിച്ചു നിറുത്തിയിരിക്കുന്ന മാരുതിയെ അയാൾ അഭിമാനത്തോടെ നോക്കി. വധൂവരന്മാരുടെ യാത്രയ്ക്കുള്ള രഥം വെള്ള നിറമായിരുന്നു. തനിക്കിഷ്ടം. പക്ഷേ ചാരനിറം വേണമെന്ന് പയ്യൻ പറഞ്ഞാൽ അനുസരിക്കണമല്ലോ.

ബ്രഹ്മാനന്ദൻ വെറും കേശവക്കുറുപ്പായിരുന്ന കാലം. ഇരുപതു സെന്റിലെ ഓലപ്പുരയിൽ പിറന്നു വളർന്ന ചെക്കൻ. രാവിലെ ഖദർ മുണ്ടും ജൂബയും ഗാന്ധിതൊപ്പിയുമണിഞ്ഞ് സഹനസമരത്തിന് പോകുന്ന അച്ഛൻ. സ്വന്തം അടുപ്പിൽ തീ പുകയാത്തത് അച്ഛനു പ്രശ്ന മായിരുന്നില്ല. ഭാരതം തീ തിന്നുന്നതിലായിരുന്നു. ഖേദം. ഗ്രാന്റ് സ്കൂൾ വാദ്യാരുദ്യോഗം വലിച്ചെറിഞ്ഞ് ഉപ്പുസത്യാഗ്രഹത്തിനു പോയ ദേശസ്നേ ഹം. 'കുടുംബദോഷി' എന്ന് മുത്തശ്ശി പ്രാകിയിരുന്നു. അമ്മ വീടു വീടാ ന്തരം കടം വാങ്ങി കഞ്ഞിവച്ചു വിളമ്പി.

ഒരു പോലീസ് ജീപ്പ് ഗേറ്റു കടന്നു വന്നു. സെക്യൂരിറ്റി. വകുപ്പു മന്ത്രി എത്തിക്കഴിഞ്ഞു. ആതിഥേയന് ഡോർ തുറക്കാനവസരം കിട്ടും മുമ്പേ അദ്ദേഹം നിലത്തിറങ്ങി. ബ്രഹ്മാനന്ദന്റെ പ്രണാമത്തെ അദ്ദഹം മുതുകിൽ തട്ടി സ്വീകരിച്ചു. അകത്ത് ഉപവിഷ്ടരായിരുന്ന ഉദ്യാഗസ്ഥ പ്രമുഖർ തുരുതുരാ പുറത്തുചാടി ഓടിവന്ന് മന്ത്രിയെ വളഞ്ഞു നിന്നും. അവസരത്തിനൊത്തുണർന്ന് ക്യാമറകൾ മിന്നി, വീഡിയോ വെളിച്ച ത്തിൽ വെളിച്ചം പൊഴിച്ചു.

ഉദ്യാഗസ്ഥ സുഹൃത്തുക്കളുടെ തിക്കിത്തിരക്കിൽ ബ്രഹ്മാനന്ദൻ പിൻനിരയിലായി.

അന്നേരം വന്ന മൂന്ന് എം എൽ എ മാർക്ക് ജനശ്രദ്ധ കിട്ടിയില്ല. അവർ മന്ത്രിയെ കണ്ടില്ലെന്നുഭാവിച്ച് മറ്റൊരു വശം ചേർന്ന് മുന്നോട്ട് നീങ്ങി. ആ ബഹുമാന്യർ ഓഡിറ്റോറിയത്തിനടുത്തെത്തിയപ്പോഴാണ് ബ്രഹ്മാനന്ദനും അവരെ ശ്രദ്ധിച്ചത്. പിന്നെ വൈകിയില്ല. മന്ത്രിയോട് ഒരു വാക്ക് മാപ്പായി ചൊല്ലിയിട്ട് അവരെ തേടി പാഞ്ഞു. എം. എൽ എ ആകാനും എം. എൽ എ മന്ത്രിക്കേസെരയിൽ വീഴാനും മാത്രകൾ പോരെ? വി ഐ പി. പരിചരണം കിട്ടാതെ ആയിരത്തിലൊരുവരായി അകത്തേക്കുപോയ രണ്ടു മുൻമന്ത്രിമാരുടെ രൂപം ബ്രഹ്മാനന്ദൻ ഓർത്തു.

അതുവഴി കടന്നു പോയ മകനെ വിളിച്ച് അയാൾ ശട്ടം കെട്ടി.. "നീ ഇങ്ങനെ ചുറ്റിനടന്നാൽ പറ്റില്ല. സദ്യാലയത്തിൽ തന്നെ നിന്നോണം. വിളമ്പുകാരിലൊരു കണ്ണുവേണം."

വനിതാമന്ത്രിയുടെ വാഹനം ഗേറ്റുകടന്നു വരുന്നതു കണ്ടായുടൻ ബ്രഹ്മാനന്ദൻ അകത്തേക്കോടി. ഭാര്യയെയും കൂട്ടി നിലം തൊടാതെ രാജ്യപാലകയുടെ മുന്നിലെത്തി. മന്ത്രിണിയെ എതിരേൽക്കാൻ കൈയിൽ മുഴുപ്പുള്ള നാരങ്ങ കരുതിയിരുന്നു. ഭാര്യയുടെ ഔചിത്യ ബോധം ബ്രഹ്മാനന്ദനെ കുളിരണിയിച്ചു. മിനിസ്റ്ററോട് വാ തോരാതെ, എന്നാൽ ഭവ്യതവിടാതെ സംസാരിക്കുന്ന ഭഗവതിയമ്മയെ ഒരപരിചിതയെ എന്നോണം ബ്രഹ്മാനന്ദൻ പകച്ചുനോക്കി. ഒരു ഓണം കേറാമൂലയിൽ നിന്ന് തന്റെ പുറകേ അടിവച്ചടിവച്ചിറങ്ങി വന്ന് നാവില്ലാ ഭഗവതി തന്നെ യാണോ ഇവൾ!

സെയിൽസ്ടാക്സ് വകുപ്പിൽ ഒരു താണതരം ഗുമസ്തനായി സർക്കാർ സേവനമാരംഭിച്ച കാലം. അച്ഛനണിയിച്ച ഗാന്ധിത്തൊപ്പിയുടെ സ്പർശം അന്നും ശിരസ്സ് മറന്നിരുന്നില്ല.

എത്ര കല്യാണാലോചനകൾ-

പേരും പെരുമയുമുള്ള തറവാടുകളിൽ നിന്ന്. പുതുപ്പണക്കാരുടെ മടകളിൽ നിന്ന്. ഏക്കർ-സെന്റിന്റെ, സ്വർണത്തിന്റെ കണക്കു കാട്ടി പ്രലോഭിപ്പിക്കാൻ വന്ന ദല്ലാളന്മാർ!

നാക്കിലെ അരം പൊഴിഞ്ഞിട്ടില്ലാത്ത കാലം. കണക്കും പറഞ്ഞു വന്നവർക്കെല്ലാം കണക്കിനു കൊടുത്തു. ഖദറിട്ട ആദർശധീരൻ! വില കൂടിയ ഖദർസിൽക്ക് ഇന്നും ഇടയ്ക്കിടെ ഒരു തമാശയ്ക്ക് അണിയാറുണ്ടെന്ന് ബ്രഹ്മാനന്ദൻ ഓർത്തു.

ഒരു സുപ്രഭാതത്തിൽ കൂനിക്കൂടി നിൽക്കുന്ന ഓലപ്പുരയുടെ ഉമ്മറത്ത് ചാണകം മെഴുകിയ നിലത്ത് വെള്ളവിരിച്ച പലകയിലിരുന്ന് ഭഗവതിയുടെ കഴുത്തിൽ കറുത്ത നൂലിൽ കോർത്തത് അരപ്പവന്റെ താലി നാലഞ്ചു പെണ്ണുങ്ങളുടെ ചിലമ്പിച്ച കുരവമാത്രം.

ആ മെല്ലിച്ച കരം ഗ്രഹിച്ച് ദീപം വലംവയ്ക്കുമ്പോൾ ഊറ്റം കൊണ്ടു. ദാ എന്റെ പെണ്ണ്. എന്റെ ഭഗവതി. പൊന്നിന്റെ ചുമടില്ലാതെ, പൊൻപട്ടിന്റെ പത്രാസില്ലാതെ....

അകത്ത് ഓർക്കെസ്ട്ര മേളം മുറുകുന്നു.

സ്മരണകളെ മുറിച്ചുകൊണ്ട് അതിഥികളുടെ മന്ദഹാസം അഭിമുഖം വരുന്നു.

ആ ശബ്ദഘോഷത്തിനും ഉത്സാഹത്തിമിർപ്പിനും സൗഹൃദ പ്രവാഹത്തിനും മധ്യേ നിൽക്കുമ്പോൾ തന്റെ മനസ് ഇടയ്ക്കിടെ തേങ്ങുന്നതെന്താണ്-വർത്തമാനത്തിൽ കാലുറപ്പിച്ച് നിൽക്കാൻ ബ്രഹ്മാനന്ദൻ ബദ്ധപ്പെട്ടു. പക്ഷേ നിലയുറക്കാതെ വഴുതി വഴുതിപ്പോകുന്നു.

"നൂറ്റൊന്ന് പവന്റെ ആഭരണം ഇടാം"

"അതു ഞങ്ങൾക്കാക്ഷേപമാ. സ്വർണം മോഹിച്ചിട്ടില്ല." ഉടനെ ഒരുത്തരം നാവിലെത്തിയില്ലാ.

വരന്റെ പിതാവു തുടർന്നു... "ഒരു നൂറ്റി ഇരുപത്തഞ്ചെങ്കിലും...."

പെട്ടെന്നു മറുപടി പറഞ്ഞു. "ആവാം അതിനെന്താ."

പുത്തൻ മാരുതി. സിറ്റിയിലൊരു ബംഗ്ലാവ്, മൂന്നു ലക്ഷത്തിന്റെ എഫ് ഡി...

ഒരു ക്ലാസ് വൺ ഓഫീസർക്ക് ഇതിനൊക്കെ അർഹതയുണ്ട്. ഇന്ത്യൻ ഫോറസ്റ്റ് സർവീസ്. കാട്ടിലെ തടുത നാട്ടിലെ ബാങ്ക്.

ഇന്നലെ സന്ധ്യക്ക് ധാരമുറിയാതെ ഒഴുകി വന്ന അതിഥികളിൽ നിന്ന് ഉപഹാരങ്ങൾ തൊഴുതുവാങ്ങിയിരുന്നു. മിനിയുടെ രൂപം കണ്ണിൽ നിന്നു മായുന്നില്ല. ആയിരം ഗ്രാം സ്വർണം ചുമന്നു നിൽക്കുന്ന കൊട്ടു ശരീരം. മഞ്ഞലോഹം പൊതിഞ്ഞപ്പോൾ അവൾക്കു ഭംഗി കൂടിയോ, കുറഞ്ഞോ? ഇവൾ, ഇവൾ എന്റെ മകളല്ല എന്നു പറയുവാൻ ഒരു വട്ടം നാവു ത്രസിച്ചില്ലേ...

ഇന്നലെ വിലകൂടി ഉപകരണങ്ങൾ എൽപ്പിച്ചുപോയ വ്യാപാരികൾ ഇന്നു മുന്നിൽ വന്നു കൈകൂപ്പി ചിരിച്ചപ്പോൾ വിളറിപ്പോകാതിരിക്കാൻ പാടുപെടുന്നതെന്തേ? അവരുടെ ചിരിയിൽ പരിഹാസത്തിന്റെ നുരയുണ്ടായിരുന്നില്ലേ?

ആദ്യമായി കൈക്കൂലി വച്ചു നീട്ടിയ പലചരക്കു വ്യാപാരിയോടു കയർത്തപ്പോൾ ആ തടിയൻ പറഞ്ഞു "സാറേ സാറ് നന്നാവണകോളില്ലാ"

ആ വാചകം തന്റെ മനസിനോടൊന്നു മന്ത്രിച്ചിട്ട് ബ്രഹ്മാനന്ദൻ വർത്തമാന യാഥാർഥ്യത്തിലേക്ക് കൂപ്പുകുത്തി.

സുഹൃത്തുക്കളുടെ തലയ്ക്കു മുകളിലൂടെ അയാൾ വീണ്ടും ഗേറ്റിലേക്കു കണ്ണു നീട്ടി. മുഖ്യമന്ത്രി..?

രണ്ടു കൂറ്റൻ ആർച്ചുകൾ റോഡിലും ഗേറ്റിലും. "സാറ് തടസം പറയരുത്. ആർച്ച് രണ്ടും എന്റെ വക" എന്ന് ആ മണ്ണെണ്ണ ഡീലർ പറഞ്ഞപ്പോൾ ഇത്രയും കരുതിയില്ല. ഒന്നാം കമാനത്തിൽ അവൻ ഒരു കുസൃതി ഒപ്പിച്ചില്ലേ? പഞ്ചതന്ത്രം കഥയുടെ ഇൽല്യൂമിനേഷൻ-ചെന്നായുടെ വായിൽ നിന്ന് മുള്ളെടുക്കുന്ന കൊക്ക്....

ഇല്ല. ആ മണ്ടൻ ഒന്നും. ഉദ്ദേശിച്ചു കാണില്ല. മണ്ണെണ്ണയ്ക്കുണ്ടോ വ്യംഗ്യവും ധ്വനിയും.

ചെല്ലൻ കണിയാർ കവടിപല്ലുകൾ നിരത്തിചിരിച്ച് അടുത്തുവന്നു തലചൊറിഞ്ഞു. "പള്ളിക്കെട്ടും ഇത്ര കേമമായിട്ടില്ല. എല്ലാം കുഞ്ഞിന്റെ ഒരു യോഗം. മകം പെറന്ന മങ്കയല്ല്യോ. അന്നു തലക്കുറി എഴുതിക്കൊണ്ടു വന്നപ്പൊ ചെല്ലൻ പറഞ്ഞത് ഓർക്കണില്ല്യോ...."

മോളുടെ തലക്കുറിയാണോ അച്ഛന്റെ ആദർശങ്ങളെ കടപുഴക്കിയത്? അതോ കൈക്കൂലി വാങ്ങാത്ത സത്യസന്ധതയ്ക്ക് ഒരു കരിഞ്ചന്തക്കാരൻ വാങ്ങിത്തന്ന സസ്പെൻഷനോ? അതൊന്നും ചിന്തിക്കേണ്ട സമയമല്ല. വന്നതും വരുന്നതുമെല്ലാം നല്ലതിനുതന്നെ നിനയ്ക്കാവൂ.

കണിയാരുടെ, ദീർഘദർശനവൈഭവത്തെ അഭിനന്ദിക്കും മട്ടിൽ ബ്രഹ്മാനന്ദൻ യാന്ത്രികമായൊന്നു ചിരിച്ചു. "ആശാൻ സൗകര്യം പോലെ വീട്ടിൽ വരൂ"

അപ്പോൾ മറ്റൊരു കുശലോന്വേഷണം... ഒരു ഡപ്യൂട്ടി കമീഷണറുടെ വക.

"മുഹൂർത്ത സമയമായില്ലേ..."

"ഇല്ല ഏഴെട്ടുമിനിട്ടുണ്ട്... "

ഗേറ്റിലൂന്നിയ കണ്ണുകളിലൊന്ന് ഊരിയെടുത്ത് വാച്ചിലൂന്നിയിട്ട് ബ്രഹ്മാനന്ദൻ മറുപടി പറഞ്ഞു.

ഡപ്യൂട്ടി ലേശം കൂടി അടുത്തുനിന്ന് സ്വകാര്യമായി ചോദിച്ചു- "അപ്പൊ സാറിനിനി എത്ര സർവീസുണ്ട്?"

ബ്രാഹ്മാനന്ദൻ ഒന്നു കൂടി ഞെട്ടി. 'കഷ്ടിച്ചു പത്തുമാസം' എന്നു പറഞ്ഞില്ല.

പെൻഷൻ പറ്റിയ ശേഷമായിരുന്നു ഈ വിവാഹമെങ്കിൽ... അസുഖകരമായ ആ ചിന്തയെ കുടഞ്ഞു കളയുവാൻ അയാളാഗ്രഹിച്ചു. അപ്പോൾ കഴിഞ്ഞ രാത്രി തിരക്കിനിടയിൽ ഭഗവതി ഓടിവന്നു പറഞ്ഞ ഒരു സ്വകാര്യം ചെവിയിൽ മുഴങ്ങി.

"കേട്ടോ ഫ്രിഡ്ജ് മൂന്ന്. ഇരുപത്താറു പ്രഷർകുക്കർ, രണ്ടു വി സി പി ഒരു വി സി ആർ പതിനാറ് ഫാൻ. ഒരു വാഷിങ് മെഷീനും ഉണ്ട്... "

ചെങ്കോൽ പറന്നു പോകാൻ മിൽക്ക് കുക്കറായിരുന്നേനെ.

സദാ മറുകണ്ടം ചാടുന്ന ചിന്തയിൽ ഒരു തമാശമുളച്ചു.

പൊലീസ് ഐജിയുടെ മകളുടെ കല്യാണത്തിന് പെരുങ്കള്ളന്മാരെല്ലാം സമ്മാനങ്ങൾ ചുമന്നുവരും. അവയിൽ മിക്കതും മോഷ്ടിച്ചവയാവും.

ഗേറ്റിൽ ഒരു സ്റ്റേറ്റ് കാർ.. മുഹൂർത്തത്തിന് മൂന്നു മിനിട്ട്. മുഖ്യമന്ത്രിയുടെ കൃത്യനിഷ്ഠയിൽ അത്ഭുതാദരങ്ങളോടെ ബ്രഹ്മാനന്ദൻ മുറ്റത്തു ചാടി മുന്നോട്ടു പാഞ്ഞു.

പക്ഷേ ഡോർ തുറന്ന് പുറത്തിറങ്ങിയത് മുഖ്യന്റെ പി എ ഹജൂരിലെ ഒരു സെക്ഷനാപ്പീസർ.

മുഖമടച്ചുവീണ ജാള്യം മറച്ച് ബ്രഹ്മാനന്ദൻ പുഞ്ചിരിച്ചു.

പി എ അറിയിച്ചു– സി എം നെ അർജന്റായി പാർട്ടിചെയർമാൻ വിളിച്ചു. അദ്ദേഹത്തിനു വേണ്ടി ഞാൻ...

"സന്തോഷം വരൂ"

ബ്രഹ്മാനന്ദൻ കൂസലന്യെ അയാളുടെ കരം ഗ്രഹിച്ചു കുലുക്കി.

ഹാളിൽ നാദസ്വരമേളം ഉയർന്നു. മുഹൂർത്തമായി. നിലവിളക്കുകൾ തെളിഞ്ഞു.

ബ്രഹ്മാനന്ദൻ തിക്കിത്തിരക്കി സ്റ്റേജിലേക്കു കയറി

വധുവിനെ ഗുരുജനങ്ങളെ വന്ദിപ്പാൻ കൊണ്ടു നടന്നു.

താഴെ മുൻനിരയിൽ കണ്ടു. മുഷിഞ്ഞ ഖദർഷാൾ, കോണുകൾ എലി കരണ്ട ഗാന്ധിതൊപ്പി, അടർന്നുപോയ കാലിനു പകരം നൂൽ ബന്ധിച്ച കണ്ണട.

വെള്ളമണലിൽ ഹരിശ്രീ എഴുതിവച്ച ഗരുനാഥൻ. പുരാണകഥകൾ ചൊല്ലിത്തന്നവൻ. തന്റെ യൗവനം പൂജിച്ച വീരപുരുഷൻ.

മകളുടെ ഓട്ടുവളയിട്ട കൈ പിടിച്ചേൽപ്പിച്ചു കൊണ്ട് ഗദ്ഗദത്തോടെ അയാൾ പറയുന്നു.– "എനിക്കു തരാൻ മറ്റൊന്നുമില്ല. ഇവൾ. ഇവൾ മാത്രം എന്റെ ഭഗവത്."

തലകുമ്പിട്ട് നിറഞ്ഞ മനസോടെ സ്വീകരിച്ചു. എങ്കിലും ഈ വൃദ്ധൻ എന്തിനു മുൻനിലയിൽ തന്നെ വന്നിരുന്നു.?

ഗുരുത്വംകെട്ട ചിന്തയെ ആട്ടിയൊതുക്കിക്കൊണ്ട് ബ്രഹ്മാനന്ദൻ പറഞ്ഞു "മോളേ, ദാ അപ്പൂപ്പൻ, നമസ്കരിക്ക്".

അവൾ പടിയിറങ്ങിച്ചെന്നു. പാദസരങ്ങളുടെ തങ്കക്കിലുക്കം, ആറായിരത്തിന്റെ മംഗല്യപ്പട്ട് ഉലഞ്ഞുവരുന്ന ശബ്ദം.

അവൾ കുനിഞ്ഞു പാദം സ്പർശിച്ചപ്പോൾ വൃദ്ധൻ ഞെട്ടിയോ? സന്തോഷിച്ചോ? വിധിയുടെ ഇന്ദ്രജാലമോർത്ത് മന്ദഹസിച്ചോ?

അവളുടെ കൈപിടിച്ച് കതിർമണ്ഡപം വലം വയ്ക്കുമ്പോൾ പിന്നെയുമാ പാദസരത്തിന്റെ കിലുകിലാരവം. ഉടുപുടവയുടെ മർമരം.

സർവാഭരണ വിഭൂഷിതയായ മകളെ അയാൾ ഒളികണ്ണാലൊന്നു നോക്കി. ഏതോ പുണ്യപുരാതന തമിഴ് ചിത്രത്തിലെ നായികയുടെ രൂപം മനസിൽ തെളിഞ്ഞു.

അയാൾ ഇടം കൈയുർത്തി കണ്ണുതിരുമ്മി ആ രൂപത്തെ മായ്ച്ചു കളയുവാൻ ശ്രമിച്ചു. അറിയാതെ കണ്ണുകൾ മകളുടെ പുറകിൽ നിൽക്കുന്ന അമ്മയുടെ കഴുത്തിൽ പതിഞ്ഞു.

വിശേഷവിധിയായി ഒരു നേർത്ത ശരപ്പൊളിമാലയുണ്ട്. അതിനു താഴെ മിന്നുകെട്ടിയ ആ പഴയ ചരട്.

നിറം മങ്ങിയ ആ നൂലിൽ ബ്രഹ്മാനന്ദന്റെ നോട്ടം ഉടക്കി നിന്നും.

"അച്ഛാ" മകൾ പതിയെ വിളിച്ചുണർത്തി. ബ്രഹ്മാനന്ദൻ നടന്നു.

മകൾ മണ്ഡപത്തിൽ കയറി. വാദ്യാഘോഷം പുതിയ ഈണത്തിൽ മീട്ടി. ക്യാമറയേന്തിയ പയ്യന്മാർ ഇരുന്നുമെണീറ്റും. തിരക്കിനെ ചാടിയൊഴിഞ്ഞും അടവു പതിനെട്ടും പയറ്റി ഫ്ളാഷ് മിന്നിച്ചു കൊണ്ടിരുന്നു.

നാലുഭാഗത്തുനിന്നും പൂവർഷമേറ്റപ്പോഴാണ് ബ്രഹ്മാനന്ദന് ഉണർവുണ്ടായത്- താലികെട്ടുകയായി.

ആ പ്രാചീനസംഗീതം - വായ്ക്കുരവ-പെണ്ണുങ്ങൾ അവകാശം പുതുക്കുകയാവാം.

മുൻ നിരയിലിരുന്ന് വൃദ്ധൻ എല്ലാം കാണുന്നുണ്ട്. വികാരമേശാത്ത കണ്ണുകൾ-

ആ രൂപം തന്റെ താളം തെറ്റിക്കുന്നുവെന്ന് ബ്രഹ്മാനന്ദന് ബോധ്യമായി.

പിന്നെ പടമെടുപ്പിന്റെ തിരക്ക്. ഓരോ മന്ത്രിയുമൊത്ത് എം എൽഎമാരെ തൊട്ടുരുമ്മി നേതാക്കന്മാരുടെ ചിരിവെട്ടത്തിൽ ഓഫീസ് ജീവികളുടെ ചേരിയിൽ..

ആരെല്ലാമോ നിർദേശിച്ചു. അനുസരിച്ചു. അത്രമാത്രം. വധൂപിതാവ് ഇവിടെ പൊതുജനദാസൻ.

വിയർപ്പുനാറുന്ന ബന്ധുജനങ്ങളുടെ മധ്യത്തിനും നിന്നു കൊടുത്തു.

ഇതിനിടെ ആരോ ആ വൃദ്ധനെ സ്റ്റേജിലേക്കു വലിച്ചു കയറ്റി. വധുവിന്റെ മതാമഹനാണല്ലോ. ബ്രഹ്മാനന്ദൻ തഞ്ചത്തിലൊന്നൊഴിഞ്ഞു മാറി. മറ്റൊരു അത്യാവശ്യമുണ്ടെന്നു ഭാവിച്ച് അണിയറയിലേക്കു ചാടി.

വിടപറയാനെന്ന ഭാവത്തിൽ ഹാജർ ഒന്നുകൂടി രേഖപ്പെടുത്താൻ നിൽക്കുന്നവരെ കൈകൂപ്പി യാത്രയാക്കി. ഇത് എളുപ്പമുള്ളൊരു പണിയാണ്. കൈകൾ ചേർത്തു പിടിച്ച് ചുണ്ടുകളകറ്റി ഇത്തിരിനേരം ഒരേ പോസിൽ നിന്നാൽ മതി.

തിരക്കേറിയപ്പോൾ ഒര പ്രമാണി അടുത്തുവന്നു മന്ത്രിച്ചു-

"പെണ്ണ് ഇറങ്ങാൻ നേരമായി"

അനുയാത്ര ചെയ്യേണ്ട വാഹനങ്ങൾ അണിയിട്ടു നിരന്നു.

സമ്മാനദ്രവ്യങ്ങൾ നിറഞ്ഞ ചാക്കുകൾ പുറത്തേക്കൊഴുകിവന്നു. നാലാൾ കേൾക്കുമാറുച്ചത്തിൽ ഒരു പ്രമാണി വിളിച്ചു പറഞ്ഞു- "കാറിൽ കയറ്റിയാലൊന്നും തീരില്ല. എന്തുമാത്രം ഉണ്ടെന്നാ...! ഒരു മിനിലോറി വിളിക്ക് അല്ല്യേ സാറേ?"

ഷോക്കേയ്സിലെ ചൈനീസ് പാവയെപ്പോലെ ബ്രഹ്മാനന്ദൻ തലയാട്ടി.

വധു ഇറങ്ങിവന്ന് കാൽ തൊട്ട് നമസ്കരിച്ചു വീണ്ടും ആയിരം ഗ്രാം ലോഹത്തിന്റെ കിലുക്കം.

കാഞ്ചീപുരം പട്ടിന്റെ മർമരം-

അയാൾ കണ്ണുകൾ ഇറുകെപ്പൂട്ടി. മകളുടെ തലയിൽ കൈവച്ചു മന്ത്രിച്ചു.

"ദീർഘസുമംഗലീ ഭവ".

വരൻ വന്ദിച്ചുയർന്നപ്പോൾ പുതിയ കാറിന്റെ കീ ആ കൈകളിൽ വച്ചുകൊടുത്തു.

വീണ്ടും ക്യാമറകളുടെ പുതിയ ഒളിനോട്ടങ്ങൾ. അവർ നടന്നു.

വരൻ കീ ഡ്രൈവറെ ഏൽപ്പിച്ചിട്ട് കാറിൽ കയറി. പുറകെ അവളുടെ യാത്രാനുമതിക്കെന്നോണം അവർ വീണ്ടും നോക്കി–

മകളുടെ നോട്ടത്തെ പിൻതുടർന്ന ബ്രഹ്മാനന്ദന്റെ കണ്ണുകൾ ഭഗവതിയമ്മയിലെത്തി.

ഇളം വെയിലിൽ വയൽവരമ്പിലൂടെ ബാലൻസൊപ്പിച്ച്, കവിണിയുമണിഞ്ഞ് കൃശാംഗി.–

വെയിലേറ്റു തുടുത്ത അവളുടെ കവിളിനെ, വിയർപ്പുപൊടിഞ്ഞ നെറ്റിയെ, അയാളുടെ വാത്സല്യം തലോടുന്നു.

"മെല്ലെ... സൂക്ഷിച്ച്... തെന്നരുത്...."

കാൽ ലേശമൊന്ന് വഴുതിയപ്പോൾ രക്ഷയ്ക്ക് അയാളുടെ കൈകളെത്തുന്നു. ആ സ്പർശമുണർത്തിയ നാണത്തിലാ നാടൻ പെണ്ണിന്റെ ശിരസ് താമരമൊട്ടുപോലെ ചായുന്നു.

അവൾക്കു പുറകിൽ പച്ചച്ചായമടിച്ച ഇരുമ്പുപെട്ടിയും ചുമന്ന് ഒരു ചെക്കൻ. പിന്നെ ബന്ധുക്കളായ നാലഞ്ചുപേർ. അങ്ങേക്കരയിൽ ആ യാത്ര നോക്കിനിൽക്കുന്ന ഗാന്ധിത്തൊപ്പി. പുളിയിലക്കരയുടെ കോന്തലകൊണ്ട് കണ്ണൊപ്പുന്ന അമ്മ. ഇളയ പൈതങ്ങൾ– ദാമ്പത്യത്തിലേക്കുള്ള ദീർഘയാത്ര...

ഭഗവതിയമ്മയുടെ കഴുത്തിൽ കറുത്ത ചരടിൽ ഇന്നുമാ അരപ്പവന്റെ മിന്ന്.

ഡ്രൈവർ പരദൈവങ്ങളെ ധ്യാനിക്കുകയാണ്. കന്നി ഓട്ടമാണല്ലോ.

അനുഗമിക്കേണ്ട വാഹനങ്ങൾ സ്റ്റാർട്ട്ചെയ്തു കഴിഞ്ഞു. ചിലരുടെ അക്ഷമ ഹോൺ മുഴക്കുന്നു.

ഡ്രൈവർ കീ തിരിച്ചു. മുഖം തിരിച്ച് ബ്രഹ്മാനന്ദനെ നോക്കി.

എവിടെ നിന്നോ ഓടിവന്ന ഒരു നേതാവ് ബ്രഹ്മാനന്ദനെ കെട്ടിപ്പിടിച്ചു വിളിച്ചു കൂവി "സാറേ, എല്ലാം കസറി, ചീഫ് സെക്രട്ടറിയുടെ മോടെ കല്യാണവും ഇത്ര കൊഴുത്തില്ലാ. കല്യാണമണ്ഡപത്തിൽ മാത്രം ഒന്ന് ഒന്നരലക്ഷം ചിലവായിക്കാണും – അല്ലേ?".

ഒന്ന്.. ഒന്നരലക്ഷം!

ഇരുപതുസെന്റിന്നുടയവൻ.

അരപ്പവന്റെ താലി– രണ്ട് ഓട്ടുവളകൾ

ഇവിടെ ഒഴുകിയത് ആരുടെ പണം?

ബ്രഹ്മാനന്ദൻ ചിരിച്ചു. പൊട്ടിച്ചിരിച്ചു. ഉറക്കെ ഉറക്കെ പൊങ്ങി പൊങ്ങി പോകുന്ന ചിരി.

മാരുതി സ്റ്റാർട്ടു ചെയ്ത ഡ്രൈവർ ബ്രേക്കിൽ കാലമർത്തി, പകച്ചു നോക്കി.

വരനും വധുവും അമ്പരന്നു തല നീട്ടി.

എല്ലാ വാഹനങ്ങളും സ്തംഭിച്ചു നിന്നു.

ഉറ്റവരും ഉടയവരും ഓടിക്കൂടി.

ബ്രഹ്മാനന്ദൻ നേതാവിന്റെ തോളിൽ തലയറഞ്ഞ് ചിരിക്കുകയാണ്
പെണ്ണിന്റെ യാത്രാമുഹൂർത്തം തെറ്റുന്നതറിയാതെ-
നിലയ്ക്കാത്ത അട്ടഹാസം.

(1990)

സർ ടി മാധവറാവു വക സങ്കടഹർജി

(എ ഡി 1828–ൽ ഈ നശ്വരലോകത്ത് വരുവാനും, 1891 ൽ തിരികെ പോകുവാനും വിധിയുണ്ടായ ടി മാധവറാവു എന്ന സർ, 1860 മുതൽ കുറഞ്ഞൊരുകാലം തിരുവിതാംകൂർ ദിവാനായും ഉപജീവിച്ചു. കെൽപ്പോടെല്ലാജനങ്ങൾക്കും കേടുതീരത്തക്കവണ്ണം ഭരണം നിർവഹിപ്പാനായിക്കൊണ്ട് ഇന്നും സ്ഥിതിചെയ്യുന്നതായ പുത്തൻകച്ചേരി എന്ന് മാറാപ്പേരുള്ള ഹജൂർ കച്ചേരി സെക്രട്ടറിയേറ്റ് പണികഴിപ്പിച്ചത് ടി റാവുവാകുന്നു. സിവിൽ സർവീസെന്ന് പൊന്നാടയെ, കൃത്യമായ കുരുക്കുകളിട്ട് ബന്ധിച്ചുവച്ചു. സർക്കാർ ജിവനക്കാർക്ക് കൂലികൂട്ടി. തുടങ്ങി നിരവധി മഹൽ പരിഷ്കാരങ്ങൾ ചമച്ച അവർകളുടെ ഏറ്റവും അവസാനത്തെ ഭരണപരിഷ്കാരം അന്നത്തെ ആയിരം രൂപ അടിത്തൂൺപറ്റിക്കൊണ്ട് പിരിഞ്ഞുപോയി എന്നതാകുന്നു. സെക്രട്ടറിയേറ്റ് സ്ഥാപിതമായതോടെ പുത്തൻചന്ത എന്ന് വളരെ അന്വർഥവും ആലോചനാമോതവുമായ നാമം നൽകിയതും സർ റാവുതന്നെയാകണം.

ഈ സംഭവങ്ങൾക്കുമപ്പുറം മുപ്പത്തിരണ്ടുകൊല്ലം പിന്നിട്ട്ശ്രീ റാവു പരദേശത്തു നിന്ന് പരലോകത്ത് പോയതിനും, ആ മഹാനുഭാവന്റെ എന്തരോ, ഒരു പ്രതിമ പുത്തൻകേച്ചരിക്കഭിമുഖം പൊക്കിനിറുത്തിയതിനും, വളരെക്കാലം പിന്നിട്ട് ഉത്ഭവിച്ച ഒരു പരാതിയാണ് കേരളചരിത്രത്തിന്റെ മാറാല പിടിച്ച ഏടുകളിൽ നിന്ന് തപ്പിയെടുത്ത് വായനക്കാർ സമക്ഷം അവതരിപ്പിക്കുന്നത്.

പരാതിക്കാരനിൽ കുറ്റം കണ്ടെത്തുക എന്ന സൽസ്വഭാവം പരമ്പരയാവഹിക്കുന്ന ദേശാഭിമാനികൾ റാവുവിനെയും ഭർത്സിച്ചേക്കാം. എന്നാൽ അക്കൂട്ടർ അതിനു മുമ്പൊരുമാത്ര ചിന്തിക്കണം.

മുന്നോട്ടുവച്ച ഇടം കാൽ പിന്നോട്ടെടുപ്പാൻ കൂടിയും ശക്തനല്ലാതെ നമ്മുടെ റാവുസഹേബ് എത്രയോ കാലമായി നിൽക്കുന്നു. ആകാശചാരികൾക്ക് ഒരു കംഫർട്ട് സ്റ്റേഷനായ് പോസ്റ്ററുകൾക്കൊരു ചേക്കയായി ശ്രീവാഴും കോടിന്റെ കരളിൽ ഒരു അലിയാത്ത് കല്ലായി നിൽക്കുന്നു. ആ മുൻ സിംഹത്തിന്റെ ഹൃദയസ്നായുക്കളിൽ നിന്നുയർന്ന ആ തപജ്വാലകൾ അംബരത്തോളമുയർന്നു ചെന്നിട്ടാണ് അക്ഷരങ്ങളായി ഘനീഭവിച്ച് ഇപ്രകാരം ഇറ്റിറ്റു വീണിരിക്കുന്നത്. മാനസം കല്ലുകൊണ്ടല്ലാതയുള്ള ദുഷ്ടമാനസരൊക്കെയും ഈ ഹർജി സശ്രദ്ധം വായിച്ച് സെക്രട്ടറിയേറ്റ് അരമതിലിൽ അൽപ്പമിരുന്ന് കരഞ്ഞേച്ചു പോകുവാൻ ആഹ്വാനം ചെയ്യുന്നു.

(സ്വന്തം കഥാകൃത്ത്)

സങ്കട ഹർജി

ശ്രീ. കേരളാഖ്യ പുണ്യഭൂമിവാണരുളും മഹിതമാഹപാലൻ മന്ത്രിമുഖ്യരു, അവർകളു സമക്ഷം

വീരകേരളനാട്ടിൽ, തഞ്ചാവൂർ ജില്ലയിൽ നിന്ന് പരലോകം പൂകിയെങ്കിലും, പ്രതിമ സ്ഥാപിച്ചെങ്കിലും, ആ പഞ്ചലോകത്തിനുൾപുക്കവെസിപ്പാൻ അബദ്ധവശാൽ സംഗതിയായ തങ്കറാവു മാധവറാവും (സർ ടി.) എന്ന എക്സ് ട്രാവൻകൂർ ദിവാന്റെ ആത്മാവ് എരിപൊരികൊണ്ടും കണ്ണീർ തൂകിയും ബോധിപ്പിക്കുന്നതെന്തെന്നാൽ–

ദരിദ്രമെങ്കിലും ഒരു പുണ്യപുരാണ കുടുംബത്തിൽ പിറന്നുവളർന്ന നമ്മൾ ചെയ്ത ഒരേയൊരു അപരാധം ഇംഗ്ലീഷ് എന്ന ഭാഷ വശമാക്കി എന്നതാണ്. അതിനാലാണല്ലോ രാജമാനരാജ്യശ്രീ വഞ്ചിഭൂപതികളായി വിരാജിച്ചരുളിയ ആയില്യം തിരുനാൾ ഷംഷർജങ്ങിനും വിശാഖം തിരുനാൾ ഷംഷർജങ്ങിനും ആ ഭാഷ ഓതി ക്കൊടുപ്പാനുള്ള കൽപ്പന നീട്ടായി നമ്മൾക്കു തന്നെ കിട്ടിയത്. അങ്ങനെയാണല്ലോ നമ്മൾ കൽപ്പിതാംകോട്ട് വന്ന് ചേരരാജന്റെ ഉപ്പും ചോറും ഭുജിപ്പാൻ സംഗതിയുണ്ടായത്. വിശാഖം തിരുമനസിന് പൊയട്രിയിൽ ബഹുകമ്പമായിരുന്നു. പക്ഷേ വീരചേരരാജസിംഹക്കുട്ടി ആയില്യം തന്നെ. അവർ നമ്മുടെ വൈഭവത്തെ തിരുവുള്ളത്താലറിഞ്ഞ് ദിവാനായി നിയമിച്ചത് അതിനാലാകുന്നു..

നമ്മൾ വഞ്ചിരാജദാസനാക ഭരണമേൽക്കുന്നതായ അവസരത്തിങ്കൽ സർക്കാർ ആഫീസുകൾ സർവമാനവും ഓലകെട്ടിടങ്ങളിലും ഓടുപൊടിഞ്ഞ ഹുസൂർ കെട്ടിടത്തിലും കിടപ്പായിരുന്നു. മഴവെള്ളത്തിൽ അഴുകിയും ഒലിച്ചും റിക്കാർഡുകൾ കേടുവന്നിരുന്നു. രാജ്യപാലനം മുറമുറയായും ചട്ടപ്പടിയായും നടന്നുകൊണ്ടേ പോകുവാൻ ഒരു പെരുംകച്ചേരി ബ്രിട്ടീഷ്മേനിയിൽ ഉടന്തടിയായി വേണമെന്ന ആലോചനയെ മഹാരാജാ സന്തോഷക്കണ്ണീരോടെ വരവേറ്റു. ആ മാളിക പണിഞ്ഞു

കൊണ്ടിരുന്നതായ സമയത്തിൽ നമ്മൾ അനുഭവിച്ച പൊല്ലാപ്പ് കഷ്ടങ്ങൾ എള്ളോളവും ഇവിടെ എഴുതി ബോധിപ്പിക്കുന്നില്ല. ഒന്നേ ഒന്നു മാത്രം ചൊല്ലാം. നമ്മൾ പണത്തിലോ പുകഴിലോ ആശവച്ചല്ലാ ആ വേല ചെയ്തത്. ഏഴയായ ഈ റാവുവിനെ ആചന്തിരതാരം കേരളമക്കൾ നിനയ്ക്കേണ്ടതാണ്. എന്നും നിനവുവച്ചില്ലാ. തങ്കമാഹരാജ ആയില്യം സ്വർഗം പോയ ഉടനെ കിടച്ചതുതന്നെ പരമാനന്ദമായ സമ്മാനം. പിന്നാലെ ചെങ്കോലാണ്ട നമ്മളുടെ അരുമശിഷ്യൻ മഹരാജാവു വിശാഖം ഗുരുനാഥൻ സ്വസ്ഥനായി സ്വന്തം ഊരിൽതന്നെ ഇരിക്കട്ടെ എന്ന്. സർവീസിൽ നിന്ന് പിരിച്ചുവിട്ടുകൊണ്ടുള്ള നീട്ട് നമ്മൾക്കുതന്നു. നമ്മൾ കണ്ണീരോടെ ആയതുവാങ്ങി കണ്ണിൽവച്ചു. അന്നദാതാവായുള്ള പൊന്നുതിരുമേനിയുടെ മെയ്യിൽ കുറ്റം ചാർത്തുന്നതു മുറയല്ലാ. ഒരു നല്ല മനുജനെക്കൊണ്ട്, അവന്റെ ആശയല്ലാ, തന്തതകപ്പന്മാരെപ്പോലും തള്ളിക്കളയിക്കുവാനുള്ള സാമർത്ഥ്യമെല്ലാം കേരളമക്കൾക്കുണ്ട്. അത് കടവുൾ അവർക്കു സ്പെഷ്യലായി കൊടുത്തിട്ടുള്ളതാകുന്നു. അതു ചെയ്യാത്തവനായ മലയാളി പൊല്ലാത്തവനാണെന്ന് നിനച്ചുകൊള്ളേണ്ടതാകുന്നു. വിശാഖം തിരുമനസുകൊണ്ട് കൽപ്പിച്ചു തന്ന അടുത്തൂൺ തുകയ്ക്ക് നമ്മൾ പരലോകത്തിലും നന്ദിയുള്ളവനാകുന്നു.

സമക്ഷത്തിൽ ബോധിപ്പിക്കുന്ന സങ്കടവിഷയം ഇതൊന്നുമല്ല. എഡി 1891 ൽ പ്രേതലോകത്തിൽ എത്തിച്ചേർന്ന നമ്മൾ അവിടെ പരമസുഖമായി കഴിഞ്ഞുവരവേയാണ് കേരളനാട്ടിൽ നമ്മളുടെ ഒരു പ്രതിമ വയ്പ്പാനായിക്കൊണ്ടൊരു ആലോചന നടപ്പതായി കേൾവിപ്പെട്ടത്.

അക്കേൾവി നമ്മളുടെ കാതിന് കരകാണാത്ത പരമാനന്ദത്തെ ഉണ്ടാക്കി. പ്രതിമയുണ്ടാക്കുന്ന ആശാരിയെത്തേടി നമ്മൾ ഉടനെ പുറപ്പെട്ടു.

പ്രതിമ ഉരുവമായി കണ്ടനേരം അതിന്റെ ഉള്ളത്തിൽ കുടയിരുപ്പാൻ വെറും ആത്മാവായ നമുക്ക് കൊതിവന്നുപോയി. പ്രതിമ തിരുവന്തപുരത്ത് കൊണ്ടുവരുംവഴിയിൽവച്ച് നമ്മൾ കേരളമക്കളുടെ നലവും നന്ദിയും പുകഴ്ത്തി ശ്രീ പത്മനാഭപെരുമാളെ വാഴ്ത്തി. തക്കം പാർത്തു മറുചെവിയും, അറുചെവിയും അറിയാതെ കണ്ട് അതിനുൾപ്പുക്ക് കുടയിരുന്നു.

പ്രതിമ കേരളനാട്ടിൽ കയറിയതും ആചാരവെടികൾ മുഴങ്ങി. നമ്മൾ സന്തോഷം വന്ന് തുള്ളിച്ചാടി. – "ഇതാകുന്നു നമ്മളുടെ മണ്ണ് നമ്മുടെ ദേശം" എന്ന് മുറവിളിച്ചു.

പിറകേ ഉണ്ടായതായ സങ്കടം ചെല്ലുവാൻ നാക്കല്ലാ. നമ്മുടെ കിനാവും നിനവുമായ സെക്രട്ടറിയേറ്റിലോ ആ കാമ്പൗണ്ടിനകത്തിലോ നമ്മൾക്ക് ഒരിഞ്ചിടം തന്നില്ല. നമ്മളെ ഇരുമ്പുവേലിക്കു വെളിയിൽ റോഡിനപ്പുറത്തായിട്ടാണ് കുടിയിരുത്തിക്കളഞ്ഞത്. കാല് മണ്ണിൽ തൊടുംപടി

വച്ചാൽ നമ്മൾ ആ കാമ്പൗണ്ടിൽ കയറുമെന്ന നിനവിൽ നമ്മളെ രണ്ടാൾ കിളരമുള്ള ഒരു കൽശിലയ്ക്കുമീതെയാണ് വച്ചുകളഞ്ഞത്. അപ്പോഴുണ്ടായിട്ടുള്ള വേദന പൊറുക്കാൻ പറ്റാതെ നമ്മൾ ഒരു കാൽമുമ്പോട്ടു വച്ചുപോയി. ഉടനെ പ്രതിമ പ്രതിഷ്ഠിപ്പാൻ വന്ന കില്ലാടിയായ തന്ത്രി ഒരു മന്ത്രം മൂളിക്കൊണ്ട് നമ്മുടെ കാൽപ്പെരുവിരൽ തൊട്ടു. നമ്മൾ ആ നിലയിലേ നിന്നുപോയി.

പുത്തൻചന്തയിലെ ചോറ്റുകടകളിലും വിടുതികളിലും ഉള്ള എച്ചിൽ കുഴികളിൽ നിന്ന് എല്ലും, മീൻമുള്ളും, അശുദ്ധമായുള്ള പലേ സാധനങ്ങളും കൊത്തിക്കൊണ്ട് കാക്കകൾ പറ്റം പറ്റമായി പറന്നുവന്ന് നമ്മുടെ തലയിൽ ഇരിക്കുന്നു. അവകൾ പുറകോട്ടൊഴിക്കുന്ന ചുടുചുടാന്നിരിക്കുന്ന കുഴമ്പ് നമ്മൾക്ക് കൺമഷിയായും, കുടിനീരായും, കളഭക്കുഴമ്പായും, തീർന്നിരിക്കുന്നു. നാറ്റവും പൊല്ലാത്തത്. ലോകം അഴിയുംവരെ, സന്തതിപ്രവേശം നാടുവാഴുന്ന മന്നർക്കും, അവരുടെ സേവകപരിഷകൾക്കും, ഇരിപ്പാനും ഉറക്കം തൂങ്ങുവാനുമായിക്കൊണ്ട് ഒരു നെടുമ്പുര പണിത നമ്മൾക്ക് വെയിലും മഴയും കൊള്ളാത്ത ഉറപ്പായ ഒരു കൂര ചെയ്തുതന്നിരുന്നാൽ ഈ മഹാരാജ്യം വക ഖജനാവു മുടിഞ്ഞു പോകുമോ?

ഈ മഹാപട്ടണത്തിൽ മേൽക്കൂരയില്ലാത്ത പ്രതിമകളായി നിൽക്കുന്ന നാടുവാഴികൾ രണ്ടേരണ്ടെണ്ണമാണ്. നമ്മളും ശ്രീവഞ്ചിഭൂപതി ശ്രീമൂലം തിരുനാൾ മഹാരാജാവും മാത്രമാകുന്നു. പ്രജാവത്സലന്മാരോട് പ്രജകളുടെ വാത്സല്യം ഈ മട്ടിലാകുന്നോ?.

ശ്രീമൂലഭൂപനടക്കം മറ്റാർക്കുമില്ലാത്തൊരു സംഗതി കൂടി നമുക്കുണ്ടായിട്ടുണ്ട്. നമ്മൾ മാത്രമാണ് രാജപാതയുടെ നടുക്കു നിൽക്കുന്നത്, ഒരു ട്രാഫിക് ശിപായിയെപ്പോലെ ഏത് നേരവും ഭയങ്കരമായ പേടി തന്നെ. എപ്പോഴാകുന്നു ആരാകുന്നു നമ്മെ ഇടിച്ചു മറിച്ചിടുക എന്നുള്ളതറിഞ്ഞൂടാ. കാളവണ്ടിയും കുതിരവണ്ടിയും മാത്രം ഓടിയിരുന്ന കാലത്തിൽ ഇമ്മട്ടിലുള്ള ഭയമില്ലായിരുന്നു. മൃഗങ്ങളെക്കാൾ ഭയക്കേണ്ടതു തന്നല്ലോ മാനുഷരെ? ഇരുനിലവണ്ടിയും, വലിയ ലോഡുവെച്ച ലോറിയും ഓടിവരുമ്പോൾ നമ്മൾ ശ്വാസം പിടിച്ചു നിൽക്കുന്നു. നെഞ്ചിൽ തന്നെ ഇടിപറ്റുമെന്ന് കണക്കുകൂട്ടിക്കൂട്ടി കണ്ണടച്ച്. ഒരു സെക്കന്റ് കൂടിയും സമാധാനത്തോടെ നിൽപ്പാൻ വയ്യാ. ചെവിതലയടച്ചും പൊറുതിയില്ല. പകയും പൊടിയും സൗണ്ടും നമ്മൾക്ക് മുമ്പിനാലേ അലർജിയാകുന്നു. ഇതിൻപടിയുള്ള ഒരു അൺസെർട്ടേണിററി ദിവാൻജിയായിരുന്ന കാലത്തിലും ഉണ്ടായിട്ടുള്ളതല്ല. കഷ്ടം!.

1945 – ൽ പരകായം കടന്ന് നമ്മൾ ഈ സങ്കടമെല്ലാം. കണ്ണീരോടെ എഴുതി, അന്നു വാണരുളിയ രാജാധിരാജൻ മുമ്പാകെ സമർപ്പിച്ചിട്ടുള്ളതാകുന്നു. ഹാജൂർ കാമ്പൗണ്ടിൽ നമ്മൾക്ക് ഒരു ഇരിപ്പിടം തരണമെന്ന് ആ പെറ്റീഷനിലേ ചോദിച്ചിരുന്നു.

'യമകാല അയ്യരായ ദിവാൻ സി പി രാമസ്വാമി എന്ന പരദേശി വെളിയിൽ പോകേണ്ടതാകുന്നു എന്നൊരുപെരും ശണ്ഠ സ്റ്റേറ്റ് കോൺഗ്രസ് നടത്തിക്കൊണ്ടിരുന്നതായ കാലമാണല്ലോ അത്. നമ്മളുടെ ഹരജിയിന്മേൽ അനുവാദമിട്ട് നമ്മളെ ഇവിടെ നിന്നിളക്കിയാൽ തിരികെ കുടിയിരുത്തും മുമ്പോ 'ഒരു പരദേശി പ്രതിമയും ഇവിടെ വേണ്ടാ' എന്ന് കോൺഗ്രസ് ശണ്ഠമുറിക്കിക്കാമെന്നും, അപ്പോൾ നമ്മളെ ഒരിടത്തും വയ്പാൻ പറ്റാതെ വന്നു ചേരുമെന്നും, അപ്രകാരം ഒരു തമിഴന് കേരളത്തിൽ കിടച്ചതായ ഇടം ഇല്ലാതെയായിത്തീരും എന്നും വീരത്തമിഴനായ സി പി ചിന്ത ചെയ്തു. അതിനാൽ നമ്മുടെ ഹർജിയെ അലമാരയിൽ ഒളിച്ചു വച്ചു. സി പി രാമസ്വാമിയുടെ പ്രതിമയുടെ തല കേരളമക്കൾ തല്ലി ഉടച്ചതു പാർത്തപ്പോൾ അവന്റെ ബുദ്ധി അപാരം തന്നെ എന്ന് നിനച്ചുപോയി.

നമ്മൾ രാത്രിനേരം ഇറങ്ങി ഊരു ചുറ്റുന്നതായി ചാരന്മാർ ദിവാൻ സമക്ഷം ഉണർത്തിച്ചു. അതു നിറുത്തുവാനായിക്കൊണ്ട് സി പി ഒരു വേല വച്ചു. നമ്മളുടെ ഇരിപ്പിടത്തിനു നാലുപക്കവും ഇരുമ്പ് കമ്പിവേലി വച്ചു. പ്രേതാമായവർകൾക്ക് ഇരുമ്പ് പേടിയാകും എന്നെല്ലാം ബ്രാഹ്മണർക്ക് അറിയാം. അതുകൊണ്ട് ഉണ്ടായതെന്തെന്നാൽ രണ്ടാൾ പൊക്കത്തിലേ നിന്ന് ലോങ്ജംബ് ചാടിത്തന്നെ റോഡിലിറങ്ങണം.

ഇതിന്മേൽ വേറെയും വിനയുണ്ടായിരിക്കുന്നു. ഈ കമ്പികളിൽ അന്തിനേരത്തിൽ യങ്സ്റ്റേഴ്സ് വന്നിരിക്കുന്നു. അവർ ചൊല്ലുന്ന നല്ല വർത്തമാനങ്ങൾ കേട്ട് നമ്മൾക്കും പലേ ഇമോഷൻസും ഉണ്ടാകുന്നു. നമ്മളുടെ സ്വന്തം നാട്ടുകാരനൊരുവൻ ചെയ്തുതന്നതായ ഒത്താശ ഇങ്ങനെയെല്ലാമാകുന്നു.

ഇൻഡിപെൻഡൻസ് കിട്ടി. ഇന്ത്യാരാജ്യം ഒന്നായി. ഇനി മേലിൽ തമിഴനും തെലുങ്കനും മലയാളിയുമില്ല. ഭാരതമക്കൾ എന്നൊരു നാമം മാത്രം, അങ്ങനെയെല്ലാം പറയുന്നതു കേട്ട് നമ്മൾക്ക് സന്തോഷമായി. ഇനി നമ്മളിവിടെ പരദേശിയല്ലാ. ഒരു ദിവസം കൊണ്ട് പ്രജകൾ എപ്പേരും ഈ മട്ട് ബ്രോഡ്മാൻഡഡ് ആയതിൽ നമ്മൾക്ക് വലിയ ആനന്ദമുണ്ടായി

പ്രജകളുടെ തനിയായ ഗവൺമെന്റുവന്നു. ആ ഭരണം ഇരുപ്പുറച്ചെന്ന് തിട്ടമായതിനു മേലായി ഒരു പുതപെറ്റീഷൻ ചീഫ് മിനിസ്റ്റർക്ക് കൊടുത്തു.

വളരെ നാൾ പോയിട്ടും ബദലായൊരു വാക്കുണ്ടാകുന്നില്ലെന്നു കണ്ട് സംഗതികൾ, എത്രടം എത്തി എന്നു നേരിൽ അറിവാനാടി നമ്മൾ കച്ചേരിക്കകത്തേക്ക് ഇറങ്ങി പുറപ്പെട്ടു.

രാത്രിയാണ് നമ്മളുടെ പ്രയാണം എന്ന് സമക്ഷത്തിൽ പറയേണ്ടതായിട്ടില്ലല്ലോ. ചീഫ് മിനിസ്റ്റർ അവർകളുടെ മുറി തുടങ്ങിത്തന്നെ തിരിയാമെന്ന് നിനച്ചു.

അകത്തു കാൽവച്ചപ്പോഴുണ്ടായ അതിശയം.! നമ്മൾ തീർത്ത വലിയ വലിയ ഹാളുകൾ എല്ലാ തട്ടും വീഞ്ഞ പലകയും വച്ച് കൊച്ചു കൊച്ചു അറകളാക്കിയിരിക്കുന്നു. ജനസേവനത്തിൽ അളവില്ലാത്ത രഹസ്യ അറകൾ എന്തിനാകുന്നു. നമ്മൾക്കതു മനസിലായില്ല. ജനങ്ങളാണിപ്പോൾ നാടുവാഴുന്നതെന്നാണ് നമ്മൾ പഠിച്ചുവച്ചിരിക്കുന്നത്. നിയമങ്ങൾ മെനയുന്നതും പരിപാലിച്ചു കൊള്ളുന്നതും ജനമാകുന്നു എന്നും പറയുന്നു. എന്നിരുന്നാലും ഭരണമെന്നാൽ രഹസ്യം തന്നെയാണിപ്പോഴുമെന്നാണോ? ഒരു മഹാജനത്തിന് പട്ടാപ്പകൽ നേരെ അതിനകത്ത് കയരിവരുവാൻകൂടി എന്തെല്ലാം തടസങ്ങൾ. അതുപോലെ ഒരു പത്തയ്യായിരം നെയിംപ്ലേറ്റ്സ് നെടുകേ കുത്തിനിർത്തിയിരിക്കുന്നതും നമ്മൾ കണ്ടു. എണ്ണം നോക്കിയിട്ട് ശിപായിയല്ലാതുള്ളവനുടെ എല്ലാം പേർ എഴുതിവച്ചിരിക്കുന്നതായി തോന്നുന്നു. ചിന്ന ഉദ്യോഗസ്ഥനും പെരിയ ഡസിഗ്നേഷൻ കൊടുത്തിരിക്കുന്നു.

സിവിൽ സർവീസിൽ ഒരുത്തന്റെ പേരാണോ ഉദ്യോഗപ്പോരാണോ വലിയ അക്ഷരത്തിൽ കുറിച്ചുവയ്ക്കേണ്ടതായിട്ടുള്ളത് എന്നും നമ്മൾക്ക് സംശയം തോന്നുന്നു. പഴയ കാലത്തിൽ ഇങ്ങനെയായിരുന്നില്ല.

അന്നെല്ലാം ഭരണം യജമാനനായ മഹരാജാവിന്റെ ആൾപ്പേരായിട്ടായിരുന്നല്ലോ. ചെയ്തിരുന്നത്. ഇപ്പോളത് ജനങ്ങളുടെ ആൾപ്പേരായാട്ടാണ്. ജനമാര് എന്ന് ചോദ്യത്തിന് ഒരുത്തരമില്ലാത്തതുകൊണ്ട് സേവകന്മാരുടെ പേരുതന്നെ പ്രാധാനം എന്നെല്ലാമുള്ള സത്യം നമ്മൾ അവിടെ കണ്ടു.

ചീഫ് മിനിസ്റ്ററുടെ അറനോക്കി കറങ്ങുമ്പോഴുണ്ട് ഒരറയിൽ ഒരുവനിരുന്നു കണ്ണുതിരുമ്മുന്നു. ആ പാവം അഞ്ചുമണിയായിട്ടും കസേരയിലിരുന്നുറങ്ങിപ്പോയതിനാൽ പറ്റിയ കഷ്ടമായിരിക്കണം. ശിപായി അകത്തുനോക്കാതെ കണ്ടും പുറം കതകുപൂട്ടി പോയിരിക്കാം. അവന്റെ വെഷമം കണ്ട് നമ്മൾക്കും സങ്കടം വന്നു. അതുമല്ലാ ഒരു മനുഷ്യൻ കണ്ണുമിഴിച്ചിരിക്കുമ്പോൾ പരേതാന്മാക്കൾക്ക് ഒന്നിനും പറ്റുകയില്ലല്ലോ. അങ്ങനെ അന്നത്തെ സെർച്ചു നിറുത്തിവച്ച് നമ്മൾ പോന്നു.

പിറ്റേ ദിവസം തുടങ്ങി മൂന്നാം മാസം ഇരുപത്തിയാറുദിവസം അന്വേഷിച്ചപ്പോഴാണ് ഒരു തുമ്പുകിട്ടിയത്. നമ്മുടെ പെറ്റീഷൻ ആദ്യം പോയിരിക്കുന്നത് ലാംഗ്വേജ് എക്സ്പർട്ടിനാകുന്നു. അതിനാൽ ഭരണ ഭാഷാ വകുപ്പു തേടി നമ്മൾ പോയി. നമ്മൾ അത് തെരഞ്ഞെടുക്കും മുമ്പേ അന്നു നാടുവാണിരുന്ന മന്ത്രിസഭ വീണു. തിരഞ്ഞെടുപ്പു വന്നു. ഹജൂരിൽ നെററ് വർക്ക് തകൃതിയായി നടപ്പാനാംരംഭിച്ചു. നമ്മുടെ ജോലി മുടക്കമായി.

നമ്മളുടെ ശ്രമം തീരുന്നതിനകം വച്ച് ഇതേമട്ടിൽ പലപലേ മന്ത്രിസഭകൾ ഇപ്രകാരം പുന്നപ്പൂപോല കൊഴിഞ്ഞുപോയിരിക്കുന്നു. അപ്പോ

ഴെല്ലാം നമ്മളുടെ അന്വേഷണം മുടങ്ങിയിട്ടുണ്ട്. പൊടിഞ്ഞു പോയ മന്ത്രിസഭകളുടെ കണക്കും, ഒഴിഞ്ഞുപോയ മന്ത്രിപ്പേരുകളും ചൊന്നാൽ നമ്മളുടെ കാര്യം പറയാനിടം കിടയ്ക്കുകയില്ലാ. അതിനാൽക്കൊണ്ട് എടുത്തെടുത്തു ചൊല്ലിയില്ലെന്നിരുന്നാലും നമ്മുടെ സങ്കടഹർജി തീരുന്നതിനുള്ളിലായി അനേകമനേകം അകാലദുർമരണങ്ങൾ പുത്തൻ കച്ചേരിക്കുള്ളിൽ നടന്നുകൊണ്ടിരുന്നതായി സമക്ഷത്തിൽ നന്ന് ബോധിച്ചു കൊള്ളേണ്ടാതാകുന്നു.

ഏതായാലും വളരെ ദിവസം കഴിഞ്ഞ് ദൈവകൃപയാൽ നമ്മൾ തേടിച്ചെന്ന കടലാസ് കണ്ടുകിട്ടി. അക്കാലം അരശാണ്ടിരുന്ന മുഖ്യമന്ത്രി അവർകൾക്ക് നമ്മളുടെ പെറ്റീഷനിലെ ഭാഷ എന്തുഭാഷയാണെന്ന് പിടികിട്ടാത്തെ പോയതിനാലാകാം ആ മഹാപുരുഷൻ പെറ്റിഷനെ ലാംഗ്വേജ് എക്സ്പർട്ടിന് എക്സ്പോർട്ടുചെയ്തത്. ആ ശിരോമണി എഴുതിയ കുറിപ്പ് വളരെ വിശേഷമാകുന്നു– "ഈ പരാതിയിലെ ഭാഷ ഇങ്ക്രീസു തന്നെയെന്ന് ഞാൻ ഊഹിക്കുന്നു. പരാതിക്കാരന് ആ ഭാഷയിൽ പരിജ്ഞാനം കഷ്ടിയായതുകൊണ്ട് വളരെ വളരെ വാചകത്തെറ്റുകളും, വിശേഷപ്പെട്ട പല വാക്കുകളും ഇതിൽ കടന്നുകൂടിയിട്ടുണ്ട്. അതാണ് ഒരു വിചിത്ര ഭാഷപോലെ തോന്നിപ്പോയത്"

പൗവൽ സായിപ്പിന്റെ ശിഷ്യനും മഹാരാജാവിന്റെ ഇംഗ്ലീഷ് ഗുരുവുമായ നമ്മൾ ഇതുകണ്ട് ആദ്യം വ്യസനിച്ചെങ്കിലും പിന്നീട് രണ്ടുവാരം നിറുത്താതെ ചിരിച്ചുകൊണ്ടേയിരുന്നു.

എക്സ്പർട്ട് പകരമായി എഴുതിവച്ചുകളഞ്ഞ ഇംഗ്ലീഷ് പഠിച്ച് പിന്നെയും ഒരു മാസം ചിരിച്ചു. ചീഫ് മിനിസ്റ്റർ പരാതിയിലെ സംഗതി പ്രതിമാക്കാര്യമാണെന്നു കണ്ടിട്ടു ഫയൽ ശടേന്ന് ആർക്കിയോളജി വകുപ്പിന് വിട്ടിരിക്കുന്നു. അവിടെയുള്ള ഗുമസ്തൻ മുതൽ ഡയറക്ടർ വരെ ഉള്ള ജനസേവകർ പല കൂടിയാലോചനകളും ചേദ്യോത്തരങ്ങളും ഈ വിഷയത്തുങ്കൽ നടത്തിയിരിക്കുന്നു. പണ്ടുമുതലേ ഈ സിവിൽ സർവീസൊക്കെയും നിലനിൽക്കുന്നത് കുറെ സംശയങ്ങളിലാണ്. ക്വറികളും എക്സ്പ്ലനേഷമുനില്ലാതായാൽ ഉദ്യോഗസ്ഥന്മാർ ഇല്ലാതായിപ്പോകുന്നു. സംശയങ്ങളും ചോദ്യങ്ങളും ഉത്തരങ്ങളും മേൽചോദ്യവും എല്ലാം അങ്ങനെ മലപോലെ കൂടണം. എന്നിരുന്നാലേ പുതിയ നിയമങ്ങൾ വരൂ. പ്രമോഷൻ വരൂ. അതിനാൽ സംശയാത്മാക്കളായവർക്കു മാത്രമേ ഈ സർക്കാർ ജീവിതത്തിൽ നിലനിൽപ്പുള്ളൂ. സംശയം നശിച്ചാൽ സർക്കാർ തന്നെ നശിച്ചുപോകും. ആർക്കിയോളജി കടശ്ശികൈയായി ഇതിൻപടിയാണ് എഴുതിവിട്ടിരിക്കുന്നത്. "ഭൂമി കുഴിച്ചെടുത്തതോ ആയവ മാത്രമേ പുരാവസ്തുവായിത്തീരുകയുള്ളൂ. സൂര്യനു താഴെ നടുറോഡിൽ മറയില്ലാതെ നിൽക്കുന്ന ഒരു പ്രതിമ ഈ വകുപ്പിനെ ബന്ധിക്കുന്നതല്ലാ. ഇതിലേക്ക് എടുത്തുകാണിപ്പാനൊരു കീഴ്വഴക്കവും കാണുന്നില്ല. അതു

കൊണ്ട് ഫയർ പുറമ്പോക്കുകാര്യം കൈകാര്യ ചെയ്യുന്നു പി ഡബ്ല്യുയു ഡി വകുപ്പിനയയ്ക്കേണ്ടതാകുന്നു."

ഫയൽ പോയ ചുവടുനോക്കി നമ്മൾ മരാമത്തു വകുപ്പുതേടി നട തുടങ്ങി. മേസ്തിരിമുതൽ ചീഫ് എൻജിനീയർവരെ പലതും കുറിച്ച് അങ്ങോട്ടുമിങ്ങോട്ടും സമർപ്പിച്ചുണ്ടായതായ ഒരു വലിയ കടലാസുകെട്ട് അവിടെ കണ്ടും. ഒരു വർഷം ഒന്നരമാസം വളരെ പണിചെയ്ത ടി വകുപ്പ് ഈ ഫയൽ നാഷണൽ ഹൈവേ ഡിപ്പാർട്ടുമെന്റുമുള്ളതാണെന്ന് തീരുമാനിച്ചുവിട്ടു.

ഹൈവേവകുപ്പും രണ്ടുതുലാം പേപ്പർ എഴുതിത്തള്ളിയിരിക്കുന്നു. റോഡ് പ്ലാനും കുറെ പടങ്ങളും. വേറെയും കാൺമാൻ കഴിഞ്ഞു. സർക്കാർ ചെലവിൽ ജപ്പാൻ പോയി പഠിച്ചുവന്നിട്ടുള്ള എൻജിനീയറാണ് അവസാനത്തെ കുറിപ്പിനു തുല്യം ചാർത്തിയിരിക്കുന്നത്.

'റോഡിന്റെ നടുവിലാണ് പ്രതിമയും കൽപീഠവും ഇരുമ്പുവേലിയും. ആകയാൽ അത് അവിടെ ഒരു ട്രാഫിക് ഐലൻഡിന്റെ ഫലം ചെയ്യുന്നുണ്ട്. പ്രതിമയില്ലാതെ ആ വലിയ ശിലയും വേലിയും മാത്രം നിലനിന്നാലും ഹൈവേയുടെ ആവശ്യം നടന്നുപോകുന്നതാണ്. പ്രതിമഇളക്കിക്കൊണ്ടു പോകുന്നതിൽ അതിനാൻ ഈ വകുപ്പിന് ആക്ഷേപമില്ല. പ്രതിമാപുനഃസ്ഥാപനത്തിൽ സംഗതി റവന്യൂ വകുപ്പിനുള്ളതാണന്നു ബോധിക്കേണ്ടതും ആ വഴിക്ക് മേൽ നടപടികൾ കൈക്കൊള്ളേണ്ടതുമാണ്.

നാലരവർഷം ചുറ്റിയടിച്ചു നമ്മളുടെ ഫയൽ ഇപ്രകാരമാണ് റവന്യൂവിലെത്തിയത്. അവിടെനിന്നത് അംശം അധികാരി തഹസീദാർ, കളക്ടർ മുതൽ പേർക്ക് പലവട്ടം പോയി മടങ്ങിയിരിക്കുന്നു. പരേതന് ഉറ്റ ബന്ധുക്കളുണ്ടോ, സ്വന്തം കിടപ്പാടമുണ്ടോ എന്നെല്ലാം അനേകം ചോദ്യോത്തരങ്ങളുണ്ടായിരിക്കുന്നു. ഗൗരവത്തിലുള്ള ചോദ്യങ്ങളും വണങ്ങി കിടുങ്ങിക്കൊണ്ടുള്ള ഉത്തരങ്ങളും ധാരാളമായിട്ടുണ്ട്. "മി റാവുവിന് പട്ടയദാനമേളയിൽ ഒരു സെന്റ് കൊടുക്കാമെന്ന് വച്ചാൽ എങ്ങനെയാണ് കൊടുക്കുക? ഉറ്റവരോ, ഉടയവരോ, വോട്ടർ ലിസ്റ്റിൽ പേരോ ഇല്ലാത്തവന് നമ്മുടെ രാജ്യത്തിലെങ്ങനെ ഭൂമി കൊടുക്കും?"എന്നെല്ലാം ചിന്തിച്ചുചിന്തിച്ചു പോയിട്ട് ഒടുവിൽ റവന്യു സെക്രട്ടറി, റാവുവിന്റെ പ്രതിമാക്കാര്യം ദേവസ്വം വകുപ്പ് കൈകാര്യം ചെയ്താലേ അറുംഭാഗം കാൺമാൻ പറ്റു എന്ന് നോട്ടെഴുതിവച്ചുകളഞ്ഞു. അത്രയുമെഴുതി കാട്ടാൻ തന്നെ വളരെ വർഷങ്ങൾ ഫയൽ നിലം തൊടാതെ എത്രയോ ദൂരം യാത്ര ചെയ്യേണ്ടതായി വന്നിരിക്കുന്നു.

ദേവസ്വം തലവർ ഒരു കമ്മിറ്റിയിൽ വച്ചാണ് റാവു എന്നൊരു ദൈവമുണ്ടോ എന്ന് ചിന്തചെയ്തിരിക്കുന്നത്. കമ്മിറ്റി മുപ്പത്തിമുക്കോടി ദൈവങ്ങളെയും നിരത്തി നിർത്തിക്കൊണ്ടു തന്നെ വിചാരണചെയ്യുകയും ആയതിലേക്കായി വളരെയൊക്കെ സഞ്ചരിക്കുകയും അനവധി യാത്ര

പ്പടി പറ്റുകയും പങ്കപ്പാടു പൊറുക്കുകയും ചെയ്തിരിക്കുന്നു. ഒടുക്കം ഇങ്ങനെ ഒരു ദൈവനാമം കേരളനാട്ടിൽ കാണ്മാൻ കൂടിയില്ലാ എന്നവർ കണ്ടുപിടിച്ചതിൻ പ്രകാരം അത് മേൽസ്ഥാനത്തേക്ക് തെര്യപ്പെടുത്തി.

തുടർന്ന് റാവു എന്നവർ ഒരു ദൈവമോ മനുഷ്യനോ എന്ന വിഷയത്തെത്തന്നെ മന്ത്രിസഭായോഗത്തിൽ പലവട്ടം ചർച്ചചെയ്തതായും അതിനൊരു പരിഹാരം കിട്ടായ്കയാൽ ജുഡീഷ്യൽ എൻക്വയറിക്ക് ഒരു വൃദ്ധ ജഡ്ജിയെ നിയമിച്ചതായുമുള്ള രേഖകൾ നമ്മളുടെ കണ്ണാൽ തന്നെ കാണുവാൻ ഇടവന്നു. ജഡ്ജി മുമ്പാകെ അന്യം നിന്നുപോയ ജന്തുപരമ്പരയിലെ 'ഒന്നാണീ സർ റാവു വർഗം' ഒരു ശാസ്ത്രജ്ഞൻ ഉദാഹരണസഹിതം നൽകിയ മൊഴിയാണ് ന്യായാധിപതി കൈയേറ്റിയിരിക്കുന്നത്. അതിൻപ്രകാരം ഈ പ്രതിമയെ മ്യൂസിയത്തിനുള്ളിൽ ഒരു കണ്ണാടിക്കൂട്ടിനുള്ളിൽ വയ്ക്കേണ്ടതാകുന്നു എന്നും ജഡ്ജി കൽപ്പനയായി.

പക്ഷേ, ആ റിപ്പോർട്ട് കൈ നീട്ടി വാങ്ങുന്നതിനു മുമ്പായി ആ മന്ത്രിസഭ വീണു പോയി. അടുത്തുവന്നു കയറിയവർ ഇതിലൊരു തീരുമാനവും കൊണ്ടില്ലാ എന്നല്ലാ പുതുമന്ത്രിമാർക്കുള്ളിൽ ഒരുവൻ പള്ളിക്കൂടത്തിൽ പഠിച്ചവനായതുകൊണ്ട് നമ്മൾ ഒരു ചരിത്രപുരുഷനാകുന്നു. എന്നുംജന്തുവല്ലാ എന്നും മന്ത്രിസഭാ മീറ്റിങ്ങിൽ അവൻ ചൊല്ലിയതായി കാണുന്നുണ്ട്.

ഇക്കാലമെല്ലാം നമ്മൾ നിയമേന സെക്രട്ടറിയേറ്റിൽ രാത്രിസമയം കയറി ഇറങ്ങിക്കൊണ്ടിരുന്നതായി താങ്കൾ മനസിലാക്കിയിട്ടുണ്ടായിരിക്കും. അട്ടിയിട്ടു വച്ചതായ ഫയലുകൾ സ്ഥാനം തെറ്റിയിരിക്കുന്നു. മുറുകെ കെട്ടിവച്ചിരുന്നതായ ചുവപ്പുകെട്ടുകൾ അഴിഞ്ഞിരിക്കുന്നു. ഫയലുകൾ പൊടിയെല്ലാം തട്ടിത്തൂത്തുവച്ചിരിക്കുന്നു. രാത്രികാലം ആരോ ഇതിനുള്ളിൽ കയറി സഞ്ചരിച്ചുകൊണ്ടിരിക്കുന്നു- എന്നിങ്ങനെ പല പല പരാതികൾ ഉയർന്നുപൊങ്ങിക്കൊണ്ടിരുന്നു. നമ്മുടെ അന്വേഷണം ഇക്കാലം കൊണ്ടും എല്ലാ വകുപ്പിലും എത്തിപ്പെട്ടതിനാൽ പ്രേതഭയം സർവയിടത്തും പരന്നു. നട്ടുച്ചനേരം കറണ്ടുതകരാറുണ്ടായാൽ പാവങ്ങളായ ഉദ്യോഗസ്ഥന്മാർ അതിനുള്ളിലിരിപ്പാൻ ഭയം വന്ന് പുറത്തു ചാടി നടതുടങ്ങി. പല സ്ത്രീകളും,പ്രത്യേകമായി ഗർഭിണികൾ, ചൊവ്വാഴ്ചയും വെള്ളിയാഴ്ചയും അവധിയെടുത്തു അവരവരുടെ വീട്ടിലിരുന്നു ദേഹരക്ഷ ചെയ്തു. സംഗതി മുകളിലേക്കു മുകളിലേക്ക് ബോധിപ്പിക്കപ്പെട്ട് ക്യാബിനറ്റിലും ചെന്ന് കയറി, നിയമസഭയ്ക്കുള്ളിലും വലിയ ബഹളങ്ങളും കെട്ടവർത്തമാനങ്ങൾ വിളിച്ചുപറയലും ഉണ്ടായി. ആദ്യം പൊലീസുകാരെ പാറാവിടാനാണ് മന്ത്രിസഭാ ഉത്തരവുണ്ടായത്. അവർ പാവങ്ങൾ കാക്കികൾ കണ്ണുമിഴിച്ചിരുന്നാൽ നമ്മളെയുണ്ടോ കാണുന്നു.! ഒന്നു രണ്ടു പൊലീസ് ശിപായികൾ സസ്പെൻഷനും വാങ്ങിയതു മിച്ചം ഒരു ബെറ്റാലിയൻ കാവലിനാക്കി. അതു ഫലമില്ലാതെ കാൺകകൊണ്ടും

പിന്നെയും മന്ത്രിസഭകൂടി അന്തിയാകും വരെ ചിന്തിച്ചു. വില്ലാളികളായ പൊലീസ് ഏമാന്മാർ കാവൽ നിന്നുനോക്കി. ഐജി അവർകൾ ഉറക്കം കളഞ്ഞിട്ടും പ്രയോജനമില്ലെന്ന് ബോധ്യം വന്നു. ഈ വിഷയത്തുങ്കൽ എന്തെങ്കിലും ചെയ്‌വാനായിക്കൊണ്ടും ഒരു സബ്കമ്മിറ്റിയുണ്ടാക്കി. ആ സമിതി പലകുറി കൂടി. പ്രേതബാധ ഉടനടിയാക നിറുത്തേണ്ടതുതന്നെ എന്ന വിഷയത്തിൽ ആർക്കും സന്ദേഹമുണ്ടായെന്നിരിക്കലും പരസ്പരം ശണ്ഠയിട്ട് പിരിവാനല്ലാതെ ഒരു തീരുമാനത്തിനും വഴി തെളിഞ്ഞില്ലാ.

ഒടുക്കം ബ്രഹ്മശ്രീ സർക്കാർ ജോത്സ്യരെ ക്യാബിനറ്റു മുമ്പാകെ വരുത്തി പ്രശ്നവിചാരം ചെയ്‌വാൻ സർക്കാർ കൽപ്പന പൊങ്ങി. ജ്യോത്സ്യർ രാശി ചക്രം വരച്ചു കവടി നിരത്തി വച്ചു. ഹോരയും പ്രശ്ന മാർഗവും പല താളിയോലകളും തുറന്നു വച്ച് പലവട്ടം പാടിക്കേൾപ്പി ക്കുകയും പുരാണം ചൊല്ലുകയും ചെയ്ത് നമ്മുടെ പ്രതിമയെ സദാ തുറിച്ചു നോക്കി നിൽക്കുംപടി മറ്റൊരു പ്രതിമയെ പ്രത്യേകം മന്ത്രങ്ങൾ ഉരവേറ്റി പ്രതിഷ്ഠിച്ചാൽ ആശ്വാസം കിടയ്ക്കും എന്നി ദൈവജ്ഞരായി അരുളപ്പാടാക്കി.

അങ്ങനെയെങ്കിലോ അത് പരദേശികൾക്കെതിരാകെ ആദ്യമായി വാളെടുത്തു വീശിയ വേലുത്തമ്പിദളവ എന്നവർ തന്നെയാകുന്നത് നന്നാ യിരിക്കുമെന്ന്, മന്ത്രിസഭയ്ക്കു തോന്നി. അതിലേക്ക് മറ്റൊരു കാരണവും ആ ഉത്തരവിൽ വച്ചിരുന്നു. ഒരു പഴയ പ്രതിമ ഇളക്കിവയ്പാൻ കീഴ് വഴക്കമേതും അനുവാദം കൊടുക്കുന്നില്ലാ എന്നിരുന്നാലും എത്ര പ്രതി മകളെ പുതുതായി വെച്ചു വാഴിപ്പാനും നിയമതടസമേതുമില്ലാത്തതാ കുന്നു. അത് കീഴ് വഴക്കവും നോക്കാതെകണ്ട് മന്ത്രിമാർക്ക് തനിയായി തീരുമാനം ചെയ്തുകൊള്ളാവുന്നതുമാകുന്നു.

അങ്ങനെ നമ്മളെ തുറിച്ചുനോക്കിക്കൊണ്ടേ നിൽപ്പായി. നമുക്ക് നേരെ എതിരെ വലത്തുമാറി ആയുധം താഴോട്ടു പിടിച്ചിരിക്കുന്ന വേലു ത്തമ്പി അവർകളെ കൊണ്ടുവന്നു നിറുത്തി.

ഇങ്ങനെ മുഖത്തോടുമുഖം തുറിച്ചു നോക്കിക്കൊണ്ട് ലോകം ഒടു ങ്ങിപ്പോകുംവരെ നിൽപ്പാൻ വേണ്ടിയുള്ള വിധി ഞങ്ങൾ രണ്ടാൾക്കും എന്തുകൊണ്ടായി.? ഈ നാട് മാനം മര്യാദയായി ഭരിച്ചതായിരിക്കണം. രണ്ടുപേരുടെയും കുറ്റം മി തമ്പി സെക്രട്ടറിയേറ്റു വളപ്പിൽ തന്നെ നിൽക്കുന്നു.അതിനാൽ നമ്മളെപ്പോലെ പ്രാണഭയം അനുഭവിക്കുന്നില്ലാ. ആ മഹാനുചുറ്റും പൂന്തോട്ടവും മാമ്പൂവിന്റെ മണമുള്ള തൈതെന്നലും ഉണ്ട്. താങ്കൾ കൃപയുണ്ടായി. ഓന്നാലോചന ചെയ്യണം. അങ്ങനെ അതി നുള്ളിൽ നിൽപ്പാൻ അവകാശിയായവൻ ഈ ഏഴയായ റാവുവാണ്. നമ്മളെ അങ്ങനെ നിറുത്തിയാൽ നമ്മൾ തന്നെ വച്ചുണ്ടാക്കിയ ഹജൂർ കച്ചേരിക്കു പുറന്തിരിഞ്ഞുപോകും. ആ മാളികയെതൃക്കൺ പാർക്കുവാൻ നമ്മൾക്കു പറ്റുകയില്ലാ എന്നൊരു ന്യായമാണ് അക്കാലം ആരോ പറ

ഞ്ഞത്. ആ വളപ്പിനുള്ളിൽ കച്ചേരിക്കുനേരെ മുഖം തിരിച്ചു നിറുത്തിയാലോ പ്രജാവത്സലനായ നമ്മൾ റോഡേ പോകുന്ന പ്രജകൾക്ക് പൃഷ്ഠം തിരിഞ്ഞ നിലയായിപ്പോകും എന്ന് മറുവാദവും ഉണ്ടായി. ഇരുവാദക്കാരും യോജിച്ചാണ് നമ്മളെ തെരുവ് കാവലിന് ഏർപ്പാടാക്കിയത്

നമ്മൾ തന്നെ പെറ്റീഷൻ തേടി നടന്നതായ കാലത്തിങ്കൽ രസം തരുന്നതായ പല കടലാസുകളും കാണുവാനിടയായിട്ടുണ്ട്. അവകളിൽ ഏറ്റവും രസം തന്നത് പെൻഷൻ സെക്ഷനിൽ കണ്ടതായ കടലാസുകളാണ്. ഫിനാൻസ് സെക്രട്ടറി, ട്രഷറിഡയറക്ടർ, ഐ ജി തുടങ്ങിയ പലേ വില്ലാളികളുടെയും പെൻഷൻ പേപ്പറുകൾ സാൻക്ഷൻ കിട്ടാതെ കണ്ട് ക്വറിയും മറു ക്വറിയുമായി, വേട്ടാളൻ എന്ന പക്ഷി കൂട്ടുകെട്ടി മുട്ടയിട്ടനിലയിൽ ഇരിക്കുന്നത് കാണുവാനുള്ള ഭാഗ്യം നമ്മൾക്കു ഉണ്ടായിട്ടുണ്ട്. ഒരു എക്സ് പാപി സെക്രട്ടരി ഗ്രാറ്റുവിറ്റി തെണ്ടിക്കൊണ്ട് കണ്ണീരും കൈയുമായി എഴുതിയ അളവില്ലാത്ത ഹർജികളും അതിൽ ഗുമസ്തന്മാർ എഴുതിവച്ച തമാശകളും നമ്മൾ ഒന്നൊന്നായി വായിച്ചു നോക്കി രസിച്ചിരിക്കുന്നു. 'വാളെടുത്തവൻ വാളാൽ' എന്നുള്ളതായ ചൊൽ സർക്കാർ നടപടിയെപ്പറ്റിയാണെന്ന് നമ്മൾക്കപ്പോൾ തിട്ടമായി.

ഒരു കാര്യം ആവശ്യപ്പെട്ടാൽ കഴിവതും അതും നടത്തിക്കൊടുക്കാതെ പകരം മുറ്റൊന്നുചെയ്ത് ഉപശാന്തി ഉണ്ടാക്കിക്കൊൾക എന്നുള്ളതായ സർക്കാർ മുറതന്നെയാണീ വിഷയത്തിൽ ഇപ്പോഴും നടന്നതെന്ന് ദയവായി ബോധിക്കണം. നാട്ടുകാരനായ ഗുമസ്തക്കളെ പണ്ടു കാലത്തേ വള്ളക്കാരായ ഏമാന്മാർ പഠിപ്പിച്ചത്. അതാണ്. ഒരു പെറ്റീഷൻ കിട്ടിയാൽ അതെപ്രകാരം അനുവദിച്ചുകൊടുക്കാം എന്നല്ലാ ചിന്തിക്കേണ്ടതെന്നും എതെല്ലാം ന്യായം പേശി അത് കൊടുക്കാതിരിക്കാം എന്ന മുറയിലാണ് ചിന്ത പോകേണ്ടതെന്നുമാകുന്നു അവർ പറഞ്ഞിരുന്നത്. മണ്ടന്മാരായ ഇന്ത്യക്കാർക്ക് ഒരു ഗുണവും ഉണ്ടാകാതിരിപ്പാനായി അവൽ കണ്ടുപിടിച്ച് നടപ്പിൽ വരുത്തിയതായ ആ വഴിയേ തന്നെയാണ് നമ്മുടെ ഭരണം പൊയ്ക്കൊണ്ടേയിരിക്കുന്നതെന്നു കാണുന്നു. ഇന്ത്യാക്കാരൻ പഠിച്ചിട്ടും വലിയ വലിയ പരീക്ഷകൾ ജയിച്ചിട്ടും ഒരു വിശേഷബുദ്ധിയും ഉദിച്ചിട്ടില്ലാ എന്നതാണ് ഇതിനാൽ തെളിഞ്ഞുകിട്ടുന്നത്. ഒരു ഗുമസ്തപ്പണി കിട്ടിയാലുടനെ ഇന്ത്യാക്കാരൻ സായ്പ് ആയിത്തീരുന്നു. പെറ്റീഷൻ വിചാരണ തുടങ്ങുന്നു. ആ ആചാരത്തിലാണ് ഇക്കാലത്തും തങ്ങളെ ഈ ജനങ്ങൾ ഭയപ്പെട്ടും ബഹുമാനിച്ചും പോരുന്നതെന്ന് ഉദ്യോഗസ്ഥ പരിഷകൾ കരുതുന്നു.

ബ്യൂറോക്രാറ്റിക് പഴക്കമനുസരിച്ച് ഒരു ബദൽ പ്രതിമ മെനഞ്ഞു വച്ചു എന്നല്ലാതെ നമ്മുടെ അപേക്ഷയിന്മേൽ ഒരു നടപടിയും പതിനെട്ടുവർഷത്തെ എഴുത്തുകുത്തും ചിന്തയും വഴി ഉണ്ടായതില്ലാ എന്നത് എത്രമേൽ വ്യസനകരമാണെന്ന് താങ്കൾ തന്നെ നമ്മൾക്കുവേണ്ടി ചിന്തി

ച്ചുകൊള്ളണം. സെക്രട്ടറിയേറ്റിന്റെ ജന്മ ദാതാവായ നമ്മളെ പുറത്തു തന്നെ നിറുത്തി. നമ്മൾ അകത്തുകടക്കാതിരിപ്പാൻ കാവലായിട്ട് അന്യൻ ഒരുത്തനെ അകത്തു കുടിയിരുത്തി. നമ്മൾക്ക് ഇതിനേക്കാൾ സങ്കടമുണ്ടാക്കുന്നതും ഒരു സർക്കാരിന് ഇതേക്കാൾ നാണക്കേടുണ്ടാക്കുന്നതുമായ എന്താണുണ്ടാവാനുള്ളത്?

നമ്മൾ ഇതെല്ലാം ഇപ്പോൾ ആദ്യമായിക്കൊണ്ട് പറയുന്നതല്ലാ. ഇ സംഗതികളൊക്കെയും സവിസ്താരമായി എഴുതിയ ഒരു റിവിഷൻ പെറ്റീഷൻ അക്കാലത്തു തന്നെ അക്കാല മന്ത്രിമുഖ്യർക്ക് നൽകിയിട്ടുണ്ട്. മേലും പ്രേതബാധയെന്നു സീലുകുത്തി ഇടതുവശത്തും ഒരു യമകാല പ്രതിമ കുഴിച്ചുവയ്ക്കാതിരിപ്പാനായിക്കൊണ്ടു ആ പെറ്റീഷൻ ഒരു കള്ളപ്പേരിൽ പബ്ലിക് കംപ്ലയിന്റായിട്ടാണ് കൊടുത്തത്. ഇക്കുറി നമ്മൾ പെറ്റീഷന്റെ ഒപ്പം തന്നെ നടകൊള്ളുവാൻ പുറപ്പെട്ടതുകൊണ്ട് പഴയപടി ഫയലുകൾ തപ്പിപ്പെറുക്കുവാനോ നാടകൾ അഴിപ്പാനോ ഒന്നും സംഗതിയുണ്ടായില്ല. ഒരു കടലാസ് ഒരു മേശമേൽ നിന്ന് അടുത്ത മേശമേൽ ചെന്നെത്തുന്നതിലേക്ക് മിനിമം വേണ്ടതായ സമയം ശരാശരി ഒരു മാസമാകുന്നു എന്ന വാസ്തവ സംഗതി ഇക്കുറി നമ്മൾക്കു ബോധ്യം വന്നു.

വേലുത്തമ്പി മേൽമീശയും വാളുമുള്ളവനാണെങ്കിലും നല്ലവനാകുന്നു. അവർ നമ്മൾക്ക് ഒരു ശല്യത്തേയും ഉണ്ടാക്കിയില്ല. ഒരു വേള ആ തന്ത്രികളുടെ തന്ത്രവും മന്ത്രവും പഴായ്പോയതുകൊണ്ടുമായിരിക്കാം. സർക്കാർ കാര്യമാകുമ്പോൾ, അതിന് ഫലം വന്നാലല്ലേ അതിശയിപ്പാനുള്ളൂ!

അങ്ങനെ കഴിഞ്ഞ 17 വർഷങ്ങളായി നമ്മളുടെ റിവിഷൻ പെറ്റീഷനും പഴയപടി താഴോട്ടു മേലോട്ടും നാലുവശത്തോട്ടും റിവൈസ്ഡ് ആയി കറങ്ങിക്കൊണ്ടിരിക്കുന്നു. ഇന്നേരമായിട്ടും ആയത് താങ്കളുടെ തൃക്കണ്ണിൽ എത്തുമാറായതുമില്ല. താങ്കൾ ഇവിടെനിന്ന് തെറിച്ചുപോകും മുമ്പ് അങ്ങനെയൊരു സംഗതി ഉണ്ടാവാനിടയില്ലെന്നുതന്ന നമ്മൾ നിനയ്ക്കുന്നു.

ഇപ്പോൾ നടത്തിയതായ പ്രയാണത്തിൽ നമ്മളുടെ ഫയലിനേക്കാൾ പ്രധാനപ്പെട്ടതും രസമുള്ളതുമായ പലേ സംഗതികളും നമ്മൾ മനസിലാക്കി. അതിലേക്കും മുഖ്യമായത് ഫയലുകൾ കറങ്ങുന്നതായ വിധം തന്നെയാകുന്നു.

ഓരോ കടലാസും ആദ്യം സെക്ഷനിൽ വന്നുപറ്റുന്നു. അവിടെ അത് ഒന്നോ രണ്ടോ അതിലേറെയോ വട്ടം കറങ്ങുന്നു. അത് ഗ്രഹങ്ങൾ തന്നെത്താൻ കറങ്ങുന്നതുപോലെയാണെന്ന് നമ്മൾ വിചാരിക്കുന്നു. പിന്നീട് കുറെക്കൂടി വലിയ വട്ടത്തിൽ കറക്കമാകുന്നു– ഒരേ വകുപ്പിനുള്ളിലുള്ള ചുറ്റിക്കറക്കം. ഗുമസ്താവിൽ നിന്ന് സെക്രട്ടറിയവർകൾവരെ പലവട്ടം ഉയർന്നു താഴ്ന്നും കറങ്ങിത്തിരിയുന്നു. ഇതിനിടയ്ക്കുവച്ചു തന്നെ ആ

വകുപ്പിനോട് സംബന്ധപ്പെട്ട മറ്റു വകുപ്പുകളിലേക്കും. പറന്നുപോയി കറങ്ങിയിട്ടു തിരിച്ചുപോരുന്നു. ഇടയ്ക്കിടക്ക് ഓരോയിടത്തും ആ ഫയൽ ചത്തുപോയമട്ടിൽ കുറെനാൾ കിടന്നു കളയും. അവിടെനിന്നതു ഒന്ന നക്കിവിടാനായിക്കൊണ്ടുമാത്രം റാത്തൽ കണക്കായ കടലാസ് എഴുതിവിട്ടയയ്ക്കേണ്ടതായി വന്നു ചേരും. വകുപ്പു സെക്രട്ടറി അവർകളെ ചുറ്റിയാണീ പ്രദക്ഷിണവും പ്രയാണവുമെല്ലാം നടക്കുന്നത്. ആകയാൽ അവർ തന്നെയാകുന്നു സൂര്യൻ. അവർ കൈയൊപ്പു വരയ്ക്കുന്നതാണല്ലോ സർക്കാർ ഉത്തരവാകുന്നത്. മന്ത്രിയവർകൾക്ക് തുല്യം ചാർത്താൻ അവകാശമില്ലാത്തതുകൊണ്ട് അവർകളെ നമ്മൾ വെറും കൊള്ളിമീനുകൾ എന്നു വിളിക്കുന്നത് മാപ്പാക്കണം. ഇത്തിരി സമയം നിന്നു കത്തിയിട്ട് എവിടെയെന്നോ എപ്പോഴെന്നോ ഇല്ലാതെ കത്തിവീണു നശിച്ചുപോകുന്ന മന്ത്രികളെ വിളിപ്പാൻ മറ്റൊന്നും ഏഴയായ നമ്മൾ കാണുന്നില്ല. ഹജൂരിന്റെ തൂണുകൾ വളരെ വലുതായും ബലമുള്ളതായും പണികഴിപ്പിച്ചേക്കണം എന്ന് ആയില്യം തിരുമനസുകൊണ്ട് അന്നാൾ അരുളിയതിന്റെ പൊരുൾ ഇപ്പോഴാണ് നമ്മൾ മനസിലാക്കുന്നത്. ഇതുവരെ ഒരു മന്ത്രിക്കും അതിനെ എള്ളോളം അനക്കുവാനുള്ള കെൽപ്പ് ഉണ്ടായതില്ല. ഉണ്ടാവുകയുമില്ല.

ഈ കറക്കമെല്ലാം ചിന്തിച്ചുപാർക്കുമ്പോൾ ഇതൊരു അഖിലാണ്ഡകോടി ബ്രഹ്മാണ്ഡ കടാഹം തന്നെ എന്നു പറവാനെക്കൊണ്ടാണ് തോന്നുന്നത്. പണ്ടുകാലം ഈ സിവിൽ സർവീസ് നമ്മൾ ചിട്ടപ്പെടുത്തി മുറിയിലാക്കിയനേരം ഇത് ഇത്ര കഠിനമായിവരുമെന്ന് ഒട്ടുമേ നിനച്ചതില്ലാ.

ഈ കറക്കമെല്ലാം ഒരു മട്ട് കംപ്ലീറ്റ് ചെയ്തു ജയിച്ചു വരുന്നതായ ഫയലെല്ലാം പിന്നെ ധനകാര്യ വകുപ്പിലാണല്ലോ ചെന്നെത്തുന്നത്. എല്ലാ വകുപ്പിലും വച്ചു ബ്രാഹ്മണാൾ അതുതന്നെയാകുന്നു. മറ്റിടങ്ങൾ താണ്ടി വരുന്ന കേസുകളും ഇവിടെ എത്തി മരണപ്പെട്ടുപോകുന്നു. അവന്റെ തൃക്കൺ പാർത്താൽ എരിഞ്ഞു പോകാനുള്ളത് വളരെ വളരെ കുറവാകുന്നു. ശനി ഗ്രഹത്തോടെ കഠിനമാകുന്നു. അവന്റെ കൺപാർപ്പ്.

ഈ ചുറ്റിപ്രയാണത്തിനിടെ വളരെ സങ്കടം തരുന്നതായ ഒരു സംഭവം ഉണ്ടായിപ്പോയി. അതായത് ധനകാര്യ ഇടനാഴിയിൽ വച്ചു നമ്മൾ വേറൊരു ആത്മാവിനാൽ പിടിച്ചു നിറുത്തപ്പെട്ടു.

അവൻ വരും വരവ് കണ്ടനേരം പെൻഷൻ തെണ്ടിനടന്നു നടന്ന് ചത്തുവീണ ഞൊണ്ടിയോ തെണ്ടിയോ ആണെന്നേ നമ്മൾ നിനച്ചുതള്ളൂ.

പക്ഷേ ഉൺമ അതല്ല. അതിശയമെന്നു പറഞ്ഞാലും പോരാ! അതൊരു ഐ എ എസ് പ്രേതമാകുന്നു. ഈ ഹജൂരിൽ പല ജോലികളും നേക്കിയിട്ട് അടുത്തൂൺ മരണപ്പെട്ടവൻ. പലതവണ ഗുഡ് സർവീസ് ബിരുദങ്ങൾ കിടച്ചവൻ. ധനകാര്യ സെക്രട്ടറിയായും. റവന്യൂ ബോർഡ് മെമ്പറും, ചീഫ് സെക്രട്ടറിയുമായെല്ലാം വാണരുളിയിട്ടാണാ

ചണ്ഡാല പാപി ചത്തത്. അവൻ തന്നെ വളരെ വളരെ പെറ്റീഷൻകാരെ കൊന്ന് സർക്കാർ ഖജനായ്ക്ക് ഊക്കുകൊടുത്തിട്ടുണ്ട്.

ഒടുക്കം ഈ സെക്രട്ടറിയേറ്റിലെ സർവമാനപേരും ചേർന്നാണ് അവനൊരു സെൻഡ് ഓഫ് കൊടുത്തുവിട്ടത്. അതിൻ പിന്നീട് അവൻ പെൻഷനും ഗ്രാറ്റുവിറ്റിയും വാങ്ങുന്നതിനായിക്കൊണ്ട് നടതുടങ്ങി. പന്തിരണ്ടു വർഷം നെടുകയും കുറുകെയും നടന്നു കൊണ്ടിരുന്നു. ആദ്യമെല്ലാം വരുമ്പോൾ എല്ലാവരും അവനെ ബഹുമാനിക്കുകയും കസേരയിൽ ഇരിപ്പുകൊടുക്കുകയും ചെയ്തിരുന്നു.

ദിവസം ചെല്ലെച്ചെല്ലെ ബഹുമതി കുറഞ്ഞു. പരിചയത്തെ കാണിക്കുന്ന കൊച്ചുചിരി മാത്രമായി. അവന്റെ നടപ്പു നീണ്ടു കണക്കു ആചിരിയും മാഞ്ഞുമാഞ്ഞു വന്നു. നാൾ പോകെ അവൻ വരുമ്പോൾ ഉറ്റരോയെല്ലാം മുഖം കൊടുക്കാതെ നിൽപ്പായി. അവൻ ഏതേതു സെക്ഷനിൽ ചെന്നിരുന്നാലും അവൻ തേടിച്ചെല്ലുന്നവരെ സീറ്റിൽ കാണുകയേയില്ല. 'ഇപ്പൊ പുറത്തിറങ്ങി,' 'ഉടനെ വരും' ഇന്നിനി വർണ കാര്യം സംശയം.' ഇമ്മാതിരി അപ്പുറം ഇപ്പുറം ഇരിക്കുന്നവർ പറയും. മുൻ ചീഫ് സെക്രട്ടറി വരാന്ത അളന്നളന്ന് ചുറ്റിക്കറങ്ങി നിൽക്കും. നിന്നു നിന്ന് കാലിൽ നീരുകയറും എങ്കിലും തേടിയവനെ കണ്ടുകിട്ടുകയില്ല. അതല്ലാ അവൻ വന്നാലോ. മുഖത്ത് നോക്കാതോ പറഞ്ഞുകളയും 'ഇന്നിനി പറ്റില്ല. നാളെ വരണം'. ഈ നാളെ എന്ന് ചൊല്ലുന്നതിനെക്കാൾ നല്ലതും അഴിവില്ലാത്തതുമായ ഒരു അവധി എന്നാണ് ഈ ഉലകത്തിങ്കൽ കിടയ്ക്കാനുള്ളത്.

കുറെദൂരം കൂടിച്ചെന്നപ്പോൾ അവൻ വരുന്നത് പാർത്ത് ആരും ഒഴിഞ്ഞുപോകാതെയായി. പല്ലും പൂടയും കൊഴിഞ്ഞ സിംഹത്തിനെ ചവിട്ടിമിടുക്കുകാട്ടി കിടയ്ക്കുന്ന അലിവില്ലാത്ത സന്തോഷത്തെത്തന്നെ ഓരോ ഗുമസ്തനും കൈക്കലാക്കി. മുൻ ചീഫ് സെക്രട്ടറി കൊച്ചു കൊച്ചു ഗുമസ്തന്മാർക്കു മുന്നിൽ വളരെ വളരെ സമയം കാവൽ നിന്നു. ഒന്നരാടത്തിലെങ്കിലും കച്ചേരി കൂടും മുതൽ പിരിയും വരെ അവനാ ഇടനാഴികളിൽ ചുറ്റിക്കറങ്ങുന്ന നിലവന്നു വ്യാഴവട്ടം ഒന്നായിട്ടും. ടിയാന്റെ ഫയൽ അറ്റം കണ്ടില്ല. അവൻ ഒരു നാൾ മുഹൂർത്തവും കാലവും നോക്കാതെ ധനകാര്യവകുപ്പിന്റെ ഇടനാഴിയിൽ തന്നെ ചത്തുമലർന്നു. പ്രേതത്തെ വീട്ടിൽ എത്തിക്കുന്ന ചെലവ് തിരു: സർക്കാർതന്നെ ചെയ്തു. അതുമാത്രമല്ല എല്ലാ മന്ത്രിമാരും ഞെട്ടി കണ്ണീരൊലിപ്പിക്കുകയും അപാരസങ്കടം ബന്ധുക്കളെ വർത്തമാനപത്രങ്ങൾ മുഖാന്തിരം അറിയിക്കുകയും ചയ്തു.

ഹജൂരിലെ ഇടനാഴിയിൽ കിടക്കുന്നതായ ചകിരിമെത്ത കാണുന്നേരം അവിടം ഉരുണ്ടു വീണ് ചാവാൻ പററിയ സ്ഥലമാണ് എന്ന് ഏതു മനുഷ്യനും തോന്നിപ്പോകും. നിന്നനിലയിൽ വീണിരുന്നാലും അവിടെ

ഒച്ചയുണ്ടാകില്ല. രക്തം വിഴുന്നാൽ തിരിച്ചറിയുകയില്ലാ. ചുകപ്പു നിറം തന്നെ സെലക്ട് ചെയ്ത മന്നന്മാരെ നമ്മൾ വാഴ്ത്തുന്നു. പിന്നാലെ വന്നവന്റെ ചെരിപ്പിന്റെ വാറഴിപ്പാനുള്ള യോഗ്യതയും നമ്മൾക്കില്ലാ എന്നും ബോധിച്ചിരിക്കുന്നു.

ഇപ്രകാരം പിറകേ വന്ന സെക്രട്ടറിമാരുടെ കൈയാലേ അരുംകൊല ചെയ്പ്പെട്ടിട്ടുള്ള ചീഫ് സെക്രട്ടറി അവർകളുടെ ഗതികിട്ടാമൽ പ്രേതമാണ് ഒരു പാപനാശമായ ബ്യൂറോക്രാറ്റ് ഇടനാഴിയിങ്കൽ വച്ചു നമ്മളെ തടഞ്ഞു നിറുത്തിയത്.

"നില്ലവിടെ, നീ എവിടെ ഗമിക്കുന്നു.?"

– ആ പ്രേതം അലറി–

നമ്മൾ ഉള്ളാലെ ചിരകൊണ്ടെങ്കിലും ഒരു തമാശ കാണാനായിക്കൊണ്ട് നിന്നുകൊടുത്തു. അവൻ പറഞ്ഞു; "നീയല്ലേ ആ ശവകൂടീരം കെട്ടിയവൻ?"

"ശവകൂടീരമോ?"

"അതേടാ നീചാ! അതെ"

അവൻ നമ്മളെ തുറിച്ചു നോക്കി. സത്യം ബോധിപ്പിക്കാമല്ലോ. നമ്മൾ പെരുവിരലിൽ നിന്നൊരു തരിപ്പുകേറി. ചിന്നവിറയൽ ഉണ്ടായി.

അങ്ങനെ കുറച്ചുനേരം നോക്കിനിന്നപ്പോഴുണ്ട് അവന്റെ കണ്ണു നിറയുന്നു. പാവം ഏങ്ങി ഏങ്ങിക്കരഞ്ഞു.

നമ്മൾക്കും സങ്കടം തോന്നി

"ഈ ഇടനാഴി മുഴുവൻ ആരാന്നു നോക്ക്"

"നമ്മൾക്കൊന്നു കണ്ടുകൂട്"

"നീകാണില്ലാ. എന്നെ തൊട്ടോണ്ട് നോക്ക്"

നമ്മൾ അതേപ്രകാരം അനുഷ്ഠിച്ചു. അപ്പോഴുണ്ടായതായ അതിശയമൊന്നും പറവാനാവതല്ലാ., അവിടം മുഴുവൻ പുഴുക്കളുണ്ടാകുന്നു. മനുഷ്യാത്മാക്കൾ പുഴുക്കളായി കെടന്ന് പുളയുന്നു. അതിൽ കെളവന്മാരുണ്ട്. കുമാരന്മാരുണ്ട്. ഗർഭിണികളും, കിളവികളും, പൈതങ്ങളുമുണ്ട്. ഒക്കെയും തണ്ണീർ ദാഹിച്ചപോലെ വായ്പിളർത്തി അടച്ചുകൊണ്ടായിരുന്നു. അന്തമില്ലാത്തതായ ആ മരണവെപ്രാളം കണ്ട് നമ്മളുടെ കരള് പൊടിഞ്ഞേപോയി. നമ്മൾ കണ്ണടച്ചുകളഞ്ഞു.

നമ്മളുടെ കണ്ണു നിറയുന്നതു കണ്ടതും ചീഫ് സെക്രട്ടറിയുടെ പ്രേതം പൊട്ടിച്ചിരിച്ചു തുടങ്ങി. 'നിനക്കും പേടിയാവുന്നു ഇല്ലയടാ. നീയല്ലേ പൊന്നു തിരുമേനിയുടെ ഭരണത്തെ ബ്രിട്ടീഷ് സിവിൽ സർവീസ് മട്ടിൽ ചിട്ടപ്പെടുത്തി വച്ചത്! എന്നിട്ടതു പോയ പോക്കു കണ്ടോ? ഇതു സൃഷ്ടിച്ചുവച്ച നിനക്ക് ഗതികിട്ടിയോ? ഇതിന്റെ മുകളിലിരുന്നു കുറെക്കാലം നാട മുറിക്കിയവനാ ഞാനും. എന്നിട്ടോ എന്റെ കഴുത്തു മുതൽ തന്നെ കുരുങ്ങി. ഇതാ കെടന്നു പെടയ്ക്കുന്നവരിൽ പല വീര

ന്മാരും എന്നെപ്പോലെ നാടയും മുറുക്കിക്കൊണ്ടിരുന്നവർ തന്നെ . ഇതാ കിടന്നു പിടയ്ക്കുന്ന പുഴുക്കളിൽ ഐ എ എസ്സുകാരുണ്ട് ഡി എസ് പി ഏമാന്മാരുണ്ട്. പാർവത്യകാരു മുതൽ ചീഫ് സെക്രട്ടറിമാരുവരെയുള്ള റവന്യൂ കോമരങ്ങളുണ്ട്. ഒന്നിനുമില്ല മോക്ഷം. ഇവന്മാരുടെ കൈകൊണ്ട് മോചനമില്ലാത്ത നരകം കിട്ടിയവന്മാരാണീ കെടന്നു പെടയ്ക്കണെ ബാക്കി ജനമൊക്കെ. വിധിച്ചവനും വിധികിട്ടിയവനും ഇവിടെ ഒന്നുപോലെ. ഒരേ പിടച്ചിൽ തന്നെ. എല്ലാവരും ഒന്നുപോലെ കരുവേറണ സമത്വ സുന്ദര സോഷ്യലിസം ഈപുഴുപ്പരിഷ ഇവിടം കൊണ്ടും തീരുന്നില്ല. ഈ കാമ്പൗണ്ട് മുഴുവൻ മനുഷ്യപ്പുഴുക്കൾ നുളയുന്നതു നീ കണ്ടോ? ഓരോ കുറ്റിച്ചെടിയുടെ ചുവട്ടിലും ഓരോ കൂപ്പിണി മുൻമന്ത്രിമാരും, മുൻ എം എൽ എ മാരും മഹാരാജാക്കന്മാരും! പെൻഷനും ഗ്രാറ്റുവിറ്റിയും ശരിപ്പെട്ടാൽ ഇതിലൊരു നല്ലശതമാനം പ്രേതങ്ങൾ രക്ഷപ്പെടും. മറ്റൊരു ശതമാനം കുടുംബ പെൻഷൻ കിട്ടാത്തതുകൊണ്ടാണ് കെട്ടിക്കിടക്കുന്നത്. ഇനിയൊരു കൂട്ടത്തിന് അവകാശികൾക്ക് ഉദ്യോഗം കിട്ടണം. കർമബന്ധങ്ങളിൽ നിന്ന് മോചനം കിട്ടാത്തവിധം എല്ലാറ്റിനെയും ചുവപ്പുനാടയിൽ കെട്ടികുരുക്കിയിരിക്കുന്നു. കൃത്യസമയത്തു തന്നെ പെൻഷനും വാങ്ങിക്കൊണ്ടു നാടുവിട്ട നിനക്കും മോചിച്ചു പോകാൻ പറ്റിയോ? ഇല്ല, നീയും ഇതാ കീഴ്മേൽ കറങ്ങുന്നു; പ്രതിമ ഒന്നുമാറ്റി വയ്പിക്കാൻ. പണ്ടൊരിക്കൽ നിന്റെ അപേക്ഷയെ തട്ടിക്കളഞ്ഞത് ഞാനാണ്. അന്ന് വെറുതെ ചെയ്തതാണെങ്കിലും ഇപ്പോഴൊരു സംതൃപ്തി തോന്നുന്നു. ഒരാഫീസർ എന്ന നിലയ്ക്ക് ചെയ്ത ഒരേ ഒരു സൽക്കർമം അതാണ്.

അയാൾ പിന്നെയും പൊട്ടിച്ചിരിച്ചു. നമ്മൾ അനങ്ങാൻ കൂടി കഴിയാത്തവനായി. ആ ചിരി ഓളമടിച്ച് ഒടുങ്ങും മുന്നേ തന്നെ ആ പ്രേതം ഓടിക്കളഞ്ഞു. നമ്മൾ അവിടെ നിന്നനങ്ങിയത് ഒരുപാടുനേരം താമസിച്ചാണ്. നടപ്പാൻപോലും വയ്യാതായ നമ്മളങ്ങനെ പോകുമ്പോൾ ആയിരക്കണക്കായിട്ടുള്ള ആത്മാക്കൾ നമ്മളെനോക്കി കരഞ്ഞു. കോപിച്ചു. ശകാരിച്ചു, നമ്മൾ ആവതില്ലെങ്കിലും പെടഞ്ഞ് പെടഞ്ഞ് ഓടി.

അന്നു തുടങ്ങി, നമ്മളുടെ ശ്രമം മറ്റൊരു സംഗതിയിലായി, ഈ നാടയുടെ അറ്റത്തെ കണ്ടുപിടിക്കണം. അതിനെ അഴിച്ചുവിട്ട് ഈ ആത്മാവിനെല്ലാം മോക്ഷത്തെ കൊടുക്കണം. നമ്മൾ നാടയുടെ തുമ്പ് തേടി നട തുടങ്ങി. നടന്നെന്നാലോ വളരെക്കാലം വളരെ വളരെ ദൂരം ചുറ്റിച്ചുറ്റി നടന്നു. ഒരെത്തും പിടിയും കിട്ടാതെകണ്ട് കറങ്ങി.

ഒടുവിലായി നമ്മൾ കണ്ടുപിടിച്ച സത്യം നാണത്തോടെയാകിലും ബോധിപ്പിച്ചുകൊള്ളുന്നു. ആ നാടയുടെ രണ്ടറ്റവും നമ്മുടെ സ്വന്തം പൊക്കിളിൽ തന്നെയാകുന്നു കെട്ടിയിരിക്കുന്നത്. പൊട്ടിച്ചെറിവാൻ സാധ്യമാകാത്ത നിലയിൽ ഉറച്ചുമിരിക്കുന്നു. ഇതിനെക്കാൾ, കഷ്ടമായി എന്താകുന്നു ഉള്ളത്?

അതിനാലേ സമക്ഷത്തിൽ നിന്ന് ദയവുണ്ടായി താഴെ കൊടുക്കുന്നതായ അപേക്ഷ ഉടനടിയായി അനുവദിച്ചുതരേണം.

“നമ്മുടെ പ്രതിമയെ ഇളക്കിയെടുത്ത് ഈ ഹജൂർ കെട്ടിടത്തിനകമോ വരാന്തയിലാകിലുമോ വയ്ക്കണം. പിന്നീട് സർക്കാർ ഖജനായിൽ നിന്ന് ഒരു പാട്ട എണ്ണയും കുറെ പഴംചേലയും ഒരു തീപ്പെട്ടിയും അനുവദിക്കാൻ അൻപുണ്ടാകണം. ഉച്ചിവച്ച കൈയാലെ തന്നെ ഉദകക്രിയ ചെയ്‌വാനായിക്കൊണ്ട് കൽപ്പിച്ച് സമ്മതത്തെ തരണം. അപ്പോൾ പൊങ്ങുന്നതായ ചാമ്പൽ പറന്നു വീഴുന്ന് തന്നെ ഈ കേരളനാട് ശുദ്ധമാവൂ നലംപെറു”– ഈയുള്ളവന്റേതുൾപ്പെടെ ഈ കാമ്പൗണ്ടിൽ കിടന്നു പിടച്ചുകൊണ്ടിരിക്കുന്ന പാപികളായ ആത്മാക്കൾ മൊത്തവും കത്തിയെരിഞ്ഞു രക്ഷപ്പെടു.

കാലം വളരെ ചെന്നു പോയി എങ്കിലും ഈ സൽക്കർമം ചെയ്തു സൽഗതിയെ നേടുവാൻ ഉതവിചെയ്യുമാറാകണം. ഒരിക്കലുമേ ഇല്ലാതിരിപ്പതിനെക്കാട്ടിലും നല്ലതാണ് താമസിച്ച് ഉണ്ടാകുന്നത് എന്നുള്ള പഴമൊഴി ഓർത്തുകൊണ്ട് ഈ ഹരജി അനുവദിച്ചുത്തരവാകണമെന്നു താഴ്മയായി അഴുതപേക്ഷിച്ചുകൊള്ളുന്നു.

എന്ന്
വിനീതനായവൻ,
ടി മാധവറാവു
(ഒപ്പ്)

www.ingramcontent.com/pod-product-compliance
Lightning Source LLC
LaVergne TN
LVHW090422051026
849518LV00006B/2406
* 9 7 8 8 1 2 6 2 0 4 7 5 5 *